விவேகானந்தர்

இந்திய மறுமலர்ச்சி நாயகன்

விவேகானந்தர்

இந்திய மறுமலர்ச்சி நாயகன்

ரஞ்சனி நாராயணன்

கிழக்கு

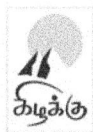

விவேகானந்தர்: இந்திய மறுமலர்ச்சி நாயகன்
Vivekanandar: Indhiya Marumalarchi Nayagan
by Ranjani Narayanan ©

First Edition: December 2013
176 Pages
Printed in India.

ISBN: 978-93-5135-166-5
Title No. Kizhakku 753

Kizhakku Pathippagam
177/103, First Floor,
Ambal's Building, Lloyds Road,
Royapettah, Chennai 600 014.
Ph: +91-44-4200-9601
Email : support@nhm.in
Website : www.nhm.in

Author's Email: ranjanidoraiswamy@gmail.com

Kizhakku Pathippagam is an imprint of New Horizon Media Private Limited

சிறுவயதிலிருந்தே
நல்ல புத்தகங்களை
படிக்கச் சொல்லிக் கொடுத்த
என் அம்மா
திருமதி கமலம் துரைசாமி
அவர்களுக்கு

உள்ளே...

1

விளையும் பயிர்

கண்ணபிரான் கீதை உபதேசம் புரிந்து சகலவித மனுஷ்ய சம்சயங்களையும் அறுத்து வேத ஞானத்தை நிலைநிறுத்திய காலத்துக்குப் பின்பு, ஹிந்து மதத்தின் உண்மைக் கருத்துகளை முழுவதும் தெளிவாக சர்வ ஜனங்களுக்கும் புலப்படும்படி வெளியிட்டுரைத்த ஞானி விவேகானந்தரே ஆவாரென்று தோன்றுகிறது.

- பாரதியார்

*விசுவநாத தத்தர் - புவனேசுவரி தேவி தம்பதிக்கு **1863** ஆம் ஆண்டு **12** ஆம் தேதி திங்கள்கிழமை **6** மணி, **33** நிமிடம் **33** விநாடியில் மகர சங்கராந்தி தினத்தன்று ஒரு மகன் பிறந்தான். காசி வீரேசுவர பெருமானின் அருளால் பிறந்ததால் தாயார் அவருக்கு வீரேசுவரன் என்ற பெயரிட்டார். நரேந்திரநாத் தத்தா என்ற பெயரும் உண்டு. அந்தக் குழந்தைதான் பின்னாளில் உலகம் போற்றும் இந்து மத ஞானியாக வளர்ந்து இந்த உலகுக்கு இந்து ஆன்மிக சாரத்தை அறிமுகப்படுத்தி வைத்த விவேகானந்தர்!*

விசுவநாதர்-புவனேசுவரி தம்பதியருக்குப் பிறந்த முதல் ஆண் குழந்தையும் பெண் குழந்தையும் வெகு நாள்கள் இப்பூவுலகில் வசிக்கவில்லை. அதன் பிறகு மூன்று பெண் குழந்தைகள் பிறந்தனர். அந்தக் குழந்தைகளிலும் ஒன்று இறந்துவிட்டது. எனவே, மிகவும் மனம் வருந்திய புவனேசுவரிதேவி தனக்குப் பிறக்கும் அடுத்த குழந்தைக்கு எந்தக் கெடுதலும் வரக்கூடாது

என்றும் அந்தக் குழந்தை ஒரு ஆண் குழந்தையாக இருக்க வேண்டும் என்றும் விரும்பினார்.

அந்நாட்களில் இந்துப் பெண்கள் தங்களுடைய அன்றாட விருப்பங்களை வீட்டில் இருக்கும் தெய்வத்திடமும் மிக முக்கிய விருப்பத்தை காசியில் இருக்கும் சிவபெருமானிடமும் வேண்டிக் கொள்வது வழக்கம். வேறு ஊர்களில் இருப்பவர்கள் காசிக்குச் சென்று வருவது சிரமம் என்பதால், அங்கு இருக்கும் தமது உறவினரிடம் சொல்லி அந்த பூஜையைத் தனக்காகச் செய்யும்படிக் கேட்டுக் கொள்வார்கள். அதன்படி, புவனேசுவரி தேவி காசியில் இருக்கும் தனது உறவினருக்குக் கடிதம் எழுதி, தனக்கு ஆண் குழந்தை பிறக்கவேண்டும் என்று பூஜை செய்யும் படிக் கேட்டுக்கொண்டார். ஒவ்வொரு வாரமும் சோமவாரத் தன்று அந்த பூஜை காசியில் புவனேசுவரி தேவியின் உறவினரால் செய்யப்பட்டது. அந்த நாள்களில் புவனேசுவரி தேவி வீட்டில் இருந்தபடியே முழு விரதம் இருந்து சிவனை மனத்தில் தியானித்து வந்தார். ஓராண்டுகாலம் இப்படி விரதம் இருந்ததன் பலனாகப் பிறந்தவரே நரேன்.

அவர் பிறந்த அன்று ஊரே கோலாகலத்தில் இருந்தது. அது மகர சங்கராந்தி தினம். இந்துக்களின் மிகப் பெரிய விழா. பாரத தேசத்தின் ஆன்மிக உணர்வுகளையும் தேசிய உணர்வையும் ஒருசேர மறுமலர்ச்சி அடையச் செய்த யுக புருஷனான விவேகானந்தரின் பிறப்பை அவர்களை அறியாமலேயே ஆனந்தமாகக் கொண்டாடினர்.

அந்தக் குழந்தையின் சிற்சில அம்சங்கள் தாத்தா துர்கா பிரசாத்தை நினைவுபடுத்துவதைப் பார்த்துக் குடும்பத்தினர் கொஞ்சம் கலங்கினர். பேரக் குழந்தைகள் தாத்தாக்களின் சாயலில் இருப்பதில் கலங்க என்ன இருக்கிறது? அதைப் பெருமிதமாகத் தானே எடுத்துக்கொள்ளவேண்டும் இல்லையா? ஆனால், விவேகானந்தரின் குடும்பத்தினர் அப்படி மகிழ்ச்சி அடைய முடியவில்லை. ஏனென்றால், தாத்தா துர்கா பிரசாத் இல்லற வாழ்க்கையைத் துறந்து துறவியாகச் சென்றுவிட்டிருந்தார். புவனேசுவரி தேவிக்கு இந்தக் குழந்தையும் அதுபோல் போய் விடுமோ என்ற கலக்கம் அப்போதே ஏற்பட்டுவிட்டது. பேரக் குழந்தைக்குத் தாத்தாவின் பெயரை வைப்பதுதான் வழக்கம். ஆனால், இரண்டு குழந்தைகளைப் பறி கொடுத்து அதன் பிறகு

தவமிருந்து பெற்ற ஆண் குழந்தையைத் துறவுக்கு விட்டுக் கொடுக்க புவனேசுவரி தேவிக்கு மனமில்லை. என்ன இருந்தாலும் அவர் ஒரு தாயல்லவா...

எனவே, குழந்தைக்குப் பெயரிடும் நாளில் அனைவரும் தாத்தா வின் பெயரையே குழந்தைக்குச் சூட்டும்படிச் சொன்னபோது, புவனேசுவரி தேவி மறுத்துவிட்டார். குழந்தையைக் கைகளில் தூக்கிக் கொண்டு அதன் கண்களையே சிறிது நேரம் உற்றுப் பார்த்தார். சிவபெருமானின் அருளால் பிறந்த குழந்தை இது. எனவே, வீரேஷ்வர் என்று அவருடைய பெயரையே இந்தக் குழந்தைக்கு வைப்போம் என்று சொன்னார். குடும்பத்தினர் ஏற்றுக்கொண்டனர். துறவில் இருந்து குழந்தையைக் காப்பாற்றி விட்டதாக புவனேசுவரி தேவி மனத்துக்குள் மகிழ்ந்தார். ஆனால், விதியை யாரால் வெல்லமுடியும்? துறவிகளுக்கெல் லாம் ராஜாவாக விளங்கப் பிறந்த குழந்தை அல்லவா அது. புவனேசுவரிக்குப் பிறந்த குழந்தை என்றாலும் அந்தக் குழந்தை தேசத்துக்காக ஏன் மனித குலத்துக்காகவே பிறந்த குழந்தை அல்லவா... ஒற்றைக் குடும்பத்தில் ஒடுங்கிப் போய்விட முடியுமா உலகுக்கே ஒளி கொடுக்கப் பிறந்த அந்த சூரியனால்.

செல்லப் பிள்ளை

பல நாட்கள் தவம் செய்து பெற்ற பிள்ளையாதலால் பெற்றோருக்குச் செல்லப் பிள்ளையாக வளர்ந்தார். தனது அழகாலும், துறுதுறுப்பாலும், துடுக்குத்தனத்தாலும் எல்லோ ரையும் கவர்ந்தான் குழந்தை நரேன். ஆனால், அவனுடைய சேட்டைகளுக்கு எல்லையே இல்லை. 'சிவபெருமானே பிள்ளையாகப் பிறக்கவேண்டும் என்று வரம் கேட்டேன். அவரோ தன் பூதகணங்களில் ஒன்றை அனுப்பி வைத்துவிட்டார்' என்று புவனேசுவரி தேவி அலுத்துக்கொள்ளும் அளவுக்குப் படு சுட்டியாக இருப்பான். அன்பாகச் சொல்லிப் பார்த்தாலும் அடித்துப் பார்த்தாலும் அவனைக் கட்டுப்படுத்துவது மிகக் கடினமான காரியம். சேட்டைகள் எல்லை மீறிப் போகும்போது, ருத்ரமூர்த்தியின் கோபத்தைத் தணிக்க தலையில் நீரால் அபிஷேகம் செய்வதுபோல், ஒரு வாளி தண்ணீரை எடுத்து நரேனின் தலைவழிய புவனேசுவரி தேவி, சிவ சிவா என்று ஜபித்தபடியே ஊற்றிவிடுவாராம். அதனால், ஓரளவு சாந்தப் படும் சுட்டி நரேன் உடம்பெல்லாம் காய்ந்ததும் மறுபடியும் சேட்டைகளை ஆரம்பித்துவிடுவான்.

குழந்தைப் பருவம்

ஒவ்வொரு தாயும் தன் குழந்தைக்குத் தாய்ப்பாலுடன் நல்ல பண்புகளையும், நல்ல லட்சியங்களையும் ஊட்டவேண்டும். புவனேசுவரி தேவி இந்தியக் கலாசாரத்தின் பல்வேறு அம்சங் களையும், நல்ல பண்புகளையும், நல்ல லட்சியங்களையும் கதைகள் மூலமும் பாடல்கள் மூலமும் நரேனுக்குச் சொல்லிக் கொடுத்தார். தனது பாட்டியிடமிருந்தும் பல்வேறு பாகவதக் கதைகளைக் கேட்டபடி வளர்ந்தான் நரேன். 'வாழ்க்கையில் நான் அடைந்த அனைத்துக்கும் என் தாய்க்குக் கடமைப்பட்டிருக் கிறேன்' என்றார் சுவாமிஜி பின்னாட்களில்.

அந்தநாட்களில் தெருப்பாடகர்கள் என்று ஒரு பிரிவினர் வாழ்ந்துவந்தனர். வரலாற்று உண்மைகளையும் வீரக் கதைகளை யும் தெருக்களில் பாடல்களாகப் பாடி வருவார்கள். இல்லறத் தினர் தங்களால் முடிந்த உதவிகளை உணவாகவோ பொரு ளாகவோ அவர்களுக்குத் தருவார்கள். இந்தப் பாடல்கள் சிறுவர் சிறுமியருக்கும், எழுதப் படிக்கத் தெரியாதவர்களுக்கும் பல நல்ல விஷயங்களைச் சொல்லித் தந்தன. பல வேடங்களில் வரும் இவர்களைக் கூப்பிட்டு நரேனுக்காகவே பாடச் சொல் வார் புவனேசுவரி. வீட்டிலும் தினமும் பிற்பகலில் ராமாயணம், மகாபாரதம் வாசிப்பார்கள். இந்த நிகழ்வுகளின் போதெல்லாம் நரேன் ஆடாது அசங்காது உட்கார்ந்திருப்பான். அது மட்டுமல்ல; தான் கேட்ட கதைகளை அலுக்காமல் சலிக்காமல் தன் தம்பி தங்கையருக்குக் கூறி மகிழ்வான். நரேனுக்குப் பிடித்த இன்னொரு விளையாட்டு எரியும் விளக்கின் முன்னே கைகளை வைத்துக்கொண்டு விதவிதமான உருவங்களைச் சுவரில் நிழல் பிம்பங்களாக விழ வைப்பது.

சிறுவன் நரேனிடம் இன்னொரு விசேஷ குணமும் இருந்தது. அதுதான் கொடை வள்ளல் குணம். யார் வந்து எதைக் கேட்டாலும் எடுத்துக் கொடுத்துவிடுவான். அதிலும் சாதுகள் யாராவது வந்தால் கைக்குக் கிடைத்ததை எடுத்துக் கொடுத்து விடுவான். ஒருநாள், நரேனின் வீட்டுக்கு ஒரு துறவி யாசகம் கேட்டு வந்திருந்தார். நரேன் அப்போதுதான் வேட்டி கட்ட ஆரம்பித்திருந்தான். அந்தக் காலத்தில் எல்லாம் சிறுவயதிலேயே வேட்டி அணியத் தொடங்கிவிடுவார்கள். துறவி வந்து கேட்டபோது நரேனிடம் வேறு எதுவும் இருந்திருக்கவில்லை. தனது புதிய வேட்டியை எடுத்து அந்தத் துறவிக்குத் தானம்

கொடுத்துவிட்டான் நரேன். அவரும் அதை வாங்கி தலைப் பாகையாகக் கட்டிக் கொண்டு குழந்தையை ஆசீர்வதித்து விட்டுச் சென்றுவிட்டார்.

பெற்றோருக்கு இது தெரிந்ததும் கடும் கோபம் வந்தது. கூப்பிட்டுக் கண்டித்தால், அப்போதுமட்டும் நல்ல பிள்ளை போல் தலையைத் தலையை ஆட்டிக் கேட்டுக் கொள்வான். பெற்றோர் சற்று நகர்ந்ததும் தன் சேட்டைகளை நரேன் ஆரம்பித்துவிடுவான். நரேனின் அப்பா பெரும் செல்வந்தர். அவருடைய வீட்டுக்கு நிறைய பேர் இதுபோல் உதவி கேட்டு வந்துகொண்டே யிருப்பார்கள். நரேன் பாட்டுக்குக் கைக்குக் கிடைத்ததையெல்லாம் இப்படி எடுத்துக் கொடுக்க ஆரம்பித் தால் அப்புறம் நாமும் வீடு வீடாகச் செல்லவேண்டியதுதான் என்று நினைத்த பெற்றோர் ஒரு முடிவுக்கு வந்தனர். யாராவது துறவிகளோ யாசகர்களோ வீட்டுக்கு வந்தால் நரேனை ஒரு அறைக்குள் போட்டுப்பூட்டிவிடுவது என்று முடிவெடுத்தனர்.

அதன்படியே சில காலம் நடந்தது. ஆனால், சுட்டி நரேனோ என்ன செய்வான் தெரியுமா... ஜன்னல் கதவைத் திறந்து அதன் வழியாக அந்த அறையில் இருந்து எதையெல்லாம் எடுத்துக் கொடுக்க முடியுமோ அதையெல்லாம் எடுத்துக் கொடுத்து விடுவான். காற்றைப் பிடித்துச் சிறையில் அடைக்க முடிந்தாலும் முடியும். நரேனின் சேட்டைகளைத் தடுக்கவே முடியாது என்பது பெற்றோருக்குத் தெரியவந்தது.

கல்வி கற்றல்

ஆறாம் வயதில் முதன்முதலாக ஒரு திண்ணைப் பள்ளிக்கு அனுப்பினார்கள். அதற்கு முன்பாக நரேனுக்கு வீட்டில் வித்யாரம்பம் செய்யப்பட்டது. அதிகாலையில் புரோகிதர் ஒருவர் நரேனின் வீட்டுக்கு வந்தார். குடும்பத்தினர் அனைவரும் அந்த விழாவில் பங்கெடுத்தனர். பிரார்த்தனைப் பாடல்கள் பாடப்பட்டன. கல்விக்கு அதிபதியான சரஸ்வதி தேவியின் மீதான பாடலுக்குப் பிறகு, புரோகிதர் நரேனின் பிஞ்சுக் கைகளைப் பற்றி முதல் அட்சரங்களை எழுதவைத்தார்.

வீட்டில் இந்தச் சடங்கு முடிந்த பிறகு பள்ளிக்கு நரேன் பள்ளிக்குச் சென்றான். புதிய வேஷ்டியைக் கட்டிக்கொண்டு, எழுதுவதற்கான மெல்லிய மூங்கில் பேனா நீண்ட கயிற்றில்

13

இடுப்பில் தொங்க, உட்காருவதற்கான சிறிய பாய் ஒன்றைக் கையில் எடுத்துக்கொண்டு, வெகு கம்பீரமாகப் பள்ளிக்குச் சென்றான் நரேன்.

நரேனின் ஞாபக சக்தி ஆசிரியர்களை வியக்க வைத்தது. ஒருமுறை கேட்டால் அப்படியே கிரகித்துக் கொள்வான். நரேன் பாடங்களைக் கேட்கும் முறை மிகவும் அலாதியானது. ஆசிரியர் பாடத்தை வாசிக்கும்போது கண்களை மூடியபடி மனத்தை ஒருமுகப்படுத்தி ஆசிரியர் சொல்வதைக் கூர்ந்து கவனிப்பான். ஆனால், அவன் கண்களை மூடிக்கொண்டு இருப்பதைப் பார்த்தால் தூங்கிக் கொண்டிருப்பதுபோல் இருக்கும். முதல் நாள் ஆசிரியர் புத்தகத்தில் இருந்து ஒரு பக்கத்தைப் படித்து முடித்துவிட்டு நிமிர்ந்து பார்த்தபோது நரேன் கண்களை மூடிக் கொண்டிருப்பதைப் பார்த்திருக்கிறார். பாடம் எடுத்துக் கொண்டிருக்கிறேன். தூங்கவா செய்கிறாய் என்று அடித்துக் கண்களைத் திறக்க வைத்திருக்கிறார். நரேனோ நான் தூங்க வில்லை. நீங்கள் சொல்வதைக் கூர்ந்து கவனிக்கத்தான் செய்தேன் என்று சொல்லியிருக்கிறான். பொய் வேறு சொல் கிறாயா... எங்கே நான் சொன்னதைச் சொல்லு பார்க்கலாம் என்று கோபப்படவே, நரேன் நிதானமாக அவர் வாசித்த பாடம் முழுவதையும் ஒரு வரி விடாமல் சொல்லியிருக்கிறான். அதைக் கேட்ட ஆசிரியர் அதிர்ச்சியில் உறைந்துவிட்டார். நரேனின் நினைவாற்றல் அவ்வளவு அபாரமானது.

அவனது புத்திக்கூர்மை, நினைவாற்றல் இவற்றைப் பார்த்த உறவினர் ஒருவர், சம்ஸ்க்ருத இலக்கணம், துதிபாடல்கள், ராமாயணம், மகாபாரதம் ஆகியவற்றைக் கற்றுக் கொடுத்தார். சம்ஸ்க்ருத மொழியில் தணியாத ஆர்வம் ஏற்பட அது பெரிதும் உதவியது.

ராமாயணத்தில் ஹனுமனின் கதாபாத்திரம் நரேனுக்கு மிகவும் பிடித்தமானது. ஹனுமனும் இதர வானர சேனைகளும் வாழைத்தோட்டத்தில் செய்யும் சேட்டைகள்பற்றிய விவரணை கள் நரேனுக்கு மிகுந்த குதூகலத்தைத் தரும். ஹனுமன் நம் வீட்டுப் பக்கத்தில் இருக்கும் வாழைத் தோட்டத்துக்கும் வருவாரா என்ற சந்தேகம் நரேனுக்கு வந்தது. ஆசிரியரிடம் அதைக் கேட்டான். ஆசிரியரும் விளையாட்டாக, அங்கு போய்க் கூப்பிட்டுப் பார்... வருவார் என்று சொன்னார். அதை அப்படியே நம்பிய குழந்தை நரேன் நேராகத் தோட்டத்துக்குச்

14

சென்று ஹனுமானை மனமுருக வாய்வலிக்கக் கத்திக் கூப்பிட்டுத்
தேடினான். ஒரு நாள் முழுவதும் காத்திருந்தும் ஹனுமன்
வரவில்லை. சோகமாக வீடு திரும்பினான் நரேன். ராமர் ஏதாவது
முக்கியமான வேலை எதையாவது ஹனுமனுக்குக் கொடுத்திருப்
பார். அதனால்தான் வரமுடியாமல் போயிருக்கும் என்று அம்மா
சிரித்தபடியே நரேனைச் சமாதானப்படுத்தினார். அப்படித்தான்
இருக்கும். இல்லையென்றால் நிச்சயம் நான் கூப்பிட்ட குரல்
கேட்டு அவர் வந்திருப்பார் என்று சொல்லியபடியே நரேனும்
வேறு விளையாட்டுகளில் ஈடுபட ஆரம்பித்தான்.

தவம் செய்தால் தலைமுடி தரைவரை வளர்ந்து ஆலமர
விழுதுகள்போல் பூமியைத் துளைத்துச் செல்லும் என்று யாரோ
சொல்லியிருக்கிறார்கள். நரேனும் கண்ணை மூடியபடி தவத்தில்
ஈடுபட ஆரம்பித்தான். சில நிமிடங்களுக்கு ஒருமுறை
கண்ணைத் திறந்து திறந்து பார்த்து தலை முடி எவ்வளவு
வளர்ந்திருக்கிறது என்று சோதித்துப் பார்த்துக் கொண்டே
இருந்திருக்கிறான். தலைமுடி வளர்ந்ததாகவே தெரியவில்லை.
அம்மாவிடம் அழுதபடியே போய், 'எனக்கு ஏன் தலைமுடி
தரையைத் தொடும்படி வளரவில்லை. நானும் கடுமையாக
தவம் செய்தேனே' என்று கேட்டிருக்கிறார். அம்மா சிரித்த
படியே, நாட்கணக்கில் அல்ல மாதக்கணக்கில்கூட அல்ல
வருடக்கணக்கில் தவம் செய்தால்தான் அப்படி வளரும் என்று
சொல்லிப் புரிய வைத்திருக்கிறார்.

சிறு வயதிலேயே தியானத்தில் ஈடுபடும் பழக்கம் நரேனுக்கு
இருந்தது. முறையாகத் தெரியாதபோதும் மனத்தை ஒருமுகப்
படுத்தும் திறமை நரேனுக்கு இருந்தது. ஒருமுறை நரேன்
தியானத்தில் ஈடுபட்டிருந்தபோது அக்கம் பக்கத்தில் இருந்த
சிறுவர்களும் அவனுடன் சேர்ந்து தியானத்தில் ஈடுபட்டிருக்
கிறார்கள். அப்போது ஒரு நாகப் பாம்பு அந்தப் பக்கத்தில்
வந்திருக்கிறது. அரைகுறையாக தியானத்தில் ஈடுபட்டிருந்த
சிறுவர்கள் அதைப் பார்த்ததும் அலறி அடித்தபடி எழுந்து
ஓடியிருக்கிறார்கள். நரேனோ தியானத்தில் ஆழமாக மூழ்கி
விட்டிருந்தான். எனவே, இவர்களின் கூக்குரல் எதுவும் அவன்
காதில் விழவேயில்லை. சிறுவர்கள் பதறி அடித்தபடியே
பெரியவர்களை அழைத்து வந்திருக்கிறார்கள்.

அவர்கள் வந்து பார்த்தபோது, நரேன் தியானத்தில்
மூழ்கியிருக்க நாகப்பாம்பு ஏதோ அதிசயத்தைப் பார்ப்பதுபோல்

அவனுக்கு முன்னால் படமெடுத்தபடி அசைந்தாடிக் கொண்
டிருந்திருக்கிறது. சத்தம் போட்டால், பாம்பு பயந்துபோய்
நரேனைக் கொத்திவிடுமோ என்று அனைவரும் பேசாமல்
நடுங்கியபடியே பார்த்துக்கொண்டிருந்தனர். சிறிதுநேரத்தில்
அந்தப் பாம்பு தானாகப் போய்விட்டது. அதன் பிறகு அதை
எங்கு தேடிப் பார்த்தும் மாயமாக மறைந்தே போய்விட்டது.
நரேன் தியானத்தில் இருந்து எழுந்த பிறகு, ஏன் பாம்பு வந்த
போது ஓடாமல் இருந்தாய் என்று பெற்றோர் கேட்டபோது,
பாம்பா... எனக்கு எதுவுமே தெரியாதே. நான் விவரிக்க
முடியாத ஓர் ஆனந்த நிலையில் அல்லவா இருந்தேன்' என்று
சொன்னான் குழந்தை நரேன்.

நரேனுக்கு எட்டு வயதாகும்போது மெட்ரோபாலிடன் பள்ளி
யில் சேர்த்தனர். ஈசுவர சந்திர வித்யாசாகரால் நடத்தப்பட்டு
வந்த அந்தப் பிரபலமான பள்ளியிலேதான் நரேனின் குடும்பத்
தினர் பலரும் படித்து வந்தனர்.

ஆங்கில எழுத்துகளையும் ஆரம்பப் பாடங்களையும் தாயே
அவனுக்குக் கற்பித்தார். ஆனாலும் ஆரம்பத்தில் ஆங்கிலக்
கல்வி அவனைக் கவரவில்லை. தாய்மொழி இருக்கும்போது
ஏன் அந்நியமொழியைக் கற்கவேண்டும் என்று சொன்ன நரேன்,
சிறிது காலத்துக்குப் பின் ஆர்வத்துடன் அந்த மொழியைக்
கற்றுக் கொண்டான். உலக மக்களைக் கவர அந்த மொழிப்
புலமைதானே நரேனுக்குப் பின்னாளில் பெரிதும் உதவியது!

விளையாட்டுக்களிலும் கலைகளிலும் ஆர்வம்

ஓட்டம், கபடி, கண்ணாமூச்சி, உயரம் தாண்டுதல், குத்துச்
சண்டைபோன்ற விளையாட்டுகளிலும் நரேனுக்குத் தீவிரமான
ஆர்வம் இருந்தது. சிலம்பாட்ட வித்தையை முகமதிய நிபுணர்
களிடம் கற்று அதிலும் வல்லவனாக இருந்தான். குழந்தையாக
இருந்தபோது விளையாட்டு சாமான்களை வைத்து விளை
யாடிய நரேன் வளர வளரத் தானாகவே விஞ்ஞானபூர்வமான
கருவிகளைச் செய்து பார்க்க ஆரம்பித்தான்.

சிறுவயதிலேயே தன் நண்பர்களுடன் நாடகக்குழு ஒன்றை
அமைத்துப் பல நாடகங்களை அரங்கேற்றினான். தாத்தாவுக்கு
இது பிடிக்காமல் போகவே நாடகக்குழுவைக் கலைத்துவிட்டு
உடற்பயிற்சிக் குழு ஒன்றை ஆரம்பித்தான். உறவுக்காரச் சிறுவன்

ஒருவனின் கை உடைந்து போகவே இந்தக்குழுவும் கலைக்கப் பட்டது. நவகோபால் மித்ரர் என்கிறவரின் உடற்பயிற்சிக்கூடத் துக்குச் சென்று உடற்பயிற்சிகளில் ஈடுபட்டான்.

நரேனின் அப்பா, மகனின் கல்வியில் மிகுந்த அக்கறையுடன் இருந்தார். இசை கற்றுக் கொள்வது மிகவும் நல்லது என்று நரேனுக்கு பாட்டுக் கற்றுக் கொடுக்க ஏற்பாடு செய்தார். நரேன் பெரியவனான பிறகு உயிரை உருக்கும்படியான பாடல்களைத் தானே எழுதிப் பாட அந்த இளவயது இசைக் கல்வியே பெரிதும் உதவியது.

தாயிடமிருந்து கற்றது

எத்தனை புத்தகங்கள் படித்தாலும் ஒரு குழந்தை தன் பெற்றோரிடம் கற்கும் கல்வியே அவனது வாழ்க்கையை வளப்படுத்தும். ஆழ்ந்த அறிவும், மதி நுட்பமும் கொண்டிருந்த புவனேசுவரி தேவியிடமிருந்து நல்லொழுக்கம், விடாமுயற்சி, இறை நம்பிக்கைபோன்றவற்றை நரேன் கற்றுக்கொண்டான்.

‘எப்போதும் தூயவனாக இரு. உன் சுயமரியாதையைக் காப்பாற்றிக் கொள்வதுடன், பிறரது சுயமரியாதையையும் மதிக்கக் கற்றுக்கொள். சமநிலை தவறாதவனாகவும் எந்தச் சூழ்நிலையிலும் உன் சமநிலை குலையாமலும் பார்த்துக்கொள். மென்மையானவனாக, அதேசமயம் தேவைப்பட்டால் உன் இதயத்தை இரும்பாக மாற்றிக்கொள்ளவும் தயங்காதே. உன் செயல்கள் நியாயமாக இருக்குமானால் நீ எதைப்பற்றியும் கவலைப்படவேண்டாம். நியாயமானதைச் செய்யத் தயங் காதே.’ தாயின் இந்த வார்த்தைகள் பல இக்கட்டான சமயங் களில் நரேனுக்கு சரியான முடிவு எடுக்க வழி காட்டியிருக் கின்றன.

தந்தையின் வழிகாட்டல்

நல்ல கல்வி, ஆரோக்கியமான உடல், வளமான வாழ்க்கைத்தரம் இவற்றைக் குழந்தைகளுக்கு அளித்தால் அவர்களது எதிர்காலம் பிரகாசமாக இருக்கும். குழந்தைகளுக்கு பணம் காசு சேர்த்து வைப்பதைவிட, வாழ்க்கையை எதிர்கொள்ளத் தெரிந்தவர் களாக அவர்களை வளர்க்கவேண்டும் என்ற கொள்கைகளை உடைய நரேனின் தந்தையும் அவனிடத்தில் நல்லதொரு தாக்கத்தை ஏற்படுத்தியிருந்தார். தந்தை அதிகமாகச்

செலவழிப்பதைக்கண்டு நரேன் ஒருமுறை அவரிடம், 'எனக்காக என்ன சேர்த்து வைத்திருக்கிறீர்கள்?' என்று கேட்டான். ஒரு கண்ணாடியின் முன் அவனை நிற்கச்செய்து 'இதோ, இந்தக் கட்டுடல்தான் நான் உனக்கு அளித்த செல்வம்' என்றார் விசுவநாத தத்தர். பணிவுடன் கூடிய சுயமரியாதையை அவர் நரேனின் நெஞ்சில் விதைத்தார். குழந்தைகள் தவறு செய்யும் போது எல்லாத் தந்தையரும் செய்வதுபோல அவர் ஆத்திரப்படு வதோ அடிப்பதோ செய்யமாட்டார். குழந்தைகளைக் கண்டபடி திட்டுவதும், வசைச்சொற்களைப் பேசுவதும், அடிப்பதும் குழந்தைகளைத் திருத்தாது என்று உறுதியாக நம்பினார்.

ஒருமுறை நரேன் தனது தாயைத் தகாத வார்த்தைகளால் திட்டியபோது அவனது தவறைச் சுட்டிக்காட்ட அவர் நரேன் தன் நண்பர்களைச் சந்திக்கும் அறையின் வாசலில், 'இன்று நரேன் தன் அன்னையை இன்ன வார்த்தைகளால் திட்டினான்' என்று எழுதி வைத்துவிட்டார். ஒவ்வொருமுறை தன் நண்பர்கள் அந்த அறைக்கு வரும்போதும் நரேன் கூனிக்குறுகினான். அதன்பிறகு அவன் அந்த வார்த்தைகளைத் தவறியும் பயன்படுத்தவில்லை.

'எதைக்கண்டும் பயப்படாதே, இறைவனின் சாம்ராஜ்ஜியத்தில் எது வேண்டுமானாலும் நடக்கும் என்ற உணர்வுடன் முன்னேறிப் போகவேண்டும்' என்ற தந்தையின் வாக்கு நரேனுக்கு வழிகாட்டி யாக இருந்தது. நன்நெறிகளைத் தவிர தந்தையிடம் நரேன் நன்றாக சமையல் செய்யவும் கற்றுக் கொண்டான். பலவிதமான உணவுவகைகளை மிகவும் சுவையாகச் சமைப்பான் நரேன். தந்தையிடமிருந்து பாரம்பரிய சங்கீதத்தையும் கற்றான். இசை என்பது அவனது ரத்தத்திலேயே கலந்ததாக இருந்தது. இசையின் ஆழங்களைப் புரிந்துகொண்டு அதைத் தன் இனிய குரலில் மெருகேற்றிப் பாடுவது இயல்பாகவே அவனிடம் இருந்தன. இசைக்கருவிகள் வாசிக்கவும் கற்றுக்கொண்டான். தந்தையைப் போலவே பல மொழிகள் கற்கும் திறனும் நரேனுக்கு இயற்கையிலேயே அமைந்திருந்தது.

நரேந்திரனின் உறவினர் காளி பிரசாத் மரணப்படுக்கையில் இருந்தார். இன்னும் சில மணிநேரங்களுக்குள் இறந்துவிடப் போகிறோம் என்பது அவருக்குத் தெரிந்திருந்தது. குடும்பத்தினர் அனைவரும் சோகத்துடன் அவருடைய படுக்கையைச் சுற்றி

அமர்ந்திருந்தனர். நல்ல விஷயங்களைக் கேட்டபடியே தன் ஆன்மா இந்த உலகில் இருந்து விடைபெறவேண்டும் என்று விரும்பினார் எனவே, மகாபாரதத்தில் இருந்து ஏதேனும் ஒரு பகுதியை எடுத்து வாசிக்கும்படிக் குழந்தைகளிடம் கேட்டுக் கொண்டார். மிகப் பெரிய மகாபாரதப் புத்தகத்தை எடுத்து மடியில் வைத்துக்கொண்டு நரேன் கணீரென்ற குரலில் பக்தி ரசம் சொட்ட மகாபாரதத்தைப் படிக்க ஆரம்பித்தார். கருடன் தன் தாயைத் தன் தோளில் சுமந்து செல்லும் காட்சியை வாசித்துக்கொண்டிருந்தார். ஆன்மாவானது நித்ய ஆனந்த சொரூபத்தை நோக்கிப் புறப்படும் பயணத்தின் குறியீடான அந்தப் பகுதியை வாசிக்கும்போது காளி பிரசாத்தின் மூச்சு மெள்ள அடங்கத் தொடங்கியது. மிகுந்த சிரமத்துடன் சக்தியை எல்லாம் திரட்டி அவர் நரேனின் தலையில் கைவைத்து, 'மகனே...நீ இந்த உலகமே புகழும்படியாக மிகப் பெரியவனாக ஆவாய்' என்று மனமார ஆசீர்வதித்தபடியே அவருடைய உயிர் பிரிந்தது. மரணப்படுக்கையில் இருந்தபடி அவர் சொன்னது அப்படியே பலித்தது!

அகத்தேடல்

வீட்டுப் பெரியவர்கள் இறைவன் சந்நிதியில் கண்களை மூடி தியானம் செய்வதைப் பார்த்த நரேனுக்கும் தியானம் செய்யும் ஆசை ஆறு வயதிலேயே துளிர்விட ஆரம்பித்தது. என்னதான் அந்த வயதுக்குரிய விளையாட்டுகள், குறும்புத்தனங்கள், உற்சாகம் என்று இருந்தாலும், நரேனின் மனம் அகத்தில் நாட்டம் கொண்டிருந்தது. அவ்வப்போது நண்பர்களின் கூட்டத் திலிருந்து விலகித் தனிமையை நாட ஆரம்பித்தான். நாளாக நாளாக அவனது தியானம் தீவிரமானது.

ஒரு மனிதனிடம் எத்தனையோ குணநலன்கள் இருக்கலாம். ஆனால், அவற்றினூடாக அவனுக்கென்று இருக்கும் தனித் தன்மைதான் அவன் பிற்காலத்தில் என்னவாகப் போகிறான் என்பதைத் தீர்மானிக்கும். நரேனின் எத்தனையோ நற்பண்பு களில் அகத் தேடல் முதன்மையாக இருந்தது. 'வெளியே போகத் துடிக்கும் ஆன்மாவைக் கட்டுக்குள் கொண்டுவந்து, மரணமில்லா பெருவாழ்வை நாடி, தன்னுள்ளே இருக்கும் ஆன்மாவை நாடுபவனே விவேகி' என்கிறது உபநிஷதம். இளமையிலேயே இத்தகைய விவேகியாக இருந்தான் நரேன்.

இயற்கை உணர்வு அனுபவம்

வாலிபப் பருவம் வாழ்க்கையின் மிக முக்கியமான காலகட்டம். அப்போதுதான் ஒருவரிடம் தன்னுணர்வு துளிர்விட ஆரம்பிக் கிறது. அவரது படைப்பாற்றல், சுய மதிப்பு, இயல்புணர்ச்சி ஆகிய மூன்றும் இந்தப் பருவத்தில்தான் உச்சகட்ட வளர்ச்சியை அடைகின்றன. வாழ்க்கையில் சாதிக்கவேண்டும் என்ற குறிக்கோள் மனதில் உருவாவதும் இந்தக் காலகட்டத்தில்தான்.

சிறு வயதிலிருந்தே நரேனுக்கு இயற்கையின்மேல் தீராத நாட்டம். இயற்கையின் படைப்புகளான ஆறு, மலை, பறவைகள், மிருகங்கள் என்று எல்லாவற்றின் மேலும் மிகுந்த பற்றுதல் கொண்டிருந்தான்.

ஒருமுறை நரேனின் தந்தைக்கு ராய்பூரில் வேலை நிமித்தமாகச் சில காலம் தங்க வேண்டியிருந்தது. அவர் முதலில் ராய்பூர் சென்றுவிட, குடும்பத்தை அழைத்து வரும் பொறுப்பு நரேனிடம் ஒப்படைக்கப்பட்டது. கல்கத்தாவிலிருந்து கட்டை வண்டியில் ராய்பூருக்குப் பிரயாணம் செய்யும் வழியில் நரேனுக்கு அரியதான இயற்கையுணர்வு அனுபவம் ஏற்பட்டது. இயற்கையின் அழகில் மயங்கி நிற்கும் அனுபவம் அல்ல. இயற்கையுடன் ஒன்றி அதில் கலந்து திளைக்கின்ற ஒரு உள் நிகழ்வு. பயணத்தின் வழியில் மாறி மாறி வரும் இயற்கைக் காட்சிகளை ரசித்தபடியே சென்றுகொண்டிருந்தான் நரேன். அவனது மனதில் அலாதியான ஒரு அமைதி. மரங்களில் கொத்துக்கொத்தாகப் பூத்திருந்த மலர்கள்; அவற்றில் காணும் வண்ண ஜாலங்கள்; அவற்றைச் சுற்றி ரீங்காரமிடும் வண்ணத்துப் பூச்சிகள்; பறவைகளின் கீதங்கள்; அவற்றின் சிறகுகளில் காணப் படும் பல வண்ணங்களின் கலவைகள். நரேன் அவற்றுடன் ஒன்றாகி இயற்கையை உள்ளிருந்து அனுபவித்துக் கொண்டிருந் தான்.

இத்தனை அழகும் எங்கிருந்து வந்தன? இவற்றைப் படைத்த அந்த மகா ஆற்றலுடைய சக்தி எது? அந்தப் படைப்பாளியின் ஆற்றலை வியந்தவாறே அந்த மகாசக்தியில் மூழ்கிவிட்டான் நரேன். மீண்டுவந்தபோது புதிதாகப் பிறந்ததைப்போல உணர்ந்தான்.

அப்போது ராய்பூரில் பள்ளியோ, கல்லூரியோ கிடையாது. அதனால் அவன் வீட்டிலேயே இருக்க நேர்ந்தது. இங்குதான்

அவன் தன் தந்தையுடன் நெருங்கிப் பழகும் வாய்ப்பு பெற்றான். அவரும் சிந்தனையைத் தூண்டும் பல விஷயங்களை அவனுக்குக் கூறுவார். அவனுடன் வாதிடுவார். புரியாதவற்றை விளக்குவார். நரேனின் ஆழ்ந்த அறிவும் வாதிடும் திறனும் தந்தையின் வழிகாட்டலுடன் வளர்ந்தது.

இரண்டு வருடங்களுக்குப் பிறகு கல்கத்தா திரும்பிய பின் நரேன் மூன்று வருடப் பாடங்களையும் கற்றுத் தேர்ந்து ஒரே வருடத்தில் வெற்றி பெற்றான்.

வாலிப நரேன்

1880 ஆம் ஆண்டு ஜனவரியில் பிரசிடென்சி கல்லூரியில் முதற் கலை பிரிவில் சேர்ந்தார் நரேன். அரசாங்கம் நடத்திய அந்தக் கல்லூரியில் பாடம் பயிற்றுவித்தவர்கள் பெரும்பாலும் ஐரோப்பிய ஆசிரியர்களே.

நரேன் பி.ஏ. மூன்றாம் ஆண்டு படிக்கும்போது, எதிர்காலத்தில் தன்னைப்போல் நரேனும் சிறந்த வழக்கறிஞராக வரவேண்டும் என்ற ஆவலில் சட்டத்துறையிலும் சேர்த்தார் விசுவநாதர். நிமாய்சரண் போஸ் என்ற பிரபல வழக்கறிஞரிடம் உதவியாள ராகவும் சேர்த்துவிட்டார். அறிவுத்தாகம் கொண்ட நரேன் பல புத்தகங்களைப் படித்தார். பிரெஞ்சுப் புரட்சிபற்றியும் விரிவாகப் படித்தார். நெப்போலியன் அவரைக் கவர்ந்த தலைவர். நெப்போலியனின் படைத் தளபதி மைக்கேல் நே என்பவர் நரேனை மிகவும் கவர்ந்தார். இவரை மனதில் கொண்டே 'தலைவனின் கட்டளைகளுக்கு எதிர்சொல் கூறாத பணிவு, மிக உயர்ந்த லட்சியங்களுக்காகப் பாடுபடுபவர்களுக்குத் தேவை' என்பார் நரேன்.

தமது கல்லூரி நாட்களில் மேலைத் தத்துவ நூல்கள் நிறைய படித்தார். இலக்கியத்திலும் ஆர்வம் காட்டினார். சம்ஸ்கிருதம், வங்காளம், ஆங்கிலம் என்று எல்லா மொழி இலக்கியங் களையும் வாசித்தார்.

அன்றைய சமுதாயம்

இதுவரை நரேந்திரரின் வாழ்க்கையைப் பார்த்தோம். அவர் வாழ்ந்த சமுதாயம் எப்படி இருந்தது? 'வெறுப்பூட்டுவதாக, இழிவானதாக, அஞ்சத்தக்கதாக இருந்தது' என்கிறார்

நரேந்திரரின் சகோதரர் மகேந்திரர். குறிப்பாக, நரேந்திரர் வசித்து வந்த சிமூலியா பகுதி குடிகாரர்களின் ராஜ்ஜியமாக இருந்தது.

பெண்களுக்கு எட்டு வயதில் திருமணம் முடிந்திருக்கவேண்டும். ஆண் பதினாறு வயதுக்குமேல் திருமணம் செய்துகொள்ள வில்லை என்றால் ஜாதியிலிருந்து விலக்கப்படுவான். ஒற்றை மதம் என்ற ஒன்று இல்லை. ராமாயணம், மகாபாரதம்போன்ற நூல்கள் இருந்தாலும் அதன் பெருமை அறிந்தவர்கள் யாரு மில்லை. கீதை, உபநிஷதம்போன்ற நூல்களைப் பலர் கேள்விப் பட்டதுடன் சரி, யாரும் பார்த்ததுகூடக் கிடையாது. பழமைவாத மும் மூட நம்பிக்கைகளும் இந்து சமூகத்தில் மலிந்துகிடந்தன. இந்துக்கள் இதை உணர்ந்திருந்தாலும் அதன் காரணம் என்ன, தவறு எங்கே ஏற்பட்டது என்பது யாருக்கும் தெரிந்திருக்க வில்லை.

இந்த வாய்ப்பைப் பயன்படுத்தி கிறிஸ்துவ மிஷனரிகள் இந்து தெய்வங்களைப் பழித்துப் பேசி, ஏராளமான கிறிஸ்துவ நூல்களை விநியோகித்தனர். இந்து மதத்தின் உயர்ந்த கருத்து களை மக்களுக்கு எடுத்துச் சொல்லப் போதிய நூல்கள் இல்லை. அதனால் இந்துக்களால் மிஷனரியின் குற்றச்சாட்டுக்களை எதிர்க்கவும் முடியவில்லை. தங்கள் மதத்தை விடவும் முடியாமல், புதிய மதத்தை ஏற்றுக்கொள்ளவும் முடியாமல் தவித்தனர்.

பிரம்ம சமாஜம்

இதே நேரத்தில் கிறிஸ்துவக் கொள்கைகளையும் இந்து மதத்தின் கொள்கைகளையும் இணைத்து புதிய இயக்கங்கள் ஆரம்பிக்கப் பட்டன. இவற்றில் முக்கியமானது பிரம்ம சமாஜம்.

1828-ல் ராஜா ராம்மோகன் ராயால் தோற்றுவிக்கப்பட்ட இந்த இயக்கம், ரவீந்திரநாத் தாகூரின் தந்தை மகரிஷி தேவேந்திரநாத் தாகூரால் வளர்க்கப்பட்டது.

சமுதாய சீர்திருத்தங்கள், உருவமற்ற ஒரே கடவுள், ஜாதிக் கட்டுப்பாடுகளை நீக்குதல், எல்லோருக்கும் சம உரிமை, பெண்கல்வி, பெண்களின் திருமண வயது வரம்பை உயர்த்துதல் போன்ற தனது கொள்கைகளினால் பிரம்ம சமாஜம் இளைஞர் களிடையே பெரிய தாக்கத்தை ஏற்படுத்தியிருந்தது. இந்த இயக்கத்தின் அறிவுபூர்வமான அணுகுமுறை நரேனுக்கு

ஆரம்பத்தில் பிடித்திருந்தது. சைவ உணவுபோன்ற சமாஜத்தின் கொள்கைகளைத் தீவிரமாகப் பின்பற்ற ஆரம்பித்தார். இந்த இயக்கத்தைச் சேர்ந்த கேசவ சென் என்பவரால் பெரிதும் கவரப்பட்டார் நரேந்திரர்.

பிரம்ம சமாஜ முறைப்படி வழிபாடுகள் செய்தாலும் நரேந்திரருக்கு இறைவனைக் காணவேண்டும் என்ற ஆவல் இந்தக் காலகட்டத்தில் அதிகமானது. பக்தரின் உண்மையான பிரார்த்தனைக்கு இரங்கிக் கடவுள் கண் முன் தோன்றுவார் என்று நம்பினார். நாளாக நாளாக இந்த எண்ணம் கொழுந்துவிட்டு எரியத் தொடங்கியது. இறைவனைக்காண ஏதாவது வழி இருக்கும் என்று திடமாக நம்ப ஆரம்பித்தார். ஆனால், பிரம்ம சமாஜம் இத்தகைய நம்பிக்கைகளுக்கு ஆதரவாக இல்லை என்பதைக் கொஞ்சம் கொஞ்சமாக உணர ஆரம்பித்தார். 'இறைவா, உன் உண்மையான உருவைக் காண என்னைத் தகுதியானவனாக்கு' என்று பிரார்த்திக்க ஆரம்பித்தார்.

காற்றில்லாத இடத்தில் இருக்கும் தீபம் எப்படி ஆடாமல் அசையாமல் இருக்குமோ அதேபோலத் தன் மனதையும் எல்லா எண்ணங்களிலிருந்தும் விலக்கி தியானம் செய்தார். வெளி யுலகில் வேடிக்கை, பாட்டு, உடற்பயிற்சி என்று கழித்தாலும் நரேந்திரரின் மனம் ஆழத்தில் உண்மையைத் தேடத் தொடங்கியது.

இந்த உலகைப் படைத்து காத்து, செயல்படுத்துகிற சக்தியைக் காணவேண்டும்; எத்தனையோ மகான்களுக்கு ஏற்பட்ட அந்த அனுபவத்தைத் தானும் உணரவேண்டும் என்று விழைந்தார் நரேந்திரர். இது முடியுமா? நிச்சயம் முடியும். இந்த உண்மையை உணர மூன்று தகுதிகள் - தபஸ், ஸ்வாத்யாயம் (சுய ஆராய்ச்சி), இறைவனை நாடுதல் -வேண்டும். முதலாவது தகுதி தபஸ் எனப்படும் தவம். தவம் என்றால் எரிப்பது என்றும் ஓர் அர்த்தம் உண்டு. எதை எரிக்கவேண்டும்?

உலகியல் ஆசைகளை, புலன்களின் இச்சைகளை (வேகத்தை), எதிர்மறைப் பண்புகளை எரிக்கவேண்டும். அவற்றில் காமத்தை வெல்வது மிகவும் கடினம். புராண கால முனிவர்களே தவறிழைத்த இடம் அது. நரேன் காமத்தை வெல்ல ஓர் எளிய வழியைக் கண்டுபிடித்தார். பெண்களைப் போகப் பொருளாகப் பார்க்காமல் தாயாகப் பார்த்தால் காம எண்ணங்கள் தோன்றாது

அல்லவா. இந்த எண்ணத்தின்படி மனத்தைப் பக்குவப்படுத்தியதால், இள வயதில் இருந்தே பெண்கள் மீதான காம எண்ணங்கள் நரேனின் மனத்தில் துளியும் எழாமல் போனது.

இரண்டாவது சுய ஆராய்ச்சி: 'நான் யார்? நான் தேடுவது எது? அதை அடைய எனக்குத் தகுதி இருக்கிறதா? என்ற கேள்விகளை ஆழ்ந்து சிந்தித்து அவற்றுக்கு விடைகள் தேடுவதே சுய ஆராய்ச்சி. நரேந்திரருக்கு இந்த சுய ஆராய்ச்சி இயற்கையிலேயே அமைந்திருந்தது.

தவத்தின் மூலம் தூய்மையான மனதுடன் சுய ஆராய்ச்சி செய்து இறைவனை நாடுவது மூன்றாவது தகுதி.

இறைவனை உணர இரண்டு வழிகள்: முதலாவது ப்ரவ்ருத்தி வழி. வாழ்வை ஒவ்வொரு கட்டமாக வாழ்வது. முதலில் பிரம்மச்சரியம்; அடுத்து இல்லறத்தில் ஈடுபடுதல்; அடுத்து காட்டுக்குச் சென்று தவம் இருத்தல்; பிறகு துறவு நிலை. ஒவ்வொரு நிலையிலும் எல்லா அனுபவங்களையும் பெற்றுப் பிறகு இறைவனை அடைதல்.

இரண்டாவது நிவ்ருத்தி வழி: உலகை விட்டு விலகி, புலன்களைக் கட்டுப்படுத்தி, இளமையிலேயே துறவு மேற்கொள்ளுதல். இந்த இரண்டாவது பாதை மிகவும் கடினமானது. ஆனால், இதையே நரேந்திரர் விரும்பினார்.

நதியின் போக்கிலேயே நீச்சலடிப்பது இல்லறம்; துறவு என்பது எதிர் நீச்சல் போடுவது. துறவு வாழ்க்கை தனது லட்சியம் அல்ல; அடைய வேண்டிய லட்சியத்துக்கான பாதை என்பது நரேந்திரருக்குத் தெரிந்திருந்தது. இந்தப் பாதையைக் கடக்க ஒருவரின் துணைவேண்டும். அவர் உண்மையை அறிந்தவராக, உண்மை என்ற ஒன்று இருக்குமானால் அதை நேருக்கு நேர் கண்டவராக இருக்கவேண்டும். உண்மையை நேருக்குநேர் கண்டிருக்கிறேன் என்று சொல்லக் கூடிய ஒருவரைத் தேட ஆரம்பித்தார் நரேந்திரர்.

ஒருமுறை பிரம்ம சமாஜத்தின் முன்னோடிகளுள் ஒருவரான மகரிஷி தேவேந்திரநாத் தாகூரைச் சந்தித்து 'ஐயா! நீங்கள் கடவுளைக் கண்டிருக்கிறீர்களா?' என்று கேட்டார். மகரிஷியால் நேரடியாக எந்தப் பதிலையும் சொல்லமுடியவில்லை.

ஆயினும் மனம் தளராமல், மதத் தலைவர்கள், அறிஞர்கள் பலரையும் சந்தித்து 'ஐயா! நீங்கள் கடவுளைக் கண்டிருக்கிறீர் களா?' என்று கேட்க ஆரம்பித்தார். தியானக் கலை கைவரப் பெற்று உயர்நிலைகளுக்கு செல்லத் தொடங்கியிருந்தார். எனினும், தன் கேள்விக்கான பதிலைத் தேடுவதில் பின் வாங்க வில்லை.

திருப்பு முனை

1881 ஆம் ஆண்டு நவம்பர் மாதம். நரேந்திரர் எம். ஏ. படித்துக் கொண்டிருந்தார். ஆங்கில இலக்கியத்தைக் கல்லூரி முதல்வ ரான வில்லியம் ஹேஸ்டி நடத்திக் கொண்டிருந்தார். அன்றைய பாடம் வேர்ட்ஸ்வொர்த் எழுதிய 'சுற்றுலா' என்ற கவிதை. அதில் வழிப்போக்கன் ஒருவன் இயற்கையை ரசித்து, அதனுடன் ஒன்றிப் பரவச நிலையை அடைந்ததுபற்றிய பகுதியை விளக்கிக் கொண்டிருந்தார். 'பரவச நிலை' (Trance) என்பதை மாணவர் களுக்கு எப்படிப் புரிய வைப்பது? சர்க்கரை இனிக்கும் என்று சொல்லலாம். அந்த இனிப்பை எப்படி உணர்த்துவது?

ஹேஸ்டிக்குச் சட்டென்று ஒரு யோசனை தோன்றியது. பரவச நிலையை அவர் அனுபவித்தது இல்லை. ஆனால் அந்த நிலையைத் திரும்பத் திரும்ப அனுபவித்துக் கொண்டிருந்த ஒருவரை அவர் அறிவார். மாணவர்களை அவரிடம் அனுப்பி னால் என்ன என்று தோன்றியது. மாணவர்களிடம் கூறினார்: 'இத்தகைய பரவச நிலையை அடைவது இந்த நாட்களில் மிகவும் அரிது. மனத் தூய்மை, மன ஒருமைப்பாடு இவற்றுடன் நீண்டகாலப் பயிற்சியின் மூலம்மட்டுமே கிடைக்கிற அற்புத அனுபவம் இது. இப்படிப்பட்ட அனுபவத்தை அடைந்த ஒருவரைப் பார்த்திருக்கிறேன். அவர் தட்சிணேசுவரில் வாழ்ந்து வரும் ஸ்ரீராமகிருஷ்ண பரமஹம்சர். நீங்கள் அவரைப் போய்ப் பார்த்தால் இந்தப் பரவச நிலையைப் புரிந்துகொள்ளமுடியும்' என்றார்.

இருள் கவிந்திருக்கும் பாதையின் முடிவில் ஒரு சிறு ஒளிக்கீற்று தென்பட்டால் எப்படி இருக்குமோ, அப்படி இருந்தது நரேந்திரருக்கு. ஹேஸ்டியின் இந்த வழிகாட்டுதல் அவரது வாழ்க்கையில் மிகப் பெரிய திருப்புமுனையாக அமைந்தது.

2

சிஷ்யனும் குருவும்

கடவுளைக் கண்டிருக்கிறீர்களா என்ற தனது கேள்விக்கு யாரிடமும் விடை கிடைக்காமல் இருந்தபோது தனது கல்லூரி முதல்வர் ஹேஸ்டியின் மூலம் ஸ்ரீராமகிருஷ்ணனரைப்பற்றி அறிந்தார் நரேந்திரர். ஆனாலும் மேலை நாட்டுத் தத்துவ அறிஞர்களின் புத்தகங்களைப் படித்த தனக்கு, படிப்பறிவில்லாத ஸ்ரீராமகிருஷ்ணர் வழிகாட்ட முடியுமா என்ற வினா அவரது உள்ளத்தில் எழுந்தது. தேடல் தொடர்ந்தது.

அதேசமயம் ஸ்ரீராமகிருஷ்ணரும் தேடிக் கொண்டிருந்தார். எதை அல்லது யாரை என்று அறியுமுன் ஸ்ரீராமகிருஷ்ணரைப்பற்றிச் சிறிது பார்ப்போம்.

அறுதிப் பொருளைக் கண்டார்

பிப், 17, 1836-ல் வங்காளத்தில் இருந்த ஒரு குக்கிராமத்தில் ஒரு பிராமண தம்பதிக்கு மகனாகப் பிறந்தார் இராமகிருஷ்ணர். அவருடைய இயற்பெயர் கதாதர். சிறு வயதில் இருந்தே உலகியல் விஷயங்களில் அவருக்கு விருப்பம் இருந்திருக்க வில்லை. பசுக்கள், வயல் வெளி, ஆறு எனக் கிராமப்புற வாழ்க்கையில் இயற்கையின் பேரழகில் லயித்தபடி லௌகீக நடவடிக்கைகளில் இருந்து விலகியே இருந்தார் இராம கிருஷ்ணர். அவருடைய சகோதரர் கல்கத்தா நகருக்குச் சென்று அங்கு ஒரு பள்ளிக்கூடம் ஆரம்பித்தார். அவருடன் இராம கிருஷ்ணரும் கல்கத்த வந்து சேர்ந்தார்.

மற்ற பிராமணக் குழந்தைகளைப் போலவே இராமகிருஷ்ணரை யும் கல்வி கற்றுக் கொள்ளும்படிச் சகோதரர் கேட்டுக்

கொண்டார். அப்போது இராமகிருஷ்னர் கேட்டார், இந்தக் கல்வியால் என்னுடைய ஆன்மா தூய்மை அடையுமா... இறை நம்பிக்கை பலப்படுமா... இறைவனின் அருள் எனக்குக் கிடைக்குமா.

சகோதரர் சொன்னார், அதெல்லாம் கிடைக்காது.

நீங்கள் சொல்லும் கல்வியைக் கற்றுக் கொள்வதால், நம் தந்தையைப்போல் நேர்மையான மனிதராக நான் வளர முடியுமா..?

முடியாது.

இந்தக் கல்வியைப் பெறுவதால், இறைவனை என்னால் பார்க்க முடியுமா? பொருளாதார மயக்கத்தில் இருந்தும் லௌகீக அறியாமையில் உழல்வதில் இருந்தும் விடுதலை கிடைக்குமா?

கிடைக்காது.

அப்படியானால், அந்தக்கல்வி எனக்கு வேண்டாம். நான் கல்வி அறிவு அற்றவனாகவே இருந்துகொள்கிறேன். இறைவனை எனக்கான பாதையில் சென்று கண்டுகொள்கிறேன்.

அப்படியாக, இராமகிருஷ்ணர் நல்ல வேலை பெறுவதற்காகவும் கை நிறைய சம்பாதிப்பதற்காகவும் மட்டும் உதவக்கூடிய ஒரு கல்வி தனக்குத் தேவையில்லை என்று தெளிவான முடிவை எடுத்தார். அவருடைய சகோதரரும் தம்பியின் லட்சியத்துக்கு மதிப்புக் கொடுத்து அவருடைய வழியில் செல்ல அனுமதி அளித்தார். தட்சிணேசுவரத்தில் காளி கோவில் ஒன்றில் பூஜாரி பணிக்கு ஆள் தேடிக் கொண்டிருந்தார்கள். புற உலகப் பரபரப்பு களில் இருந்து விலகி நிற்கும் அமைதியான கோவில். அருகிலேயே சலசலவென ஓடும் கங்கை... காளி தேவியின் அண்மை... என இராமகிருஷ்ணரின் லட்சியத்துக்கு உகந்த சூழல். சிறுவயதிலேயே மனநிறைவுடன் அந்தக் கோவிலின் பூஜாரியாக ஒப்புக்கொண்டார் இராமகிருஷ்ணர்.

அங்கு சென்ற பிறகு அவருடைய வாழ்க்கை அப்படியே மாறியது. சிறுவன் மெள்ளத் தீவிர பக்தனானான். பக்தன் மெள்ளத் துறவியானார். துறவி நாளடைவில் பேரானந்தப் பெருநிலையை உணர்ந்தவரானார். பேரானந்த நிலையை அடைந்தவர் இறைத்தூதராக ஆனார். இந்த அசாதாரண

நிலைகளை எல்லாம் வெறும் 12 வருடங்களில் அவர் கடந்துவிட்டார்.

இந்த ஆன்மிகப் பயணத்தில் அவர் உலக இச்சைகளை அறவே துறந்து இரவும் பகலும் காளி தேவியின் நினைவாகவே வாழ்ந்தார். அவரைப் பொறுத்தவரையில் பூஜாரிப் பணி என்பது உடம்பை வளர்ப்பதற்கான வழிமுறை அல்ல. தெய்வத்தின் அருகிலேயே எப்போதும் இருப்பதற்குக் கிடைத்த பாக்கிய மாகக் கருதினார். அர்ப்பண உணர்வுடன் தொடர்ந்து தியானித்து வந்தால், காளியை ஒரு நாள் எப்படியும் தரிசித்துவிடமுடியும் என்று அழுத்தமாக நம்பினார். ஒவ்வொரு நாள் கழியும்போதும், தாயே, உன்னைப் பார்க்க முடியாமல் இந்த நாளும் வீணாகி விட்டதே என்று கங்கைக் கரையில் அமர்ந்தபடிக் கதறி அழுவார்.

சில நேரங்களில் அவர் மனத்தில் சில கேள்விகள் எழும். காளியைப்பற்றிய கதைகள் எல்லாம் பொய்தானா... மனமுருகப் பிரார்த்தனை செய்தால் தெய்வத்தைப் பார்க்கமுடியும் என்பதெல்லாம் ஏமாற்றுவேலையா... வெறும் கற்பிதம்தானா?

ஆனால், இறைவனைப் பார்ப்பதற்கு முனிவர்களும், தேவர் களும் பட்ட கஷ்டங்களையெல்லாம் நினைத்துப் பார்க்கும் போது அவருக்குச் சிறிது நம்பிக்கை பிறக்கும். நாம் இன்னும் தீவிரமாகத் தாயை நினைத்து உருகவேண்டும். நிச்சயம் அவள் கண் முன் தோன்றுவாள் என்று சமாதானப்படுத்திக் கொள்வார்.

ஒருகட்டத்துக்குமேல் அவரால் இந்தத் தவத்தைத் தொடர முடியவில்லை. காளி தேவியைக் காணாமல் கழியும் இந்த நாட்களால் எந்தப் பலனும் இல்லை. காளி தேவி இருப்பது உண்மையென்றால், இந்தக் கணமே என் முன் தோன்றட்டும் என்று கோவிலில் இருந்த வாள் ஒன்றை எடுத்துத் தன் தலை யைத் தானே வெட்டிக்கொள்ளத் துணிந்தார். தன் பக்தனின் அளவு கடந்த பக்தியைக் கண்டு மெச்சிய காளி தேவி அந்த நிமிடமே கோடி சூரிய பிரகாசத்துடன் அவர் முன் தோன்றினார். அந்தக் கணத்தில் இருந்து இராமகிருஷ்ணர் முற்றிலும் வேறு மனிதராக ஆனார். அந்த தெய்விக அனுபவம் அவரை நித்திய ஆனந்த நிலையில் இருக்கச் செய்தது. ஒருவித உன்மத்த நிலையை எட்டினார்.

காளிதேவியைக் கண்டவுடன் அவரது மனது அமைதிகொள்ள வில்லை. இன்னும் தீவிரமான தேடலில் இறங்கியது. இறை அனுபவத்தைப் பெற எத்தனை வழி உண்டோ அத்தனை வழிகளிலும் அதைப் பெறத் துடித்தார். இந்து மதம் சொல்லும் வழிகளையும் கிறிஸ்துவ, இஸ்லாம் மதங்களின் வழிகளையும் பின்பற்றினார்.

பன்னிரண்டு ஆண்டுகள் தாம் மேற்கொண்ட கடுமையான தவ வாழ்வுக்குப் பிறகு, 'எல்லா மதங்களும் அறுதி உண்மைக்கே நம்மை அழைத்துச் செல்லுகின்றன. எனவே மதச் சண்டை வேண்டாம். ஒருவன் எந்த வழியைப் பின்பற்றினாலும், அந்த நெறியில் மனப்பூர்வமாக ஈடுபாடு கொண்டால், அதுவே அவனை உண்மை பாதையில் கொண்டு செல்லும்' என்ற தனது சமய சமரசக் கருத்துகளை வெளியிட்டார் ஸ்ரீராமகிருஷ்ணர். இந்த உலகில் இதுவரை தோன்றிய இறைத்தூதர்களிலேயே இத்தனை பரந்த ஆன்மிகநிலையில் இருந்து பேசியவர் யாருமே இல்லை என்று சொல்லலாம். அந்த இராமகிருஷ்ணரின் சீடராக ஆனதால்தான், ஒரு இந்து கிறிஸ்தவராக மாறத் தேவையில்லை. ஒரு கிறிஸ்தவர் முஸ்லிமாகத் தேவையில்லை. ஒரு இந்து ஆகச் சிறந்த இந்துவாகவும், ஒரு கிறிஸ்தவர் ஆகச் சிறந்த கிறிஸ்த வராகவும் ஒரு முஸ்லிம் ஆகச் சிறந்த முஸ்லிமாகவும் ஆனாலே போதும் என்று விவேகானந்தரைச் சொல்லவைத்தது.

ஸ்ரீராமகிருஷ்ணரின் தேடல்

இந்தியாவில் மதத்தின் நிலை மிகவும் குழப்பமான நிலையில் இருந்தது. அந்தக் காலகட்டத்தைப்பற்றி விவேகானந்தரின் வார்த்தைகளில் சொல்வதானால், 'ஆரியர்கள் தங்கள் உண்மை நிலையிலிருந்தும், லட்சியத்திலிருந்தும் வீழ்ந்தார்கள்; துறவு மனம் தொலைந்து, கண்மூடித்தனமான பழக்கங்களில் ஆழ்ந்து, வேதாந்த உண்மைகளை ஆராய்ந்து உணரும் ஆற்றலை இழந் திருந்தனர். இந்தியா குழப்பத்தில் ஆழ்ந்தது; ஆன்மிகத்தின் பல்வேறு அம்சங்களைத் தன்னுள் ஒருங்கிணைத்துக் கொண் டிருந்த, அழிவில்லாத சனாதன மதம் பிளவுபட்டு பல மதங் களாக மாறி, தங்களுக்குள்ளேயே வேறுபட்டு, பகை, பொறாமை, இனவெறி, சகிப்பின்மை ஆகியவற்றால் நமது நாட்டைச் சின்னாபின்னமாக்கிக்கொண்டிருந்தன.'

இந்தியாவில் அப்போது நிலவிய இத்தகைய சூழலுக்கு ஸ்ரீராம கிருஷ்ணரின் சமயசமரசக் கருத்துகள் ஏற்புடையனவையாக

இருந்தன. இந்த சமயசமரசக் கருத்தை அடிப்படையாகக் கொண்ட ஒரு புதிய சமுதாயத்தை ஏற்படுத்துவது தனது பிறப்பின் நோக்கம் என்று தனக்கு ஏற்பட்ட தெய்விக அனுபவத்தின் மூலம் அறிந்தார் ஸ்ரீராமகிருஷ்ணர்.

ஸ்ரீராமகிருஷ்ணரின் இந்த சமயசமரசச் செய்தியைப் பரப்பப் புதிய சிந்தனை, புதிய கண்ணோட்டம் கொண்ட ஒரு துறவியர் சமுதாயம் தேவைப்பட்டது. ஏனெனில், ஆன்மிக உண்மைகளும் கலாசார பாரம்பரியமும் எப்போதுமே துறவியர் மூலமே பாதுகாக்கப்பட்டு வந்துள்ளது. இந்தத் துறவியர் சமுதாயத்தை உருவாக்க ஒருவர்வேண்டும். அந்த ஒருவருக்குச் சில தகுதிகள் தேவை. முதலாவதாக அவர் நம் ஆன்மிகக் கலாசாரப் பாரம்பரியத்தைப்பற்றித் தெரிந்தவராக இருக்கவேண்டும். அதே சமயம், அன்றைய தேதியில் இந்து மதத்துக்கு சவாலாக இருந்த மேலைநாட்டு கலாசாரம், மேலை விஞ்ஞானம் இவற்றை அறிந்தவராகவும் இருக்கவேண்டும். ஸ்ரீராமகிருஷ்ணர் அத்தகைய ஒருவரைத்தான் தேடிக் கொண்டிருந்தார். அதே கல்கத்தாவில் தெய்வத்தை நேருக்கு நேர் கண்டவர் இருக்கிறாரா... அவரைக் காணவேண்டும். தெய்வத்தைக் காணும் வழியை அவரிடமிருந்து கேட்டறியவேண்டும் என்று தேடிக் கொண்டிருந்தார் நரேந்திரர். அப்படியாக குரு சிஷ்யருக்காகவும், சிஷ்யர் குருவுக்காகவும் ஒரே ஊரில் அருகருகே இருந்தும் ஒருவரை ஒருவர் சந்தித்திருக்காமல் தேடிக் கொண்டிருந்தனர்.

1881 நவம்பர் மாதம். ஸ்ரீராமகிருஷ்ணரின் இல்லற பக்தர் சுரேந்திரநாத் மித்ரர் தனது இல்லத்துக்கு ஸ்ரீராமகிருஷ்ணரை அழைத்திருந்தார். அந்த விழாவில் பாடுமாறு நரேந்திரருக்கு வேண்டுகோள் விடுத்திருந்தார் சுரேந்திரர். நரேந்திரரும் அழைப்பை ஏற்று நிறைய பாடல்கள் பாடினார். ஸ்ரீராமகிருஷ்ணர் நரேந்திரரால் வெகுவாக ஈர்க்கப்பட்டார். தட்சிணேசுவரத்துக்கு வருமாறு அழைத்தார். ஆனால், நரேந்திரருக்குள் இந்தச் சந்திப்பு எந்தவித பாதிப்பையும் ஏற்படுத்தவில்லை.

இதற்கிடையில் நரேந்திரரின் தேர்வுகள் முடிவடைந்தது. அவருக்குத் திருமணப் பேச்சு ஆரம்பித்தார்கள். தனது அகத்தேடலுக்குத் திருமணம் தடையாக இருக்கும் என்பதுடன் பிரம்மச்சரியம், சத்திய நிஷ்டை ஆகியவற்றைத் தீவிரமாகக் கடைபிடித்துக்கொண்டிருந்ததால் நரேந்திரர் இதற்கு இசையவில்லை. குடும்பத்தினரின் வற்புறுத்தல் அவரது மனத்தைக்

கரைக்கவில்லை. நரேந்திரரின் உறவினரும் ஸ்ரீராமகிருஷ்ணரின் இல்லற பக்தருமான ராமச்சந்திர தத்தர் 'நீ தேடும் உண்மையை அறிய ஸ்ரீராமகிருஷ்ணரை நாடு' என்று சொல்ல, 1882 ஜனவரி மாதம் தட்சிணேசுவரம் சென்றார்.

முதல் சந்திப்பு: 'கடவுளைப் பார்த்திருக்கிறேன்'

இந்தச் சந்திப்புபற்றி ஸ்ரீராமகிருஷ்ணர் கூறுகிறார்: 'தன் உடம்பைப்பற்றிக் கவலைப்படாமல், எதனுடனும் ஒட்டாமல், தலையும் ஆடையும் கலைந்து கிடக்க, மனத்தின் பெரும்பகுதி உள்முகமாகத் திரும்பி இருப்பதைக் காட்டும் கண்களுடன் நரேந்திரன் வந்தான். உலக இன்பங்களில் திளைக்கும் மக்கள் நிறைந்த இந்தக் கல்கத்தா நகரில் இப்படி ஒருவனா என்று வியந்தேன்!'

நரேந்திரரின் அனுபவம் என்ன? 'தட்சினேசுவரத்தில் காளி கோவில் தோட்டத்தில் ஸ்ரீராமகிருஷ்ணரின் அறை இருந்தது. அங்கு அமர்ந்துகொண்டு இரண்டு பாடல்கள் பாடினேன். இராமகிருஷ்ணரின் கண்களில் இருந்து நீர் தாரை தாரையாகப் பெருகியது. அவர் சமாதி நிலைக்குச் சென்றார். எவ்வளவு உருக்கமாகப் பாடுகிறான் இந்தப் பையன் என்று அருகில் இருந்தவரிடம் பாராட்டினார்.

பாடல் முடிந்ததும் என் அருகில் வந்து என்னைத் தனியாக வேறொரு அறைக்கு அழைத்துச் சென்று அந்த அறையின் கதவை மூடினார். எனக்கு ஏதோ அறிவுரை சொல்லப் போகிறார் என்று நினைத்தேன். ஆனால், நன்கு பரிச்சயமான ஒருவருடன் பேசுவதுபோல் என் கையைப் பிடித்துக்கொண்டு மிகவும் இதமான குரலில், அப்பாடா ஒரு வழியாக என்னைப் பார்க்க நீ வந்துசேர்ந்துவிட்டாய். இங்கு வர ஏன் இத்தனை தாமதம் செய்தாய்? லௌகீக விஷயங்களில் உழலும் மனிதர்களின் அபத்தமான வார்த்தைகளைக் கேட்டுக் கேட்டு என் காதுகள் புளித்துப்போய்விட்டன. என் ஆழ்மன அனுபவங்களைப் பகிர்ந்துகொள்ளத் தகுந்த ஒருவரைத் தேடிப் பரிதவித்துக் கொண்டிருந்தேன்' என்று கூறி ஆனந்தக் கண்ணீர் வடித்தார். மறுகணம் கைகூப்பி என்னை வணங்கி 'முன்னொரு காலத்தில் நரநாராயணனாக அவதரித்த நீ இந்த உலகில் மக்களின் துயர் துடைக்க இந்தப் பிறவியில் மனிதனாக அவதரித்திருக்கிறாய்' என்று சொல்லி அழுதார்'.

விசுவநாத தத்தரின் மகனான என்னை இப்படியெல்லாம் கூறு கிறாரே, இவர் ஒரு பைத்தியக்காரராகத்தான் இருக்கவேண்டும் என்று நினைத்தேன். ஆனால், எதுவும் பேசாமல் மௌனமாக நின்றேன். அவர் உள்ளே ஓடிச் சென்று சர்க்கரை, மிட்டாய், வெண்ணெய் என எடுத்துவந்து கண்ணனுக்கு ஊட்டுவதுபோல் எனக்கு ஊட்டினார். இனிப்புகளை என் கையில் கொடுத்து விடுங்கள். நான் நண்பர்களுடன் சேர்ந்து சாப்பிட்டுக் கொள் கிறேன் என்று சொன்னேன். அவர்களுக்கு அப்புறம் தருகிறேன். நீ முதலில் இவற்றைச் சாப்பிட்டு முடி என்று கொடுத்தார். சாப்பிட்டு முடித்ததும் மீண்டும் என் கைகளைப் பற்றியபடி, சீக்கிரமே என்னை வந்து அடைவாய் என்று எனக்கு சத்தியம் செய்து கொடு என்றார். நானும் என்ன சொல்ல என்று தெரியாமல் சரி என்று சொல்லிவிட்டு வீட்டுக்குச் சென்றேன்.

சில நாட்கள் கழித்து மீண்டும் இருவரும் சந்தித்தோம். அப்போதும் என் பாடலைக் கேட்டு இராமகிருஷ்ணர் சமாதி நிலைக்குச் சென்றார். அதன் பிறகு என்னைப் பார்த்து, 'நான் காளியிடம் கேட்டேன். பொன், பெண் இவற்றில் மனம் சிறிதும் ஈடுபடாத சீடர்கள் எனக்குத் தேவை. அவர்கள் இல்லாமல் நான் இந்தப் பூமியில் எப்படி வாழ்வது என்று கேட்டேன். அன்றிரவு என் அறைக்கு வந்து என்னை எழுப்பி, இதோ நான் இருக் கிறேனே என்று நீ சொன்னாய்' என்று சொன்னார். எனக்கோ இவை எதுவுமே தெரிந்திருக்கவில்லை. நான் என் வீட்டில் நன்கு தூங்கிக்கொண்டுதான் இருந்தேன்.

இவையெல்லாம் விவேகானந்தருக்குப் பெரும் குழப்பத்தைத் தந்தன. ஆனால், இராமகிருஷ்ணரின் பேச்சும் அனுபவங்களும் அவர் ஓர் உண்மையான துறவி என்பதை நரேந்திரருக்குத் தெளிவாகக் காட்டியது. ஒருநாள் தன் மனத்தை நெடுநாட் களாக வாட்டி வதைத்துக் கொண்டிருந்த கேள்வியைக் கேட்டார்:

'ஐயா, நீங்கள் கடவுளைக் கண்டிருக்கிறீர்களா?'

'ஆம், கண்டிருக்கிறேன்!'

பலரிடமும் கேட்டுப் பதில் இல்லாமல், சுவரில் மோதித் திரும்பும் பந்து போல திரும்பத் திரும்ப நரேந்திரரிடமே வந்து சேர்ந்த கேள்வி, தனக்குக் கிடைத்த பதிலில் திகைத்து நின்றது.

'நான் இப்போது உன்னிடம் பேசுவதுபோல, நான் உன்னை இப்போது பார்ப்பது போல கடவுளைக் காணலாம்; பேசலாம்...!'

'நான் எவ்வளவோ முயன்றும் கடவுளைப் பார்க்க முடிய வில்லையே. இந்த உலகில் பலரைச் சந்தித்துக் கேட்டேன். அவர்களும் கடவுளைப் பார்த்ததில்லை. அதோடு, பார்க்கவும் முடியாது என்றுதானே சொன்னார்கள்.

ஏன் முடியாது. மக்களுக்கு கடவுளைப் பார்க்கவேண்டும் என்ற ஆசை இல்லை. கடவுள்மீது நம்பிக்கை இல்லை. பக்கத்து அறை முழுவதும் தங்கக் கட்டிகள் இருப்பதாக வைத்துக்கொள். ஒரு திருடன் இந்த அறையில் இருக்கிறான். இரண்டு அறைகளையும் பிரிக்கும் சுவரானது மிகவும் மெல்லியது என்று வைத்துக்கொள். அந்தத் திருடனின் நிலையை நினைத்துப்பார். அவனுக்குத் தூக்கமே வராது. உணவு, உடை என எதைப்பற்றிய சிந்தையும் இருக்காது. எப்படியாவது பக்கத்து அறையில் இருக்கும் தங்ககட்டிகளைக் கைப்பற்றிவிடவேண்டும் என்று மனது துடிக்கும். மக்களுக்குக் கடவுள் இருக்கிறார் என்ற நம்பிக்கை இருந்தால், அவரை அடைவது எளிது என்ற நம்பிக்கை இருந்தால் இப்படியா லௌகீக விஷயங்களில் ஈடுபட்டு நேரத்தை வீணடிப்பார்கள். எனவே, கடவுளைப் பார்க்க முடியவில்லை என்று சொல்லாதே... மக்கள் விரும்ப வில்லை என்று சொல். உனக்கும் கடவுள்மீது நம்பிக்கை இருந்திருந்தால் இந்த நேரம் பார்த்திருப்பாய்.

இந்தப் பதிலைக் கேட்டதும் நரேனுக்குத் தூக்கிவாரிப் போட்டது. இராமகிருஷ்ணரிடமிருந்து வந்த இந்தச் சொற்கள் நரேந்திரரின் மன ஆழத்தில் பதிந்தன. தான் அவரைப்பற்றிக் கொண்டிருந்த எண்ணங்கள் எல்லாமே தவறானவை என்று உணர்ந்தார் நரேந்திரர். கடவுளுக்காக இப்படி அனைத்தையும் துறப்பவர் அரிது என்பது புரிந்தது.

இரண்டாவது சந்திப்பு : ஓர் அற்புத அனுபவம்

தன்னுடைய கேள்விக்கு ஸ்ரீராமகிருஷ்ணரிடம் பதில் கிடைத் தாலும், அவரைப்பற்றிய ஒரு குழப்பமான மனநிலையே இருந்தது, நரேந்திரருக்கு. பிரம்ம சமாஜம், நவீனக் கல்வி, மேற்கத்திய சிந்தனைகள் இவையெல்லாம் நரேந்திரனை நவீன

மனிதனாக ஆக்கியிருந்தன. எதையும் விஞ்ஞானபூர்வமாக அலசி ஆராயும் மனத்தைக் கொண்டிருந்தார். எனவே, கடவுள்பற்றிய விஷயங்களையும் மதம்பற்றிய விஷயங்களையும் அவரால் முழுவதுமாக ஏற்க முடியவில்லை. ஆனால், அவரால் இராமகிருஷ்ணரைப் புறக்கணிக்கவும் முடியவில்லை. அவருடன் இருந்தபோது தனக்கு நேர்ந்த அனுபவங்களையும் அவரால் புறமொதுக்க முடியவில்லை.

இந்தச் சந்திப்புபற்றி சுவாமிஜி பிற்காலத்தில் நினைவு கூர்ந்தது: 'அன்று ஸ்ரீராமகிருஷ்ணரின் அறையில் வேறு யாரும் இல்லை. அவர் ஏதோ ஒரு விநோதமான மனநிலையில் இருந்தார். இன்றைக்கும் ஏதோ ஒன்று நடக்கப்போகிறது என்று மனத்துக் குள் தோன்றியது. என்னை அழைத்துப் பக்கத்தில் அமரும்படிச் சொன்னார். ஏதோ முணுமுணுத்துக்கொண்டே என் அருகில் வந்தார். பைத்தியம் ஏதோ செய்யப்போகிறது என்று நினைத்துக் கொண்டேன். என்னை நெருங்கி வந்து தனது வலது பாதத்தை என்மீது வைத்தார். அந்தக் கணத்தை எப்படி விவரிப்பேன்? என் கண்கள் திறந்தே இருந்தன. ஆனால், என்னைச் சுற்றியிருந்த பொருட்கள், அறையின் சுவர், அதற்கு வெளியில் இருக்கும் உலகம் என அனைத்தும் மாயமாக மறைந்ததுபோல் உணர்ந்தேன். கூடவே 'நான்' என்ற உணர்வும் மகா சூன்யத்தில் கரைந்துபோவதுபோல உணர்ந்தேன். எனக்குள் ஒரு பேரச்சம். 'நான்' என்ற உணர்வின் அழிவு தானே மரணம். இதோ என் கண் முன் மரணம் நிற்கிறது. ஆ! என்று அலறினேன்: 'என்னை என்ன செய்யப்போகிறீர்கள்? எனக்குப் பெற்றோர் இருக் கின்றனர். என்னை விட்டுவிடுங்கள்.' உடனே இராமகிருஷ்ணர் என் மார்பைத் தொட்டார். எனது அற்புத அனுபவம் மறைந்து விட்டது'.

இவையெல்லாமே ஓரிரு நிமிடங்களில் நடந்துமுடிந்துவிட்டது. ஸ்ரீராமகிருஷ்ணரின் முன், தான் வலிமை இழந்துபோனதாக நினைத்தார் நரேந்திரர். தமது சக்தியால் அவர் தம்மைக் கட்டுப்படுத்திவிடுவாரோ என்று பயந்தார். இதற்கு அனுமதிக்கக் கூடாது என்று நினைத்தார். கூடவே இன்னொரு எண்ணமும் வந்தது. இந்த விந்தை மனிதரின் இயல்பையும் ஆற்றலையும் ஆராய்ந்து உண்மையைக் கண்டுபிடிக்கவேண்டும் என்று உறுதி பூண்டார்.

மூன்றாம் சந்திப்பு: சிஷ்யனை ஏற்றுக் கொள்ளுதல்

ஏதாவது ஒன்றைத் தெரிந்துகொள்ளவேண்டும் என்ற ஆவல் ஏற்பட்டுவிட்டால், நரேந்திரருக்கு வேறெதிலும் கவனம் செல்லாது. ஸ்ரீராமகிருஷ்ணரைப்பற்றி அறிவதிலும் தீவிர நாட்டம் ஏற்பட்டது. மூன்றாவது சந்திப்பிலும் நரேந்திரர் எதிர்பாராத ஒன்று நடந்தது. அன்று ஸ்ரீராமகிருஷ்ணர், நரேந்திரரைப் பக்கத்தில் இருந்த யதுமலிக்கின் தோட்டத்துக்கு அழைத்துச்சென்றார். தோட்டத்தில் நடந்தபடியே பல விஷயங் களைப் பேசினார். பிறகு நரேந்திரரை அழைத்துக்கொண்டு அங்கிருந்த அறைக்குச் சென்று அமர்ந்தார். அப்படியே பரவச நிலையில் ஆழ்ந்தார். அந்த நிலையிலேயே நரேந்திரரைத் தொட்டார். அந்த சக்தி வாய்ந்த தொடுகையில் தன் வசம் இழந்தார் நரேந்திரர். அவரது உறுதி குலைந்தது. வெளியுலக நினைவை அடியோடு இழந்தார். சற்று நேரத்துக்குப் பிறகு தன்னிலைக்குத் திரும்பியபோது ஸ்ரீராமகிருஷ்ணர் புன்முறுவ லுடன் அவரது மார்பைத் தடவிக்கொண்டிருந்தார். இந்த நிகழ்ச்சிக்குப் பிறகு ஸ்ரீராமகிருஷ்ணரைத் தெளிந்த அறிவு படைத்தவராக எண்ணத் தொடங்கினார். ஆனாலும் நடந்த நிகழ்ச்சிகள் அவருக்குப் புதிராகவே இருந்தன.

இந்த நிகழ்ச்சிகளைப் படிக்கும் நமக்கும் மிஞ்சுவது குழப்பம் தான். ஸ்ரீராமகிருஷ்ணர் ஏதோ செய்ய நினைப்பதும், நரேந்திரர் விலகிப்போவதுமாக என்னதான் நடக்கிறது? நரேந்திரரைப் பார்த்தவுடனேயே 'இவன் என் மகன், நண்பன், என் கட்டளையை நிறைவேற்றப் பிறந்தவன். என்னுடன் அன்புக் கயிற்றால் கட்டப்பட்டவன்' என்று புரிந்துகொண்டார் ஸ்ரீராம கிருஷ்ணர்.

சத்திய யுகத்தை வழிநடத்தும் பணியைச் செய்யவே தேவி தன்னைப் படைத்திருக்கிறாள்; அதில் தமக்கு உதவவே நரேந்திரர் பிறந்திருக்கிறார் என்பது அவருக்கு தெய்விகக் காட்சி களின் மூலம் தெரிந்திருந்தது. ஒவ்வொரு சந்திப்பின்போதும் ஒவ்வொரு பரிசோதனை வைத்தார். அதில் வெற்றி பெற்ற நரேந்திரரைத் தனது எல்லையற்ற அன்பினால், தம்முடன் பிணைத்துக்கொண்டார். நரேந்திரருக்கு சத்திய யுகத்தை வளர்த்தெடுக்கும் பயிற்சியை அளித்தார். இந்தப் பயிற்சியில் அன்புடன் கூடிய நம்பிக்கை, சோதனை, போதனை மூன்றும் கலந்திருந்தன.

ஸ்ரீராமகிருஷ்ணரின் நம்பிக்கை

'மற்ற பக்தர்கள் போலல்ல நரேந்திரன். மிக உயர்ந்த தளத்தில் இருப்பவன். ஆயிரம் இதழ்களைக்கொண்ட தாமரையைப் போன்றவன். மற்றவர்கள் சாதாரண பாத்திரங்கள்; நரேன் பெரிய கலசம்; அவர்கள் குளம் குட்டைகள்; நரேன் பெரிய நன்னீர் ஏரி. மற்றவர்கள் சிறு சிறு மீன்கள்; நரேன் சிவப்புக் கண்கள் கொண்ட பெரிய கயல்மீன்' என்பார் ஸ்ரீராமகிருஷ்ணர்.

நரேந்திரரை எல்லோரும் பிடிவாதக்காரர் என்றனர். ஸ்ரீராம கிருஷ்ணர் அந்தப் பிடிவாதத்தின் பின்னால் இருக்கும் தன்னம் பிக்கையைக் கண்டார். முரட்டுத்தனத்துக்குப் பின்னால் இருக்கும் ஆண்மையைக் கண்டார். இறுதி உண்மையைக் கண்டறிய அவருள் இருக்கும் ஆன்ம தாகத்தை அவரது பிடிவாதத்தில் கண்டார்.

கருத்து வேறுபாடுகள்

நரேந்திரரின்மேல் ஸ்ரீராமகிருஷ்ணருக்கு அளவிடமுடியாத அன்பு. அவருக்கோ இவர்மேல் மிகப்பெரிய மரியாதை. ஆனாலும் சில விஷயங்களில் வேறுபட்ட கருத்தைக் கொண் டிருந்தார் நரேந்திரர். அதில் மிகவும் முக்கியமானது காளியை ஏற்றுக்கொள்ள மறுத்தது. சிறுவயதில் சீதாராமர், சிவபெருமான் என்றெல்லாம் உருவங்களை வழிபட்டவர் என்றாலும், வாலிப வயதில் உருவ வழிபாட்டை ஏற்கவில்லை. கடவுள் எல்லை யற்ற மங்கலப் பண்புகளை உடையவர். ஆனால் அவருக்கு உருவம் கிடையாது என்ற பிரம்ம சமாஜத்தின் கொள்கை அவருக்கு ஏற்புடையதாக இருந்தது. ஆனால், ஸ்ரீராம கிருஷ்ணருடன் நெருங்கிப் பழகப் பழக அவரது கடவுள்பற்றிய கருத்து படிப்படியாக மாறத் தொடங்கியது.

அத்வைத மறுப்பு

அத்வைதம் எல்லா உருவங்களும் கடவுளே என்கிறது. நரேந்திரரோ கடவுளுக்கு உருவம் கொடுக்கவே மறுத்தார். அப்படியிருக்கும்போது அத்தனை உருவங்களும் கடவுளே என்று சொல்லும் அத்வைதத்தை எப்படி ஏற்றுக்கொள்ள முடியும்? ஆனால், ஸ்ரீராமகிருஷ்ணர் அவரை விடுவதாக இல்லை.

அத்வைதம் என்பது விவாதத்துக்கு உரியது அல்ல; அது ஒரு அனுபவம். எல்லாம் கடவுள்; பானையும் கடவுள்; குவளையும் கடவுள் என்பதல்ல அத்வைதம். உண்மையில் பானையும் குவளையும் அடிப்படையில் ஒன்று. அதாவது களிமண்ணால் செய்யப்பட்டவை. அந்த நிலையில் இரண்டும் ஒன்று. இந்த உண்மையை அனுபவித்தால்தான் தெரியும் என்று எண்ணிய ஸ்ரீராமகிருஷ்ணர் அந்த அனுபவத்தை நரேந்திரருக்குத் தர எண்ணினார்.

ஒருநாள் அத்வைதக் கொள்கையைக் குறித்து வேடிக்கையாக நரேந்திரர் பேசிக் கொண்டிருந்ததைக் கேட்ட ஸ்ரீராமகிருஷ்ணர் தனது பரவச நிலையில் அவரைத் தொட்டார். அந்தத் தொடுகையில் நரேந்திரரின் உள்ளத்தில் மிகப்பெரிய புயல் அடித்தது. இந்தப் பிரபஞ்சத்தில் இறைவனே நீக்கமற நிறைந் திருக்கிறார் என்பதை அந்தத் தொடுகையில் உணர்ந்தார். தான் பார்க்குமிடமெல்லாம், உணரும் பொருட்கள் எல்லாம் இறை வனே என்றும் அந்த ஜோதியில் தானும் ஒன்றாகிவிட்டது போலவும் இன்னொன்று என்பதே இல்லை எனவும் உணரத் தொடங்கினார். பலநாட்கள் இந்த உணர்விலேயே இருந்தார். இந்த அனுபவத்துக்குப் பிறகே அத்வைதக் கொள்கைகளை ஏற்றுக் கொண்டார்.

சிஷ்யனைத் தயார் செய்தார்

இப்படி ஸ்ரீராமகிருஷ்ணர் பலவழிகளில் நரேந்திரரைத் தயார் செய்து வந்தார். ஸ்ரீராமகிருஷ்ணரின் வழிகாட்டுதலில் ஞானத்தை யும் பிரேம பக்தியின் உயர்வையும் தெளிவுற அறிந்தார் நரேந்திரர். இத்தகைய ஆன்மிகப் பயணத்தில் சில அமானுஷ்ய அனுபவங்களையும் பெற்றார். அமானுஷ்ய ஆற்றலை மனித குலத்தின் நன்மைக்கும் மக்கள் குலத்தின் வேதனையைத் துடைக்கவும்மட்டுமே பயன்படுத்தவேண்டும் என்ற ஸ்ரீராம கிருஷ்ணரின் வாக்கினை முழு மனதுடன் ஏற்றார்.

இந்த உபதேசங்கள் நரேந்திரருக்கு வாழ்க்கையைப்பற்றிய முற்றிலும் வேறான பார்வையைக் கொடுத்தது. வேதாந்தக் கருத்துகளைப் பின்பற்ற ஒருவன் வீட்டைத் துறந்து காட்டுக்குப் போகவேண்டும் என்பதில்லை. அந்தக் கருத்துகளை இல்லறத் திலும் பின்பற்றலாம். தினசரி வாழ்க்கையில் ஒவ்வொரு நிலை யிலும் அவற்றைக் கடைப்பிடிக்கலாம். மனிதனை இறை

வனாகக் கண்டு சேவை செய்யவேண்டும். இதனால், அவனது இதயம் தூய்மை அடைகிறது. நாளடைவில் தன்னை இறைவனின் அம்சம் என்றும், தான் முக்தன் என்றும் உணருகிறான். வேதாந்த ஞானமும் பக்தி நெறியும் இணைந்த சுலபமான சாரமிக்க இந்த வழி நரேந்திரருக்குப் புதிய ஒளியைக் காட்டியது.

தந்தையின் மரணம்

ஸ்ரீராமகிருஷ்ணரின் வழிகாட்டுதல், படிப்பு, ஆன்மிக அனுபவங்கள் என்று சென்று கொண்டிருந்த நரேந்திரரின் வாழ்வில் ஒரு புயல் அடித்தது. 1884 ஆம் ஆண்டு பிப்ரவரி 25 ஆம் தேதி அவரது தந்தை இறந்தார்.

வாழ்க்கை என்பது இன்பமும் துன்பமும் கலந்தது. துன்பத்தில் தான் மனிதர்கள் அதிகம் கற்கிறார்கள். தந்தையின் மரணம் என்ற துயரம் நரேந்திரருக்குப் பல உண்மைகளை அறியவைத்தது. தாம் நினைத்த அளவுக்குத் தன் தந்தை செல்வந்தர் இல்லை; வரவுக்கு மீறிச் செலவழித்ததால், அவர் எதையும் விட்டுப் போகவில்லை; மிஞ்சியது எல்லாம் கடன் என்ற உண்மைகள் நரேந்திரனின் மனத்தை மிகவும் வருத்தின. இவை போதாதென்று கூட்டுக் குடும்பச் சொத்துகள் தொடர்பாகப் பல பிரச்னைகள் எழுந்தன. நரேந்திரர் மௌனமாக வறுமையை ஏற்றுக்கொண்டார். வேலை தேடி அலைந்தார்.

தானால், வறுமையை யாரிடமும் சொல்லாமல் சகித்துக் கொண்டார். அவருடைய நண்பர்கள், உறவினர்கள் தங்கள் வீட்டில் நடக்கும் பூஜை அல்லது விழாக்களில் பாடுவதற்கு நரேந்திரனை அழைப்பார்கள். வீட்டில் சாப்பிட உணவு இருந்திருக்காது. இருந்தும் நண்பர்கள் கேட்கும்போது வீட்டிலேயே சாப்பிட்டுவிட்டதாகச் சொல்வார். வீட்டுக்குத் திரும்பியதும் அம்மா இருக்கும் சொற்ப உணவை நரேனுக்குத் தர முன் வரும்போது, நண்பர் வீட்டிலேயே சாப்பிட்டுவிட்டதாகச் சொல்லி அந்த உணவை அம்மாவைச் சாப்பிடச் சொல்லிவிடுவார். இப்படியாக வறுமையின் வலு முழுவதையும் தானே ஏற்றுக்கொண்டு தன்னைச் சுற்றியிருப்பவர்களுக்கு சந்தோஷத்தையே தர முயன்றார்.

வேலை தேடி அலைந்தார் என்றாலும் லௌகீக வாழ்க்கையில் அவருக்கு நாட்டம் இருந்திருக்கவில்லை. மனத்துக்குள் நவீன

38

சிந்தனைகள் ஒருபுறம் அலைமோதிக் கொண்டிருந்தன. தாய் தந்தையிடமிருந்தும் இராமகிருஷ்ணரிடமிருந்தும் கிடைத்த ஆன்மிக, மத அம்சங்கள் அவரை வேறொரு தளத்துக்குத் தள்ளிக் கொண்டிருந்தன. தன் வாழ்க்கையை எந்தத்திசையில் முன்னெடுத்துச் செல்வது என்பது அவருக்குத் தெரியாமல் இருந்தது.

நரேந்திரரின் வீட்டில் மறுபடியும் அவரது திருமணப் பேச்சுகள் ஆரம்பிக்கப்பட்டன. தாயின் வற்புறுத்தல் அதிகமாகவே திருமணத்துக்கு ஒப்புக்கொண்டார். அதைக் கேள்விப்பட்ட ஸ்ரீராமகிருஷ்ணர், நரேந்திரரின் வீட்டுக்கு வந்து இந்த திருமணம் நடக்காது என்று கூறிவிட்டுச் சென்றார். தீவிர ஆத்திகரான நரேந்திரர் இந்த அடுக்கடுக்கான சோதனைகளைத் தாங்க முடியாமல் நாத்திகவாதம் பேசலானார். 'நரேன் அனுபவிக்கும் துன்பங்களுக்கெல்லாம் காரணம், அவன் காளியை ஏற்றுக் கொள்ளாததுதான்' என்றார் ஸ்ரீராமகிருஷ்ணர்.

காளியை ஏற்றுக்கொள்ளுதல்

நரேந்திரரும் ஓரளவு இதைப்பற்றி எண்ணத் தொடங்கியிருந்தார். செல்வந்தர் மகனாக வளர்ந்தவரைத் திடீரெனத் தாக்கிய வறுமை பலவழிகளில் சிந்திக்க வைத்தது. குடும்பத்தில் உள்ள ஒவ்வொருவரும் நரேந்திரரை நம்பிக்கையுடன் பார்த்தனர். அவர்களது நம்பிக்கையை எப்படி நிறைவேற்றுவது? யாராவது இதோ நானிருக்கிறேன் என்று வழிகாட்டமாட்டார்களா? அவரது உள்ளம் அலைபாய்ந்தது. ஸ்ரீராமகிருஷ்ணரிடம் போய்த் தன் நிலையைக் கூறி காளியிடம் தனக்காகப் பிரார்த்திக்குமாறு வேண்டினார். அவரோ 'உனக்கு வேண்டுமானால் நீதான் அவளைப் பிரார்த்திக்கவேண்டும்' என்று கூறி விட்டார். காளியை மனதார ஏற்றுக் கொண்டதை சுவாமிஜியின் வார்த்தை களில் கேட்போம்:

'இரவு 9 மணிக்கு கோவிலுக்குப் போனேன். மனமுருக வேண்டிக் கொண்டேன். காளி என் முன் தோன்றினாள். அவளைப் பார்த்த வுடன் என் மனம் பூரித்தது. எனது லௌகீகத் தேவைகள் எல்லாம் அந்த நொடியிலேயே என் மனத்தில் இருந்து மறைந்து விட்டன. 'தாயே எனக்கு விவேகத்தைக்கொடு; உன்னை இடைவிடாமல் தரிசிக்கும் பாக்கியத்தைக் கொடு' என்று பிரார்த்தித்தேன். திரும்பிப் போனவுடன் ஸ்ரீராமகிருஷ்ணர்

கேட்டார்: 'என்ன, காளியிடம் வறுமை விலக வேண்டுமென்று கேட்டாயா?' என்று. நாம் அதற்குத்தானே போனோம். அது மறந்துவிட்டதே என்று அப்போதுதான் எனக்கு உறைத்தது. 'மறுபடி போ; போய் அவளிடம் உனக்கு வேண்டிய செல்வங் களைக் கேள்' என்றார். திரும்பவும் கோவிலுக்குப் போனேன். இந்த முறை சொத்து சுகங்கள் எல்லாம் கொடு என்று மறக்காமல் கேட்கவேண்டும் என்று தீர்மானித்துக்கொண்டு சென்றேன். ஆனால், காளியின் முன்னால் போய் நின்றதும் அவை அனைத் தும் மறந்துபோய்விட்டன. எனக்கு பக்தி, ஞானம் கொடு என்று வேண்டிக்கொண்டு திரும்பிவிட்டேன். 'அன்னையைப் பார்த்தவுடன் எனக்கென்று எதுவும் கேட்கத் தோன்றவில்லை' என்றேன் ஸ்ரீராமகிருஷ்ணரிடம்.

நீ அப்படியெல்லாம் சொல்லக்கூடாது. உன் குடும்பத்தினர் வறுமையில் வாடுகின்றனர். அவர்களுக்கு நல்ல வாழ்க்கையை அமைத்துத் தரவேண்டியது உன் பொறுப்பு. போய் பணம் காசுகொடு என்று கேள் என்று மூன்றாவது முறையாக அனுப்பி வைத்தார். மறுபடியும் போனேன். ஆனால், காளியின் சன்னிதியை அடைந்தும் என்னை வெட்கம் சூழ்ந்து கொண்டது. நான் கேட்க விரும்புவது எத்தனை கேவலமான விஷயம்! மாபெரும் கொடைவள்ளலான மன்னர் ஒருவரிடம்போய் மத்தியான சாப்பாட்டுக்கான காய்கறிகளைக் கொடுங்கள் என்று கேட்பதுபோல் எவ்வளவு அல்பத்தனமாக நடந்துகொண்டிருக் கிறோம்! அந்த நிமிடமே காளியை முழு மனதுடன் ஏற்றுக் கொண்டேன்.'

நரேந்திரர் காளியை ஏற்றுக் கொண்டதுபற்றி ஸ்ரீராமகிருஷ்ண ருக்கு அளவில்லா ஆனந்தம். ஏனெனில் காளி நமக்கு வாழ்க்கை யின் வேதனையான பகுதியைக் காட்டுகிறாள். துன்பமும் துயரமுமான இன்னொரு பகுதி இது. நன்மையைக் கொடுக்கும் கடவுளே தீமையையும் கொடுக்கிறார். இந்த உண்மையை அன்று நரேந்திரர் உணர்ந்தார். வாழ்க்கையைப்பற்றிய அவரது பார்வை முழுமை பெற்றது. வாழ்க்கையை அப்படியே ஏற்கக் கற்றார்.

ஆனால், விவேகானந்தரின் வாழ்க்கையில் அடுத்த பேரிடி இறங்கியது. 1884 ஆம் ஆண்டு இறுதியிலிருந்தே ஸ்ரீராம கிருஷ்ணரின் உடல் நிலை சீர் குலைய ஆரம்பித்தது. தட்சிணேசுவரத்தில் மருத்துவ வசதிகள் இல்லாததால்,

கல்கத்தாவுக்கு அவரை அழைத்துச் சென்றனர். அங்கு நோய் இன்னும் தீவிரமாகவே, நகரத்தின் ஒதுக்குப்புறமான காசிப்பூரில் ஒரு தோட்ட வீட்டுக்கு அவர் குடி பெயர்ந்தார்.

சங்கம் மலர்ந்தது

ராமகிருஷ்ண மிஷனின் (சங்கத்தின்) வரலாற்றில் அழியாத இடம் பெற்றது காசிப்பூர். ஸ்ரீராமகிருஷ்ணர் இங்கு தங்கியிருந்த எட்டு மாதகாலத்தில் நரேந்திரருக்குப் பயிற்சி கொடுத்து இளைஞர்களை அவரிடம் ஒப்படைத்து சங்கத்தின் அஸ்தி வாரத்தை உருவாக்கினார். 'நீ ஒரு ஆலமரம்போலப் பரந்து விரிந்து எல்லோருக்கும் நிழல் தருபவனாக இருக்கவேண்டும். நீ ஒருவன்மட்டும் முக்தி அடையவேண்டும் என்று எண்ணாதே. எல்லாப் பக்கமும் ஒரு சேர வளர்கிற வளர்ச்சிதான் சமூகத்துக்கு நன்மை பயக்கும்' என்ற தனது எண்ணத்தை நரேந்திரரின் மனதில் ஆழமாக விதைத்தார்.

ஸ்ரீராமகிருஷ்ணரின் நோய் இளைஞர்களை மிகவும் பாதித்தது. இதன் காரணமாக இளைஞர்கள் ஒருங்கிணைந்தனர். அவர் களுக்கு இடையே ஒரு பாசப்பிணைப்பு ஏற்பட்டு அதுவே எதிர்கால இயக்கத்துக்கு அடிப்படையாக அமைந்தது. இந்த நாட்களிலேயே நரேந்திரரின் பணி தொடங்கிவிட்டது. ஸ்ரீராம கிருஷ்ணர் படைக்கவிருந்த புதிய யுகத்தில் புதிய சிந்தனை களும் புதிய பாதைகளும் வகுக்கப்படும் என்று நரேந்திரருக்குப் புரிந்தது. பக்திப் பரவசத்தில் ஆடுவதும் பாடுவதும் கண்ணீர் விடுவதும், மற்ற நேரங்களில் அவரவர்கள் விருப்பப்படி வாழ்வதும் ஸ்ரீராமகிருஷ்ணர் காட்டிய வழி அல்ல என்று மற்றவர்களுக்குப் புரிய வைத்தார்.

ஸ்ரீராமகிருஷ்ணர் ஒருநாள் தம்மிடம் வரும் இளைஞர்களுக்கு காவித் துணிகளையும், ருத்ராட்ச மாலைகளையும் கொடுத்து, சன்னியாசத்துக்கான சடங்கு ஒன்றுக்காக ஊருக்குள் சென்று பிச்சை எடுத்து வரச் சொன்னார். அவர்களில் நரேந்திரரும் ஒருவர். இவ்வாறு ஸ்ரீராமகிருஷ்ணர் துறவியர் இயக்கத்தை ஆரம்பித்து வைத்தார்.

ஒரு நாள் நரேந்திரரை அழைத்துத் தம் எதிரே உட்காரச்சொல்லி அவரை உற்றுப் பார்த்தவாறே தியானத்தில் ஆழ்ந்தார். சிறிது நேரத்தில் தம் உடலுக்குள் மின்சாரம் பாய்ந்தது போல

உணர்ந்தார் நரேந்திரர். சிறிது சிறிதாக அவரும் தன்னிலை மறந்து சமாதி நிலையில் ஆழ்ந்தார். அன்று ஸ்ரீராமகிருஷ்ணர் தனது சக்தி முழுவதையும் நரேந்திரருக்கு அளித்தார்.

ஆகஸ்ட் 16 ஆம் நாள் 1886 ஆம் ஆண்டு இரவு ஒரு மணி இரண்டு நிமிடம் ... ஸ்ரீராமகிருஷ்ணர் அன்னை காளியின் மடியில் என்றென்றைக்கும் திரும்பி வர முடியாத சமாதியில் ஆழ்ந்தார்.

வராகநகர் மடம்

ஸ்ரீராமகிருஷ்ணரின் மறைவுக்குப் பிறகு அவரது சீடர்களிடையே வேற்றுமை உருவானது. அவரது அஸ்தியையும் பாதியாகப் பிரித்துக்கொண்டனர். காசிப்பூர் வீட்டைக் காலி செய்துவிட்டு வேறு வீடு பார்க்க ஆரம்பித்தனர். வராகநகரில் ஒரு பாழடைந்த வீடு கிடைத்தது. ஸ்ரீராமகிருஷ்ணரின் இல்லறத் துறவிகளில் முக்கியமானவரான சுரேந்திரநாத் இதற்கான செலவுகளை ஏற்றார். வரலாற்றுப் புகழ் மிக்க இராமகிருஷ்ண மடம் இப்படி 1886 ஆம் ஆண்டில் செப்டம்பர்/அக்டோபர் மாதங்களில் ஆரம்பிக்கப்பட்டது.

வராகநகர் மடத்தில் இளம் துறவியர் தீவிர சாதனைகள் செய்ய ஆரம்பித்தனர். ஆன்மிக வாழ்வில் படிப்புக்கு முக்கிய இடம் உண்டு. தொடர்ந்து படிப்பதன் மூலமே மனம் கீழான எண்ணங் களுக்குப் போகாமல் இருக்கும். 'கற்றலும் கற்பித்தலுமே முக்கியம். அதுவே தவம், அதுவே தவம்' என்கிறது தைத்ரீய உபநிஷதம். வராக நகர் மடத்துத் துறவிகள் படிப்பதிலும் புதுமையைப் புகுத்தினர். சமய இலக்கியங்களைத் தவிர சமுதாய நூல்களையும் இந்தத் துறவிகள் படித்தனர். அறிவுக் களஞ்சிய மான நரேந்திரர் அவர்களுக்குத் தத்துவம், மதம், வரலாறு, சமூக இயல், இலக்கியம், கலை, விஞ்ஞானம் என்று பலவற்றையும் கற்பித்தார்.

மனத்தளவில் துறவியராக இருந்த இவர்களை புறத்தளவிலும் முழு துறவியராக்க எண்ணிய, நரேந்திரர் விரஜா ஹோமம் செய்து அந்த அக்னியின் முன் சில உறுதி மொழிகளை எடுத்துக்கொள்ளச் செய்து இவர்களைத் துறவிகள் ஆக்கினார்.

நரேந்திரன் என்ற பெயரை விவிதிஷானந்தர் என்று மாற்றிக் கொண்டார். (சுவாமிஜி இந்திய சுற்றுப்பயணம் செய்தபோது தம்மை யாரும் தொடரக்கூடாது என்பதற்காக இரண்டுமுறை

பெயரை மாற்றிக்கொண்டார். மேலைநாடுகளுக்கு செல்லும் முன் தமது பெயரை நிரந்தரமாக விவேகானந்தர் என்று வைத்துக் கொண்டார்) இனி நாம் அவரை சுவாமிஜி என்று அழைக்கத் தொடங்குவோம்.

ஸ்ரீராமகிருஷ்ணர் உருவாக்க விரும்பிய புதிய யுகத்தின் இளம் துறவிகளை இந்த சமுதாயம் சந்தேகக்கண்ணுடனேயே பார்த்தது. துறவிகள் என்றால் சடைமுடி தரித்து, கோவணம் உடுத்தி, குளிக்காமல் இருப்பவர்கள் ஒருவகை. மற்றொருவகை துறவிகள் பைராகிகள். இவர்கள் கையில் ஒற்றை கம்பியுடன் கூடிய ஒரு வாத்தியம் இருக்கும். அதை இசைத்தவாறே பாடிக்கொண்டு வருபவர்கள்.

ராமகிருஷ்ண மடாலயத் துறவிகள் இந்த இரண்டு பிரிவிலிருந்தும் வேறுபட்டு நவீனக் கல்வி பெற்றவர்களாக இருந்தனர். ஒரே இடத்தில் வசித்தனர். பெரும்பாலோர் வசதியான குடும்பத்தைச் சேர்ந்தவர்களாக இருந்தனர். இப்படி விநோதமாக இருந்த இவர்களை ஏற்றுக்கொள்ள சமுதாயம் தயங்கியது.

இப்படிப்பட்ட நிலையில் கிறிஸ்தவ மிஷனரிகள் இந்தத் துறவி களைத் தங்கள் பக்கம் இழுக்க முற்பட்டனர். பைபிளையும் பல கிறிஸ்துவ நூல்களையும் படித்த துறவிகளை அவர்களால் அசைக்க முடியவில்லை. பணத்தையும் மங்கையரையும் காட்டி மயக்க முயன்று தோற்றனர்.

3

இந்தியாவில் சுற்றுப்பயணம்

நீரானது ஓரிடத்தில் நிலைத்து நின்றிருந்தால் பாசி பிடித்து விடும். அதுபோலத் துறவி ஓரிடத்தில் சில நாட்களுக்குமேல் தங்கினால் அந்த இடத்தின்மேல் பற்று ஏற்பட்டுவிடும். பற்று இறைநெறிக்கு ஏற்றது அல்ல. ஆன்மா ஒன்றைமட்டும் துணையாகக் கொண்டு, கைத்தடி, கமண்டலம் இரண்டை மட்டும் எடுத்துக் கொண்டு உற்றார், உறவினர் எல்லோரையும் விட்டுவிட்டுத் தனியாக வாழவேண்டும் ஒரு துறவி.

காசியில் சுவாமிஜி

துறவியான சுவாமிஜி தனது பரிவிராஜக வாழ்க்கையை (பயண வாழ்க்கையை) வருணை, அசி என்ற இரண்டு நதிகளின் கரை யிலிருந்த வாரணாசியிலிருந்து ஆரம்பித்தார். இங்கு வாழ்ந்த நாட்களில் பல துறவியரையும் அறிஞர்களையும் சந்தித்தார். அவர் சந்தித்தவர்களில் இரண்டு பேர் மிகவும் முக்கியமான வர்கள்: முதலாமவர்: திரைலங்க சுவாமிகள். இவர் எதுவும் பேசுவதில்லை. அவரது மௌனத்தையே உபதேசமாகக் கொண் டார் சுவாமிஜி. இரண்டாமவர் பாஸ்கரானந்தர். காமத்தையும் பணத்தாசையையும் முற்றிலுமாக யாராலும் துறக்க முடியாது என்று கூறிய அவரிடம், ஸ்ரீராமகிருஷ்ணரின் பெருவாழ்க்கையை உணர்ச்சி பொங்க எடுத்துக் கூறினார் சுவாமிஜி. அந்த உரையைக் கேட்ட பாஸ்கரானந்தா 'இவரது நாவில் கலைமகள் நடமிடு கிறாள். இவரது மனம் ஒரு பேரொளி' என்றார்.

காசியிலிருந்து அயோத்தியா, லக்னோ வழியாக ஆக்ரா சென்று அங்கிருந்து பிருந்தாவனத்துக்குப் புறப்பட்டார் சுவாமிஜி.

ராதை அனுபவங்கள்

பிருந்தாவனத்தில் கிருஷ்ணனைவிட ராதைக்கே முக்கியத்துவம் அதிகம். பிருந்தாவனத்தில் நடந்து நடந்து களைத்த சுவாமிஜிக்கு ராதை தன் கருணையின் பரிசாக உணவு அளித்தாள், புதியவன் ஒருவன் மூலம். ராதா குண்டத்தில் குளிக்கச் சென்ற சுவாமிஜி யின் உடைகளை ஒரு குரங்கு தூக்கிக் கொண்டு மரத்தின்மேல் உட்கார்ந்துகொண்டது. 'ஆடைகள் இல்லாமல் ஊருக்குள் போக முடியாது. அதனால் காட்டினுள் போகிறேன். அங்கு பசியிலும் பட்டினியிலும் வாடி சாகிறேன்' என்று எண்ணியபடியே நடந்த சுவாமிஜிக்கு மறுபடியும் ராதை யாரோ ஒருவர் மூலம் புத்தம்புதிய காவித் துணியை அளித்தாள்.

இறைவனைத் தவிர தனக்கு வேறு யாரும் புகலிடம் இல்லை என்று நம்பும் பக்தனுக்கு, தான் எங்கு வாழ்ந்தாலும், எங்கு சென்றாலும், இறைவனின் கருணை தன்னைக் காக்கும் என்பதை இந்த மாதிரியான நிகழ்வுகள் உணர்த்துகின்றன.

முதல் சீடன்

பிருந்தாவனத்திலிருந்து ஹரித்வார் போகும் வழியில் ஹத்ராஸ் ரயில் நிலையத்தில் பசியும் களைப்புமாக உட்கார்ந்திருந்தார் சுவாமிஜி. அந்த ரயில் நிலையத்தின் துணை அதிகாரி சரத் சந்திர குப்தர் சுவாமிஜியால் ஈர்க்கப்பட்டு அவரது முதல் சீடரானார். இருவருமாக இமயமலைப்பகுதியில் உள்ள பல இடங்களுக்குச் சென்றனர். சுவாமிஜியின் உள்ளம் எப்போதும் தனிமையை நாடியது. ஆனால், குருதேவரின் ஆணைப்படி இளம் துறவியரின் உடல், உள்ளம், ஆன்மா ஆகியவற்றின் வளர்ச்சிக்கு சுவாமிஜி பொறுப்பாக இருந்ததால் அவர்களுடன் தங்குவதும் இன்றியமையாததாக இருந்தது. அதேசமயம், அவர் அளித் திருந்த மற்றொரு பொறுப்பும் - குருதேவரின் செய்தியை உலகெல்லாம் பரப்புவது - அவர் நினைவுக்கு வந்தது. மக்களை நேரடியாகச் சந்திக்காமல் இந்தக் காரியம் நடக்காது. எனவே, அவர்களைச் சந்தித்தே ஆகவேண்டும் என்று முடிவு செய்தார் சுவாமிஜி. 1889 டிசம்பரில் மடத்திலிருந்து புறப்பட்டார்.

சுவாமிஜியிடம் இருந்ததெல்லாம் ஒரு கைத்தடி, ஒரு கமண்டலம், கீதையின் பிரதி ஒன்று, 'கிறிஸ்துவின் சாயலில்' என்ற புத்தகத்தின் ஒரு பிரதி இவ்வளவே. ஆகாரத்தைத்

தேடிப்போகாமல் தன்னை நாடி வந்ததை உண்டு வந்தார். பணத்தைத் தொடுவதில்லை என்று உறுதி எடுத்துக்கொண்டார். யாராவது மிகவும் வற்புறுத்தினால் ரயில் டிக்கெட்டுக்கான தொகைமட்டும் பெற்றுக்கொண்டார்.

கர்மயோகம்

பவஹாரி பாபா என்ற ஒரு மகானைப்பற்றிக் கேள்விப்பட்டு அவரைக் காணச் சென்றார். இளம் வயதிலிருந்தே உணவைக் குறைத்துக்கொண்டே வந்து ஒரு கைப்பிடி வேப்பிலையும் சில மிளகுகள்மட்டுமே சாப்பிட்டுக் கொண்டிருந்ததால், இவருக்கு பவஹாரி (காற்றைச் சாப்பிடுபவர்) பாபா என்று பெயர். பலநாட்கள் உணவு இல்லாமல் தியானத்தில் ஆழ்ந்துவிடுவார். அவரிடம் உபதேசம் பெற விரும்பினார் சுவாமிஜி. ஆனால் பவஹாரி பாபா 'உபதேசங்களால் யாரும் முன்னேறுவது இல்லை; தாமாகவே பாடுபட்டால்மட்டுமே முன்னேற முடியும்' என்றார். கர்மங்கள் செய்வது தனக்காக அல்ல; பிறருக் காகவும் செய்யலாம். அப்படிப் பிறருக்காகச் செய்யும்போது அது ஆன்மிக முன்னேற்றத்துக்கு வழி வகுக்கிறது என்ற பவஹாரி பாபாவின் கருத்து பின்னாளில் சுவாமிஜி உபதேசித்த கர்மயோகத்துக்கு முக்கிய அடிப்படையாக அமைந்தது.

முடிவையும் வழியையும் ஒன்றாக்குவதே கர்மத்தின் ரகசியம் என்றார் பாபா. சுவாமிஜி இதனை இப்படி விளக்குகிறார்: 'எந்த வேலையைச் செய்தாலும் அதை ஒரு வழிபாடாக, உங்கள் வாழ்க்கையே அதில்தான் இருக்கிறது என்ற தீவிரத்துடன் வேலைக்கு அப்பால் என்ன என்பதைப்பற்றி யோசிக்காமல் செய்யுங்கள்.'

இந்தியாவுக்கு வேண்டிய சீர்திருத்தங்கள்

சுவாமிஜியை தரிசிக்கப் பலரும் தினமும் வந்தனர். வருபவர் களின் மேலைநாட்டு மோகம் சுவாமிஜியை வருத்தத்தில் ஆழ்த்தி யது. ஆழ்ந்த விஷயங்கள் இல்லாத ஒரு நாகரிகத்தை, உலகியல் மோகத்தை வெள்ளையன் நம்மிடையே புகுத்தியிருக்கிறான். நம் மக்களின் இதயம் பலவீனப்பட்டுக் கிடக்கிறது. இவர்களை விசுவநாதர்தான் காப்பாற்றவேண்டும் என்று அவர்களுக்காகப் பிரார்த்தித்தார்.

தம்மைப் பார்க்க வருபவரிடையே தெளிவாகக் கூறினார்: 'மேலைநாட்டு நாகரிகத்தில் மூழ்கிக் கிடப்பவர்களைத் தெளிவிக்க கல்வியை ஒரு கருவியாகப் பயன்படுத்தவேண்டும். கல்வியைப் பரப்புவதால் வளர்ச்சி விரைவாகும். இந்துக் கண்ணோட்டமுள்ள கல்வியைப் போதிக்கவேண்டும். நமது மதத்தின் பெருமைகளை, லட்சியங்களை மிகைப்படுத்தாமல் உணர்வுபூர்வமாக மக்களை உணர வைக்கவேண்டும். இந்து மதத்தின் ஆழத்துக்குச் சென்றால் அதன் பெருமை புரியும். தாய் நாட்டை அலட்சியப்படுத்தி, மேலைநாட்டுப் பகட்டுக்கு ஆளாகாதீர்கள். நாமே நம் நாட்டைப்பற்றிக் கேவலமாக எண்ணு கிறோம். இதைவிடக் கவலையூட்டுகிற நிலைமை வேறு இல்லை. நமது நாகரிகத்தின் ஆன்மிக அளவுகோல்களை நாம் உணரத் தவறியதுதான் இப்போது நம் நாட்டில் தலைவிரித் தாடும் உண்மையான வறுமை. இதைப் புரிந்துகொண்டால் நமது பிரச்னைகள் விலகிவிடும்.'

மேலைநாடுகளுக்கு முதல் அழைப்பு

ரோஸ், பென்னிங்டன்போன்ற ஓரிரு ஆங்கிலேயர்களும் சுவாமிஜிக்கு அறிமுகமானார்கள். உண்மைக்குப் புறம்பாக அனைத்தையும் திரித்துக் கூறும் கிறிஸ்தவ மிஷனரிகள் மூலமே இவர்கள் நம் நாட்டைப்பற்றியும் கலாசாரத்தைப்பற்றியும் அறிந் திருந்தனர். அவர்களில் சிலருக்கு உண்மையாகவே இந்தியாவின் ஆன்மிகச் செல்வங்களைப் பெறுவதில் ஆர்வம் இருப்பதையும் புரிந்துகொண்டார் சுவாமிஜி. இந்த நேரத்தில்தான் பென்னிங்டன் தம்பதிகள் சுவாமிஜியிடம் 'நீங்கள் இங்கிலாந்து சென்று உங்கள் கருத்துகளை அங்கே போதிக்க வேண்டுமென்று' கேட்டுக் கொண்டனர். இதுதான் மேலைநாடுகளுக்கு செல்ல சுவாமிஜி பெற்ற முதல் அழைப்பு.

இமயமலையை நோக்கி ஒரு பயணம்

ராமகிருஷ்ண மடம் வளரவேண்டும்; கோவில் கட்டவேண்டும் என்ற ஆசைகளை மீறி சுவாமிஜிக்கு தனிமை வாழ்வில் ஆர்வம் ஏற்பட்டது. இரண்டு மூன்று முறை பயணம் கிளம்ப முற்பட்டுத் தடங்கல் ஆனவுடன், அன்னை சாரதா தேவியிடம் சென்று ஆசி பெற்று தனது நீண்ட பயணத்தை அகண்டானந்தருடன் ஆரம்பித் தார். முதலில் கங்கைக்கரை வழியாகச் சென்று பாகல்பூரை அடைந்தனர். பக்கத்தில் இருந்த நாத நகர் ஒரு சமணத்

திருத்தலம். சமண மதத்தை சனாதன மதத்தின் ஒரு அங்கமாகவே பார்த்தார் சுவாமிஜி. சமணத் துறவிகளுடன் நீண்ட நேரம் பேசினார்.

அங்கிருந்து பத்ரிநாத் போவதாக இருந்தார்கள். போகும் வழியில் கோசி, சூயல் என்ற இரண்டு சிற்றாறுகள் சங்கமிக்கின்ற காக்ரிகாட் என்ற இடத்தை அடைந்தனர். தியானம் செய்ய அற்புதமான இடம் என்று எண்ணிய சுவாமிஜி ஆற்றில் குளித்து விட்டுக் கரையில் அமர்ந்து தியானத்தில் மூழ்கினார். அன்று அவருக்கு அந்தத் தியானத்தில் அவரது எதிர்காலத் திட்டங்களில் காணப்படுகின்ற ஒரு அற்புதமான கருத்து ஒரு அனுபூதியாக ஏற்பட்டது. இந்த அனுபவம்பற்றி சுவாமிஜியே கூறுவதைக் கேட்கலாம்:

'என் வாழ்வின் மகோன்னதமான கணங்கள் இவை. வாழ்க்கையின் முக்கியப் புதிர் ஒன்றுக்கு விடை கிடைத்தது. மனிதனுக்கும் பிரபஞ்சத்துக்கும் இடையே ஓர் ஆழ்ந்த ஒற்றுமை நிலவுகிறது. மனித உடம்பில் பிரபஞ்சம் முழுவதையும் கண்டேன். பிரபஞ்சம் முழுவதையும் ஒரு அணுவில் கண்டேன். தனி மனித ஆன்மா உயிருள்ள ஓர் உடம்பில் உறைவது போல, இந்தப் பிரபஞ்சத்தின் ஆன்மா இயற்கையில் (ப்ரக்ருதி) உறைகிறது என்பதை உணர்ந்தேன்'.

ஏகாந்த வாழ்வில் தீவிர நாட்டம் கொண்டு சுவாமிஜி தியானத்தில் இறங்கும்போதெல்லாம் ஏதோ ஒரு சக்தி தன்னை அந்த ஆழத்திலிருந்து வெளியே இழுப்பது போல உணருவார். அல்மோராவுக்கு வந்து காஸார் தேவி குகையில் தனிமையில் தியானத்தில் ஆழ்ந்தபோதும் இதேபோல ஏதோ ஒரு சக்தி தன்னை வற்புறுத்தி வெளியில் கொண்டு வருவது போலத் தோன்றியது. அவருக்கென்று ஒரு பணி காத்திருந்தது. அந்தப் பணியை அவர் செய்து முடிக்கும்வரை அவர் தனிமை வாழ்வை நாடாமல் அந்த சக்தி தடுப்பது போல இருந்தது.

சகோதரியின் மரணம்

அந்த நேரத்தில் சுவாமிஜியின் சகோதரி ஒருவர் தற்கொலை செய்துகொண்டார் என்ற செய்தி சுவாமிஜியை அதிர்ச்சியில் ஆழ்த்தியதுடன் தீவிர சிந்தனைக்கும் ஆளாக்கியது. திருமண மாகி சிம்லாவில் இருந்த அவரது வாழ்க்கை அத்தனை சுகமாக இருக்கவில்லை. திருமணமான நாளிலிருந்தே கவலையும்,

கண்ணீருமாகவே இருந்தார். துக்கத்தை எதிர்கொள்ள முடியாமல் கடைசியில் வாழ்வை முடித்துக்கொண்டுவிட்டார். பிற்காலத்தில் பெண்கள் கல்வி, பெண்கள் முன்னேற்றம் இவைபற்றிய சுவாமிஜியின் கருத்துகள் இந்த நிகழ்ச்சியின் எதிரொலிதான்.

அல்மோராவிலிருந்து கர்ண பிரயாகை, ருத்ர பிரயாகை வழியாக ஸ்ரீநகர் வந்தார். அங்கிருந்து டேராடூன் வந்தபோது ஒரு நாள் சுவாமிஜி கிறிஸ்தவ மிஷனரியினர் சிலருடன் வாக்குவாதம் செய்ய நேர்ந்தது. அவர்களால் சுவாமிஜியின் கருத்துகளை ஏற்றுக்கொள்ளவும் முடியவில்லை. வலுவான எதிர்க்கருத்து களையும் கூற முடியவில்லை. மிகுந்த கோபத்துடன் கிளம்பிச் சென்றனர். சுவாமிஜி அங்கிருந்து ரிஷிகேசத்தை அடைந்தார்.

விநோதமான மகான்களைச் சந்தித்தல்

இமயமலைப் பகுதியில் பல விநோத குணமுள்ள மகான்களைக் கண்டார். தங்களுக்கு உடல் என்று ஒன்று இருப்பதைப்பற்றி கவலையேபடாத பலரைக் கண்டார். சிலர் பலவித வழிகளைக் கடைப்பிடித்துத் தங்கள் அருகில் யாரையும் விடாமல் எந்தத் தொந்திரவும் இல்லாமல் தியானத்தில் ஆழ்ந்திருப்பார்கள். அவர்களைப் போலவே தானும் எந்த பந்தத்துக்கும் ஆட் படாமல், நிம்மதியாக தியானத்தில் ஆழ்ந்திருக்கவேண்டும் என்பது சுவாமிஜியின் தணியாத ஆசையாக இருந்தது.

ரிஷிகேசத்தில் சுவாமிஜிக்குக் கடுமையான ஜுரம் வந்தது. கூடவே தொண்டை அடைப்பான் நோயும் சேர்ந்து கொண்டது. மரணத்தின் அருகே சென்றுவிட்டார். ஆனால், அந்த நேரத்தில் அகத்தளவில் ஓர் அற்புத செய்தி கிடைத்தது சுவாமிஜிக்கு. இந்த உலகில் அவர் ஆற்ற வேண்டிய பெரும் பணி ஒன்று இருக்கிறது. அந்தப் பணியை முடிக்கும்வரை அவருக்கு ஓய்வு கிடையாது என்பதுதான் அந்தச் செய்தி.

இறைவனைத் தேடும் வாழ்க்கை கூரான கத்தியின்மேல் நடப்பது போல என்று கடோபநிஷதம் கூறுகிறது. ஒவ்வொரு கணமும் மிகுந்த கவனத்துடன் இருக்கவேண்டும். சொந்த பந்தங்கள் எல்லாம் இந்த நெறிக்குத் தடையாக இருப்பவை. இத்தகைய ஒரு பந்தத்தில் தாம் இப்போது மாட்டிக்கொண்டு விட்டதாக சுவாமிஜிக்கு தோன்றியது. சகோதர துறவியருடன்

ஜபம், தியானம் என்று நேரத்தைச் செலவிட்டாலும், அவையெல்லாம் தன் கால்களைக் கட்டிய தளைகளாகவே அவருக்குப் பட்டது. சகோதரத் துறவிகள் என்ற பந்தத்தையும் கடந்து தனியாகச் சென்று தவ வாழ்வில் ஈடுபட விரும்பினார். யாரிடமும் சொல்லாமல் 1891 ஆம் ஆண்டு ஜனவரியில் அப்போது தங்கியிருந்த மீரட்டிலிருந்து தனியே கிளம்பினார்.

1891 பிப்ரவரி மாதம் ராஜபுதனத்தில் உள்ள ஆல்வார் ரயில் நிலையத்தில் இறங்கினார். ஆல்வார் நாட்டு திவான் மேஜர் ராம்சந்திரர் சுவாமிஜியைப்பற்றிக் கேள்விப்பட்டு அவரைத் தன் வீட்டுக்கு அழைத்தார். அந்த நாட்டு மன்னர் மங்கள் சிங் ஆங்கில மோகம் கொண்டவராக இருந்தார். தனது எல்லா செயல்களிலும் ஆங்கில பாணியைக் கடைப்பிடித்து வந்த அரசரின் குணம் திவானுக்குப் பிடிக்கவில்லை. மன்னர் ஒருமுறை சுவாமிஜியைச் சந்தித்தால் நன்றாக இருக்கும் என்று திவான் நினைத்து, 'அபார ஆங்கில அறிவுள்ள ஒரு சுவாமிஜி இங்கு வந்திருக்கிறார்' என்று கடிதம் எழுதினார். அடுத்த நாளே மன்னர் திவானின் வீட்டுக்கு வந்து சுவாமிஜியைச் சந்தித்தார்.

அடுத்தாற்போல மன்னருக்கும் சுவாமிஜிக்கும் நடந்த உரையாடல் மிகவும் சுவாரஸ்யமானது.

மன்னர்: சுவாமிஜி, நீங்கள் நிரம்பப் படித்தவர். கை நிறையச் சம்பாதித்து, நீங்கள் வசதியாக வாழலாம். அப்படியிருக்கப் பிச்சையெடுப்பது ஏன்?

சுவாமிஜி: அரசே! நீங்கள் நாட்டுக்குச் செய்யவேண்டிய கடமைகள் எத்தனையோ இருக்கின்றன. அவற்றையெல்லாம் விட்டுவிட்டு ஏன் ஆங்கிலேயர்களுடன் சேர்ந்து வேட்டை அது இதுவென நேரத்தைச் செலவிடுகிறீர்கள்?

சுவாமிஜியின் இந்த அப்பட்டமான பதிலைக் கேட்டு அங்கிருந்தவர்கள் அதிர்ந்தனர். ஆனால், அரசர் அதை சாதாரணமாகவே எடுத்துக்கொண்டு பதிலளித்தார்.

மன்னர்: இதற்குக் குறிப்பாக எந்த ஒரு காரணமும் இல்லை. எனக்கு மிகவும் பிடித்திருக்கிறது.

சுவாமிஜி: உங்களைப்போலத்தான் எனக்கும் பிச்சையெடுப்பது பிடித்திருக்கிறது. அதனால் நான் பிச்சையெடுத்துச்சாப்பிடுகிறேன்.

மன்னர்: சுவாமிஜி, எனக்கு உருவ வழிபாட்டில் நம்பிக்கை இல்லை. என்னால் கல்லையும், மண்ணையும், மரத்தையும், கட்டையையும் கடவுளாக எண்ணி வழிபட முடியவில்லை. என் கதி என்னாகும்? மறு உலகத்தில் துன்பம் அனுபவிக்க வேண்டியதுதானா?

சுவாமிஜி: நீங்கள் உங்கள் நம்பிக்கைக்கு ஏற்றார்போல வாழுங்கள். அதுதான் சிறந்தது.

உருவ வழிபாடுபற்றி சுவாமிஜியின் கருத்துகளை அறிந்து கொள்ள ஆவலாக இருந்தவர்களுக்கு அவரது இந்தப் பதில் பெருத்த ஏமாற்றத்தைக் கொடுத்தது.

தனது பதிலைக் கூறி முடித்த சுவாமிஜி அந்த அறையைச் சுற்றிப் பார்த்தார். அங்கு ஒரு படம் இருந்தது. அதைக் கொண்டு வருமாறு கூறினார்.

சுவாமிஜி: இந்தப் படத்தில் இருப்பது யார்?

திவான்: மன்னர்.

சுவாமிஜி: திவான்ஜி, இந்தப் படத்தின்மீது துப்புங்கள்!

அங்கிருந்த அத்தனை பேரும் அதிர்ச்சியுற்றனர். 'துப்புங்கள், திவான்'

சுவாமிஜி: 'திவான் மறுத்தால் இங்கு இருக்கும் வேறு யாராவது இந்தப் படத்தின்மீது துப்பலாம்.'

யாரும் அசையவில்லை.

சுவாமிஜி: 'வெறும் காகிதம்தானே இது? இதன்மேல் துப்புவதற்கு ஏன் தயங்குகிறீர்கள்?'

திவான் பதைபதைக்கும் நெஞ்சுடன் எழுந்திருந்து, 'சுவாமிஜி, இது மன்னரின் படம். இதன்மேல் நான் எப்படித் துப்ப முடியும்?' என்றார்.

சுவாமிஜி: 'மன்னரின் படம்தானே? உயிருள்ள மன்னர் இல்லையே! ஆனாலும் இந்தப் படத்தை மன்னராகவே பார்க்கிறீர்கள் அல்லவா' என்று கேட்டுவிட்டு, மன்னரைப் பார்த்துக் கூறினார்:

'பாருங்கள் மகாராஜா! இந்தப் படம் நீங்கள் இல்லை. உங்களின் பிம்பம். இதைப் பார்க்கும்போது எல்லோருக்கும் உங்கள் நினைவுவருகிறது. அதனால் உங்களுக்குக் கொடுக்கும் மரியாதையை உங்கள் படத்துக்கும் கொடுக்கிறார்கள். இதைப் போலவே கடவுளை வழிபடுகிற பக்தர்களுக்கு அந்த உருவம் அவரை நினைவூட்டுகிறது. நான் பல இடங்களுக்குச் சென்றிருக் கிறேன். எந்த இந்துவும், 'ஏ! கல்லே உன்னை வழிபடுகிறேன்; ஓ! மண்ணே! எனக்குக் கருணை புரிவாய்' என்று வழிபடுவ தில்லை. அந்தந்த உருவங்கள் மூலம் பேரானந்த வடிவான முழு முதற் கடவுளையே பக்தர்கள் பார்க்கிறார்கள்.'

உருவ வழிபாடுபற்றிய இந்த அற்புத விளக்கம் மன்னரின் அகக்கண்களைத் திறந்தது. சுவாமிஜியிடம் மன்னிப்புக் கேட்டார்.

ஆல்வாரில் சிலருக்கு மந்திர தீட்சை அளித்தார். ஜபம், பிராணாயாமம் சொல்லிக் கொடுத்தார். சுவாமிஜியின் தாக்கத் தால், அங்கிருந்த பலரும் சமஸ்கிருதம் கற்றனர். ஆல்வாரில் சுமார் ஏழு வாரங்கள் சுவாமிஜி தங்கியிருந்தார். அப்போது நிறைய விஷயங்கள் குறித்துப் பேசினார். அவரது பேச்சுகள் எல்லாவற்றிலும் தாய்நாடுமீதும் இந்து கலாசாரத்தின்மீதும் அவர் கொண்ட அன்பு தெரிந்தது.

இந்தியர்களே இந்திய வரலாற்றை எழுதவேண்டும்

'சமஸ்கிருதம் படியுங்கள்; கூடவே மேலைநாட்டு விஞ்ஞானமும் படியுங்கள். எந்த விஷயமானாலும் அதைத் துல்லியமாகத் தெரிந்துகொள்ளுங்கள். எதிர்காலத்தில் நம் வரலாற்றை விஞ்ஞானபூர்வமாக நாமே எழுத இது உதவும். இப்போது நம் வரலாற்றை ஆங்கிலேயர்கள் எழுதியிருக்கிறார்கள். அவர்கள் நம் வீழ்ச்சியைமட்டுமே எழுதியுள்ளார்கள். இதைப் படிப்பத னால் நாம் பலவீனப்பட்டுப்போகிறோம். நம்மைப்பற்றி எதுவுமே தெரியாதவர்களால் நம் வரலாறு எழுதப்பட்டிருக் கிறது. ஒரு விஷயத்தை நாம் அவர்களிடமிருந்து கற்கவேண்டும்: பழைய வரலாற்றை எப்படி ஆராய்வது என்று அவர்கள் காட்டி யுள்ளார்கள். அதைப் பின்பற்றி சுதந்திரமாக நம் வரலாற்றை நாமே எழுதவேண்டும்.

வேதங்களையும் புராணங்களையும் சாஸ்திரங்களையும் படித்து, அவற்றை ஆதாரமாகக் கொண்டு உத்வேகம் தருகிற இந்திய

வரலாற்றை எழுதவேண்டும். மறைந்த, மறைக்கப்பட்ட நம் நாட்டின் பொக்கிஷங்களை வெளிக்கொண்டு வாருங்கள். நம் நாட்டின் பெருமைகளை ஒவ்வொரு இந்தியனின் மனதிலும் பதிக்கும்வரை ஓயாதீர்கள். உண்மையான தேசியக்கல்வி இதுதான். இந்த தேசியக்கல்வியால்மட்டுமே உண்மையான தேசிய உணர்வு எழும்'.

சுயமுயற்சி

'கடவுளை அடைய சுயமுயற்சிவேண்டும். வழிகாட்டுங்கள்; கருணை காட்டுங்கள் என்பதால் எல்லாவற்றையும் அடைய முடியாது. எதையும் செய்யாமல் சோம்பி இருப்பவனிடம் கருணை காட்டமாட்டார் கடவுள். மிகச்சிறந்த வீரனான அர்ஜுனன் சோர்வடைந்தபோது ஸ்ரீகிருஷ்ணர் அவனுக்கு கீதையைப் போதித்தார். கடமையைமட்டும் கருத்தில் கொண்டு பலனில் பற்று வைக்காமல்மேல் நிலையை அடைய, மனத்தூய்மை பெற, இறைவனை சரணடைந்து வாழ அவனுக்கு வழிகாட்டினார். ஆண்மையும் துணிவும் உடையவன் தீயவன் ஆனாலும் என் மதிப்பில் உயர்ந்தவன். ஏனெனில், அவனது ஆண்மையும் துணிவுமே அவனை நல்வழிக்குக் கொண்டு வந்து இறைவனிடம் சேர்க்கும்'.

விஞ்ஞான விவசாயம்

'நம் நாட்டில் இறப்பு விகிதம் அதிகம். இதற்கு தானிய விளைச்சல்போதுமானதாக இல்லாதது முக்கியக் காரணம். தானியம் விளைவிக்கும் கிராம மக்களுக்கோ நகர மோகம்! யாராவது இரண்டெழுத்து படித்துவிட்டால் பரம்பரைத் தொழிலை விட்டுவிடுகிறார்கள். நான் படித்தவன்; நான் விவசாயம் செய்வதா? என்கிறார்கள். நமது முனிவர்கள் விவசாயிகளாகவே இருந்தார்கள். விஞ்ஞானபூர்வமாக விவசாயம் செய்யவேண்டும். இதனால் விளைச்சல் பெருகும். படித்த இளைஞர்கள் கிராமங்களுக்குச் சென்று அங்கிருக்கிறவர்களிடம் விஞ்ஞான விவசாயம்பற்றிச் சொல்லவேண்டும். மாலை வேளைகளில் அவர்களை அழைத்துக் கதைகள், உவமைகள் மூலம் அவர்களுக்குக் கல்வியளிக்கவேண்டும். இன்றைய சூழலில் நாம் முக்கியமாகச் செய்ய வேண்டியது இதுதான். கிராமத்தவர்களிடம் அறிவுத் தாகம் நிறைய இருக்கிறது. அதை நாம் முறைப்படுத்தவேண்டும். இதை தேசிய அளவில் ஒரு

தேசிய இயக்கமாகச் செய்தால் நூறு மடங்குப் பலனைப் பத்தே ஆண்டுகளில் அடையலாம்.'

மேற்கு இந்தியாவின் மலைவாசஸ்தலம் மவுண்ட் அபு. அங்கு தில்வாரா என்ற இடத்தில் அமைந்துள்ள சமணர் கோவில் ஒப்பற்ற எழிலுடன் விளங்குகிறது. பல நாட்கள் அந்தக் கோவிலைப் பார்வையிட்டார் சுவாமிஜி. மவுண்ட் அபுவில் ஒரு பாழடைந்த குகையில் தங்கியிருந்தார் சுவாமிஜி. அங்கு அவரைக் காண வந்த முஸ்லிம் மதத்தைச் சேர்ந்த அரசாங்க வக்கீல் ஒருவர் தன்னுடன் வந்து தங்குமாறு அவரைக் கேட்டுக் கொண்டார். அந்த முஸ்லிம் அன்பரின் வீட்டில் சுவாமிஜி தங்கியிருக்கும் போது பலர் வந்து சுவாமிஜியை தரிசனம் செய்தனர். அவர்களுள் கேத்ரி மன்னர் அஜீத் சிங்கின் தனிச் செயலர் முன்ஷி ஜக்மோகன் லாலும் ஒருவர். 'சுவாமிஜி ஒரு இந்து சந்நியாசியாக இருந்து கொண்டு முஸ்லிமுடன் தங்கலாமா' என்று கேட்டார் முன்ஷி.

இந்தக் கேட்டவுடன் சுவாமிஜிக்கு மிகுந்த கோபம் உண்டானது. அவர் சொன்னார்: 'நான் ஒரு துறவி, சமுதாயக் கட்டுப்பாடுகளைக் கடந்தவன். எனக்குக் கடவுளிடமோ சாஸ்திரங்களிடமோ பயமில்லை. உங்களைப்போன்ற மனிதர்களிடம்தான் பயம். உங்களுக்குக் கடவுளையும் தெரியாது. சாஸ்திரங்களும் தெரியாது. இந்து மதத்தையும் தெரியாது. இஸ்லாம் மதத்தையும் தெரியாது. மிகச் சாதாரணமானவர்களிடமும் எங்கும் நிறைத்திருக்கும் கடவுளை நான் காண்கிறேன்'.

இந்த பதிலைக் கேட்ட ஜக்மோகன் அதிர்ந்து போனார். மன்னரிடம் போய் சுவாமிஜிபற்றிச் சொன்னார். மன்னரே சுவாமிஜியைப் பார்க்க விருப்பம் தெரிவித்தவுடன் சுவாமிஜி நேரே அரண்மனைக்குச் சென்றார். மன்னர் அவரை அன்புடன் வரவேற்றார். சுவாமிஜியின் ஆளுமை மன்னரை மிகவும் கவர்ந்தது. எப்போதும் அவருக்கு தொண்டு செய்ய விரும்பி னார். மன்னரின் அற்புதமான ஈடுபாட்டைக் கண்டு சுவாமிஜிக்கு அவரிடத்தில் மிகுந்த நேசம் உண்டானது. அவரது வேண்டு கோளுக்கு செவி சாய்த்து அவருக்கு மந்திர தீட்சை அளித்தார்.

நடன மாது கற்றுத் தந்த பாடம்

ஒரு நாள் அரசவையில் சங்கீத கச்சேரி நடைபெற இருந்தது. தாம் துறவி என்பதால் சுவாமிஜி வர மறுத்தார். இந்தச் செய்தி அந்த நிகழ்ச்சியை நடத்த இருந்த நடன மாதுவிற்குத் தெரியவந்தது.

அவள் மிகவும் வருத்தப்பட்டாள். எப்படியாவது தனது மன வருத்தத்தை சுவாமிஜிக்குத் தெரிவிக்கவேண்டுமென்று உறுதி கொண்டாள்.

'இறைவனுடைய சிலையாக இருப்பதும் உயிரைக் கொல்லும் கத்தியாக இருப்பதும் ஒரே இரும்பு அல்லவா? ஓடும் நீரில் ஒன்றை நதி என்கிறோம்; ஒன்றை சாக்கடை என்கிறோம். இரண்டும் நீரே. இரண்டும் கங்கையில் கலக்கும்போது புனித மாக ஆகின்றன. ஒன்று ஜீவன்; ஒன்று இறைவன். இதுதானே எல்லாவற்றுக்கும் அடிப்படை. அறியாமை காரணமாகத்தானே உயர்வு தாழ்வு என்ற எண்ணம் வருகிறது. ஞானிக்கு இந்த சிந்தனை வரலாமா? அனைத்திலும் உறையும் இறைவனை அல்லவா அவர்கள் காண்பார்கள்' என்ற சூர்தாஸின் கருத்து செறிந்த பாடலைப் பாடினாள். இதைக்கேட்ட சுவாமிஜிக்கு 'ஒரு துறவிக்கு வேற்றுமை காணும் மனம் இருக்கலாமா? ஒரு நடன மாது என்பதால் அவளை ஒதுக்குவது சரியா? எங்கும் இறைவனை நான் காணுவது உண்மையானால் நான் யாரையும் ஒதுக்குவதுகூடாது' என்று தோன்றியது. உடனடியாக சங்கீத நிகழ்ச்சியில் கலந்து கொண்டார்.

கேத்ரி மன்னருக்கு வாரிசுவேண்டும் என்று அவருக்காக பிரார்த்தித்து கொண்டு அவரிடமிருந்து விடை பெற்றுக் கொண்டு மேற்கு இந்தியாவில் தனது பயணத்தை ஆரம்பித்தார் சுவாமிஜி. குஜராத்தில் ஜுனாகட், கத்தியவார், கட்ச் ஆகிய இடங்களுக்கு சென்றுவிட்டு சுதாமாபுரி என்று பாகவத புராணத்தில் அழைக்கப்படும் போர்பந்தர் வந்தார்.

போர்பந்தரில்

அந்த நாட்டில் திவான் சங்கர் பாண்டுரங்கர் சுவாமிஜியிடம் மிகுந்த ஈடுபாடு காட்டினார். திவான் அப்போது வேதங்களை மொழிபெயர்த்துக் கொண்டிருந்தார். சுவாமிஜி அந்தப் பணியில் மிகுந்த உற்சாகத்துடன் அவருக்கு உதவினார். அங்கு தங்கியிருந்த நாட்களில் பிரெஞ்சுமொழியிலும் சம்ஸ்க்ருதத்திலும் பேசக் கற்றுக் கொண்டார். சுவாமிஜியின் ஆழ்ந்த அறிவும் புதுமை கருத்துக்களும் திவானை மிகுந்த வியப்பில் ஆழ்த்தின. அவர் ஒரு நாள் சுவாமிஜியிடம் கூறினார்: 'சுவாமிஜி! நீங்கள் மேலைநாடுகளுக்கு செல்லவேண்டும். இந்து சாஸ்திரங்களையும்

இந்து தத்துவங்களையும் அறிய அங்கு நிறைய பேர் ஆவலாக இருக்கிறார்கள். அவர்கள் உங்கள் மதிப்பை உணர்வார்கள். அங்கு நீங்கள் போதிப்பதன் மூலம் இந்தியக் கலாசாரத்துக்கு புத்துயிர் கொடுக்கமுடியும். இது நீங்கள் செய்யப்போகும் மாபெரும் பணியாக இருக்கும்'.

திவானின் இந்த வார்த்தைகள் அவரது மன ஆழத்தில் திரும்பத் திரும்ப ஒலித்தன. தனது தாய்நாட்டுக்கு ஆன்மிக மறுமலர்ச்சியைக் கொண்டு வரவேண்டும். சரியான வழி காட்டுதல் இல்லாமல் இந்து மதம் நிலைகுலைந்து இருக்கிறது. ஆன்மிக மறுமலர்ச்சிக்கு ஆக்கபூர்வமான புதிய பாதையை உருவாக்க வேண்டும். உள்ளூரில் இருப்பவர்கள் சொல்வதைவிட மேலை நாட்டுக்காரர்கள் சொன்னால் ஏற்றுக்கொள்ளும் நிலையில் இருந்தனர் மக்கள். அதனால் தமது கருத்தும் மேலைநாட்டிலிருந்து வரவேண்டும். ஆகவே தாம் மேலைநாடுகளுக்குச் செல்லவேண்டும் என்ற எண்ணம் அவரிடம் வளர்ந்தது.

கத்தியவாரில் இருந்தபோது கேள்விப்பட்ட சிகாகோ சர்வமத மகாசபைபற்றி சுவாமிஜி காண்ட்வாவில் மேலும் தெளிவாகத் தெரிந்துகொண்டார். மேற்கு இந்தியப் பயணத்தை முடித்துக் கொண்டு 1892 ஜூலை கடைசியில் பம்பாய் வந்தார்.

அங்கிருந்து 20 மைல் தொலைவிலுள்ள அழகிய சால்செட் தீவுக்குச் சென்றார். அந்த இடம் அவரை மிகவும் கவர்ந்தது. அங்கிருந்த கனேரி குகைகளை வாங்கி தமது எதிர்காலப் பணி மையமாக அவற்றை மாற்றவேண்டும் என்று நினைத்தார். அந்தக் குகைகளுக்கு தாம் ஏற்கனவே வந்திருப்பதாகவும் தனது முற்பிறவியில் அங்கு வாழ்ந்ததாகவும் சுவாமிஜி உணர்ந்தார். பம்பாயில் இரண்டு மாதங்கள் தங்கிவிட்டு பூனா சென்றார்.

திலகருடன்

பூனா ரயில் நிலையத்தில் திலகரைச் சந்தித்தார் சுவாமிஜி. அவருடன் பத்து நாட்கள் தங்கினார். ஆனால் சுவாமிஜி அவரிடம் தன்னை இன்னார் என்று காட்டிக்கொள்ளவே இல்லை. தான் ஒரு 'சந்நியாசி' என்றுமட்டும் கூறியதாக திலகர் பின்னாட்களில் எழுதினர். அவரின் உடமைகள் ஒரு மான் தோல், ஓரிரு உடைகள், ஒரு கமண்டலம் அவ்வளவே' என்கிறார் திலகர்.

புதுமைத் துறவி

1892 அக்டோபர் நடுவில் சுவாமிஜி பெல்காம் சென்றார். சுவாமிஜியின் விஜயத்தைப்பற்றி பேராசிரியர் ஜி.எஸ். பாட்டே எழுதியுள்ள குறிப்பில் அவரை புதுமைத் துறவி என்று குறிப்பிடு கிறார். 'நடை, உடை, செயல், ஆகார நியமம் ஆகியவற்றில் வழக்கமான துறவிகளிலிருந்து வித்தியாசமானவராக இருந்தார். காவியுடையின் உள்ளே பனியன் அணிந்திருந்தார். கையில் நீண்ட தடி ஒன்றை வைத்திருந்தார். சரளமாக ஆங்கிலம் பேசினார். உணவுக்குப் பிறகு தாம்பூலம், புகையிலை கேட்டார். 'நான் இவற்றைச் சாப்பிடக்கூடாது என்று நீங்கள் நினைப்பது புரிகிறது. ஆனால் என்னால் இவற்றைவிட முடியவில்லையே' என்று குழந்தைபோல் சொன்னார். அவர் அப்படி உண்மையை ஒத்துக்கொண்டது அவர்மேல் நாங்கள் கொண்டிருந்த மதிப்பை உயர்த்தியது'.

'நான் கல்கத்தா பல்கலைக்கழகத்தில் படித்துப் பட்டம் வாங்கிய, செல்வ செழிப்பில் வாழ்ந்த ஒரு வாலிபன்; ஸ்ரீராமகிருஷ்ணரை சந்தித்தபின் வாழ்க்கையைப்பற்றிய கண்ணோட்டத்தை மாற்றிக்கொண்டவன்; எந்த உணவையும் சாப்பிடலாம்; உணவு கிடைக்காவிட்டால் உணவின்றியே இருப்போம்; ஒரு பரமஹம்ச துறவி ஜாதி, மதம் என்ற பாகுபாடு இன்றி யாரிடமிருந்தும் உணவை ஏற்றுக்கொள்ளலாம்' என்றெல்லாம் ஸ்ரீராமகிருஷ்ணர் கூறியபோது எங்களுக்கு குழப்பமே ஏற்பட்டது. எங்கள் குழப்பங்களுக்கு விடையாக 'உண்மை மதம் என்பது எல்லாவித பழக்க வழக்கங்களுக்கும் அப்பாற்பட்டது. புற வேஷங்களைவிட அக வாழ்க்கையே முக்கியம்' என்று சொல்லி எங்களுக்கு மதம்பற்றியும் துறவுபற்றியும் ஒரு புதிய அறிவைக் கொடுத்தார்' என்று இந்த நேரத்தில் தமது குருநாதரை நினைவுகூர்ந்தார் சுவாமிஜி.

தமது கருத்துகளைக் கூறும்போது சுவாமிஜியின் முகத்தில் புன்னகை தவழும். வார்த்தைகளில் அழுத்தம் இருக்குமே தவிர தமது குரலை உயர்த்தியதில்லை. ஹரிபாதர் என்பவர் தன்னுடன் தங்கும்படி சுவாமிஜியை அழைத்துக்கொண்டு போனார். சுவாமிஜியின் ஆற்றலைப்பற்றி அவர் வியப்புடன் கேட்டபோது சுவாமிஜி கூறிய பதில்: 'உடம்பின் செயல்பாடுகளை நம் கட்டுக் குள் கொண்டு வந்து அவற்றை மன ஆற்றலாக மாற்றவேண்டும். எதைச் செய்தாலும் முழு மனத்துடன் செய்யவேண்டும்.'

ஹரிபாதர் பலவித நோய்களுக்கு பலவித மருந்துகளைச்
சாப்பிட்டு வந்தார். சுவாமிஜி அவரிடம் கூறினார்: 'நமக்கு வரும்
நோய்கள் பலவும் மனத்தைச் சேர்ந்தவை. மனநிலையை
மாற்றியமைப்பதன் மூலம் பல நோய்களைக் குணப்படுத்த
முடியும். எப்போதும் நோயைப்பற்றி நினைத்துக் கொண்டிருக்
காமல் மனத்தை மகிழ்ச்சியாக வைத்து, மனத்தை உயர்ந்த
நிலைக்குக் கொண்டு செல்லக்கூடிய நல்ல எண்ணங்களை
நினைக்கவேண்டும்.' ஹரிபாதர் மருந்துகளை சாப்பிடுவதை
அன்றே நிறுத்திவிட்டார். சுமார் நூறு வருடங்களுக்கு முன்பே
சுவாமிஜி உடல், மனம் இரண்டும் இணைந்த முழு நலம்பற்றி
பேசியிருக்கிறார்.

புறவுலகம் நமது பிரதிபிம்பம்

ஹரிபாதரின் மேலதிகாரிகள் ஆங்கிலேயர்கள். அவர்கள் தன்னை
அடிமை போல நடத்துகிறார்கள் என்று அவருக்கு மிகுந்த
அதிருப்தி. அதை சுவாமிஜியிடம் வெளிப்படையாக ஒருமுறை
கூறினார். சுவாமிஜி சொன்னார்: 'நீயாக தேர்ந்தெடுத்த வேலை
இது. நீ செய்யும் வேலைக்குக் கூலி கிடைக்கிறது. அதுதானே
உனக்குவேண்டும்? அப்புறம் அவர்கள் உன்னை அடிமை போல
நடத்துகிறார்கள் என்று குறை சொல்லாதே. இப்போதைய
சூழ்நிலை சரியில்லையெனில் வேலையை விட்டுவிடு. உனக்கு
பதில் வேறு யாராவது உன்னிடத்துக்கு வேலை செய்ய
வருவார்கள். உனது கடமையை நீ செய். உன்னைப்பற்றிக்
கவலைப்படு. முதலில் நீ உனக்கு நல்லவனாக இரு. அப்போது
பிறரும் உன்னை நல்லவனாகப் பார்ப்பார்கள். பிறரிடம் குற்றம்
காணும் குணத்தை விட்டுவிடு. நமது பிரதி பிம்பத்தையே
புறவுலகில் நாம் காண்கிறோம். நமது மனநிலைக்கு ஏற்பவே
பிறர் நம்மை மதிப்பார்கள்'.

கொள்கைவெறிபற்றிய சுவாமிஜியின் கதை

ஒருதலைப்பட்சமான கருத்துகளையோ யாதொரு அடிப்படை
யும் இல்லாமல் ஒரு கருத்தையோ யாராவது பேசினால்
சுவாமிஜி மிகவும் கண்டிப்பார். கொள்கை வெறிகூடாது என்பார்.
அதற்கு அவர் கூறும் கதை:

அண்டை நாட்டு அரசன் தன் நாட்டின்மீது படையெடுத்து
வருவதாகச் செய்தி கிடைத்த மன்னன் ஒருவன், எப்படிப்
படையெடுப்பை எதிர்கொள்ளலாம் என்று சபையைக் கூட்டி

விவாதித்தான். பொறியியல் வல்லுனர்கள் நாட்டைச் சுற்றி மண் சுவர் எழுப்பலாம் என்றனர். மர வேலை செய்பவர்கள், மண் சுவர் கரைந்துவிடும், மரச் சுவர் அமைக்கலாம் என்றனர். தோல் வேலை செய்பவர்கள் தோல்சுவர் கட்டலாம் என்றனர். இரும்பு வேலை செய்பவர்கள் இரும்புச் சுவரைக் கட்டலாம் என்றனர். வக்கீல்கள் இந்தச் சூழ்நிலையைச் சட்டப்படிக் கையாள வேண்டும். இன்னொருவரின் சொத்தை அபகரிப்பது தவறு என்று எதிரிக்கு அறிவுறுத்துவோம் என்றனர். கடைசியாக புரோகிதர்கள் வந்து யாகங்கள் முதலியன செய்து தேவர்களை மகிழ்வித்தால், எதிரிகள் நம்மை நெருங்கவே முடியாது என்று அடித்துச் சொன்னார்கள். இவர்கள் இப்படி யோசனை செய்து கொண்டிருக்கும் போதே எதிரி படையுடன் வந்து நகரையே இடித்துத் தள்ளிவிட்டுப் போனார்கள். அவரவர்கள் பிடித்துக் கொண்டிருந்த கொள்கை வெறி மொத்த நாட்டையுமே இழக்கக் காரணமானது.

1892 அக்டோபர் இறுதியில் சுவாமிஜி போர்ச்சுகீசியர்களின் காலனியாக இருந்த கோவா சென்றார். அவர் கோவா செல்ல ஒரு முக்கியக் காரணம் இருந்தது. கிறிஸ்தவ மதம்பற்றியும் அதில் சொல்லப் பட்டிருக்கும் துறவு நெறிபற்றியும் அறிய ஆர்வம் கொண்டிருந்தார். கோவாவில் உள்ள பழம்பெரும் ராஞ்சோல் மடாலாயத்தில் சுவாமிஜி தங்கினார். இந்த மடலாயத்தின் நூலகத்தில் வேறெங்கும் கிடைக்காத அரிய நூல்களும் கையெழுத்து பிரதிகளும் பாதுகாக்கப்பட்டு வந்தன. அங்கு மூன்று நாட்கள் தங்கி எல்லா நூல்களையும் ஆராய்ந்தார். தனது இந்திய சுற்றுப் பயணத்தின் அடுத்த பகுதியாக தென்னிந்தியா செல்ல விழைந்தார் சுவாமிஜி. நாமும் அவர் பின்னே தொடருவோம்.

4

தென்னிந்தியாவில்

மேற்கு இந்தியாவிலிருந்து சுவாமிஜி தென்னிந்தியாவுக்கு பயணம் மேற்கொண்டார். அவர் முதலில் வந்தது பெங்களூருக்கு. மைசூர் மாகாண திவானான சேஷாத்ரி ஐயரின் விருந்தினராக மூன்று நான்கு வாரங்கள் தங்கினார். சுவாமிஜியின் ஆழ்ந்த அறிவையும் உன்னத லட்சியங்களையும் அறிந்த திவான், அவரை மைசூர் மன்னர் சாமராஜேந்திர உடையாருக்கு அறிமுகம் செய்து வைத்தார். மன்னரின் விருந்தினராக அவரது மாளிகை யில் தங்கினார் சுவாமிஜி. சுவாமிஜியுடன் எவ்வளவு நேரம் செல வழிக்க முடியுமோ அவ்வளவு நேரம் செலவழித்தார் மன்னர். ஒரு முறை மன்னர் சுவாமிஜியிடம் கேட்டார்: நான் உங்களுக்கு என்ன செய்யட்டும்?'

சுவாமிஜி அதற்கு நேரடியான பதிலைக் கூறாமல், நம் நாட்டின் ஆன்மிகச் செல்வம்பற்றி ஒரு மணி நேரம் பேசினார். 'நமக்கு இப்போது விஞ்ஞான அறிவு, அதைச் செயல்படுத்த இயக்க ரீதியான பணி ஆகிய இரண்டும்தான் அவசியம். மேலைநாடு களுக்கு நம் ஆன்மிகச் செல்வத்தைக் கொடுத்து அங்கிருந்து விஞ்ஞான அறிவைப் பெறவேண்டும். மேலைநாடுகளின் உதவியுடன் எல்லாத் துறைகளிலும் நவீன உத்திகளை அறிமுகம் செய்யவேண்டும்' என்றார். இந்த பேச்சின் மூலம்தான் வெளிநாடு சென்று பிரசாரம் செய்ய இருப்பதை மறைமுகமாக தெரிவித்தார். சுவாமிஜியின் உணர்ச்சிபூர்வமான இந்த உரையைக் கேட்டுக் கொண்டிருந்த மன்னர் சுவாமிஜி வெளி நாடு செல்லவேண்டும் என்றும் அதற்கு, தான் பொருளுதவி செய்வதாகவும் கூறினார். சுவாமிஜி அதை அப்போது ஏற்கவில்லை.

சுவாமிஜி கிளம்புவதாகச் சொன்னதும் அவரது நினைவாக அவரது குரலைப் பதிவு செய்துவைத்துக்கொள்ள விரும்பினார் மன்னர். சுவாமிஜியின் சம்மதத்துடன் ஒலிப்பதிவு கருவியில் அவரது குரல் பதிவு செய்யப்பட்டது.

அங்கிருந்து கொச்சி போக விரும்பினார் சுவாமிஜி. அவருக்குப் பலவித பரிசுகளைக் கொடுத்தார் மன்னர். ஆனால் சுவாமிஜி அவரிடமிருந்து ஒரு மர ஹுக்கா ஒன்றைமட்டும் பெற்றுக் கொண்டார். பணம் வேண்டாமென்று சொல்லி பிரயாணச் சீட்டு ஒன்றைப் பெற்றார்.

கேரளத்தில்

கேரளாவில் அவர் முதலில் சந்தித்தது கொச்சி சமஸ்தானத்தின் கல்வி அதிகாரி சுப்ரமணிய ஐயர். திருச்சூரிலிருந்து கொடுங்கல்லூர் வந்தபோது அந்த நாட்டின் இளவரசர்கள் இருவரைச் சந்தித்தார் சுவாமிஜி. அரச பரம்பரையைச் சேர்ந்த பெண்களும் தூய சம்ஸ்கிருதத்தில் பேசுவதைக் கண்டு வியந்தார் சுவாமிஜி. 1892 டிசம்பரில் எர்ணாகுளம் வந்தார். சம்ஸ்கிருதத்தில் நல்ல அறிவும், புலமையும் உடைய சட்டம்பி சுவாமியைச் சந்தித்தார். அவர் தமிழ் புலமையும் பெற்றிருந்தார். அவரிடம் சின்முத்திரைக்கு விளக்கம் கேட்டார் சுவாமிஜி. ஆட்காட்டி விரலின் நுனியையும் கட்டை விரலின் நுனியையும் சேர்த்து வைக்கும்போது ஒருவித அதிர்வு உருவாகும். அது சஹஸ்ர பத்மம்வரை பாய்ந்து சென்று உள்ளுணர்வைத் தூய்மைப் படுத்தும் என்று அவர் சொன்னார். சின்முத்திரைக்கு அவர் சொன்ன விளக்கம் சுவாமிஜிக்கு மிகுந்த மகிழ்ச்சியைக் கொடுத்தது. 'தங்கக் குடத்தில் தட்டினால் எழும் கிண்கிணி நாதம்போன்ற சுவாமிஜியின் குரலால் கவரப்பட்டேன்' என்றார் சட்டம்பி சுவாமிகள்.

திருவனந்தபுரத்தில் திருவாங்கூர் மன்னரின் மருமகனான மார்த்தாண்ட வர்மனின் ஆசிரியரான சுந்தரராம ஐயரைச் சந்தித் தார் சுவாமிஜி. சுவாமிஜியுடன் நேரம் செலவழிக்கவேண்டும் என்பதற்காக இளவரசருக்கு எடுக்கவேண்டிய வகுப்புகளைத் தள்ளி வைத்தார் ஐயர். இளவரசரும் சுவாமிஜியால் கவரப்பட்டு அவரை புகைப்படங்கள் எடுத்து, அதனை ஓவியமாகவும் வரைந்து சென்னையில் நடந்துகொண்டிருந்த கண்காட்சிக்கு அனுப்பி வைத்தார்.

கேரளாவில் சுவாமிஜியை மனம் வருந்தச் செய்த விஷயம் அங்கு நடைபெற்றுக்கொண்டிருந்த மத மாற்றங்கள். ஜாதிக் கொடுமைகளால் அல்லல் பட்டுக்கொண்டிருந்த மக்களை, ஆசை வார்த்தைகள் காட்டி கிறிஸ்தவ பாதிரிகள் நூற்றுக் கணக்கில் மதமாற்றம் செய்து கொண்டிருந்தனர்.

'தாழ்த்தப்பட்டவர்கள் எதிரில் வந்தால், அவர்களை பிளேக் நோயை விரட்டுவது போல விரட்டுகிறார்கள். ஆனால் அவன் ஒரு பாதிரியாரிடம் சென்று சில பிரார்த்தனைகளை சொல்லி, தலையில் ஒரு சொம்பு நீரை விட்டுக் கொண்டு வந்தால், அவனுக்கு நாற்காலி போட்டு கைகுலுக்கவும் தயாராக இருக்கிறார்கள். தாழ்ந்த ஜாதியினருக்கு இத்தனை நாட்கள் அவர்களை ஒதுக்கிய சமூகத்தில் மதமாற்றத்தால் ஒரு அங்கீகாரம் கிடைக்கிறது. இது என்ன ஒரு அவல நிலை! மதம் மாறுவதற்கு முன்பாகவே அந்த அங்கீகாரத்தைக் கொடுத்திருந்தால் அவர்கள் மதம் மாறியிருக்கவேமாட்டார்களே. பிராமணர்கள் நிறைந்த திருவாங்கூரில் இந்த பாதிரிகள் லட்சக்கணக்கான தாழ்ந்த வகுப்பினரை மதமாற்றம் செய்துகொண்டிருக்கிறார்கள். திருவாங்கூரில் கால்பங்கு மக்கள் கிறிஸ்தவர்களாகி விட்டனர்' என்று சுவாமிஜி மனம் நொந்துபோனார்.

உண்மையான தேச பக்தி: சுவாமிஜியின் வார்த்தைகளில்

'தேச பக்தி என்பது என்பது கண்மூடித்தனமான நம்பிக்கையோ, உணர்ச்சியின் எழுச்சியோ அல்ல; நாட்டு மக்களுக்கு தொண்டு செய்வதில் ஒருவன் காட்டும் பேரார்வமே தேச பக்தி. இந்தியா முழுதும் அறியாமையும் ஒழுக்கச் சீர் குலைவும் துன்பங்களும் விரவிக்கிடக்கின்றன. இவற்றை நான் வேரோடு எடுத்தெறிய விரும்புகிறேன். மக்களின் தலைவிதி அது. அதனால் அவர்கள் கஷ்டப்படுகிறார்கள் என்று சொல்வது தவறு. கஷ்டப்படுவது அவர்களின் விதி என்றால் அவர்களுக்கு உதவுவது நம் கடமை. நாராயணனை அடைய இங்கிருக்கும் பட்டினி நாராயணர் களுக்கு சேவை செய்யவேண்டும்.'

ஒன்பது நாட்கள் திருவனந்தபுரத்தில் இருந்துவிட்டு கன்னியா குமரிக்குப் புறப்பட்டார் சுவாமிஜி.

கன்னியாகுமரி பயணம்

ஸ்ரீராமகிருஷ்ணரின் செய்தியைப் பரப்புவதில் முதல் கட்டமாக, சுவாமிஜியின் பங்களிப்பு வராக நகர் மடத்தை நிறுவுவதில்

தொடங்கியது. இமயமலை அவரைக் கவர்ந்தபோதும், தனிமையை அவர் மனம் நாடியபோதும், திரும்பி வரமாட்டேன் என்று சொல்லிச் சென்றாலும், குருதேவரின் ஆணை அவரை மீண்டும் மீண்டும் மக்களிடையே கொண்டுசென்று நிறுத்தியது. ஒரு கைத்தடி, ஒரு கமண்டலம், ஓரிரு புத்தகங்கள் இவற்றுடன் இறையருள் ஒன்றையே துணையாகக் கொண்டு சுவாமிஜி மேற்கொண்ட இந்தியப் பயணம் ராஜபுதனம், குஜராத், பம்பாய், மைசூர், கேரளா என்று இரண்டு வருடங்கள் நீடித்தது. சுவாமிஜி யின் பரிவிராஜக வாழ்க்கை இந்தியாவின் தென்கோடியில் நிறைவு பெற்றது. இதனை இரண்டாவது கட்டம் எனலாம்.

மொத்தம் நாலரை ஆண்டுகள் செய்த இந்தப் பயணத்தில் மன்னர்களுடனும் ஏழைகளுடனும் கலந்து உறவாடினார் சுவாமிஜி. இந்தியா என்னும் கடலில் மூழ்கி அதன் ஆன்மாவைத் தேடினார். மக்களிடையே கலந்து உறவாடி அவர்களது நம்பிக்கை, ஏமாற்றங்கள், லட்சியங்கள், எதிர்பார்ப்புகள் எல்லா வற்றையும் அறிந்தார். புதிய அனுபவங்களையும் புதிய சிந்தனை களையும் சேகரித்தார். மத, சமயக் கருத்துகளில் இருக்கும் உடன்பாடுகளையும் முரண்பாடுகளையும் கண்டறிந்தார். பல விஷயங்களை அவர் கற்று பிறருக்கும் பலவற்றைக் கற்றுக் கொடுத்தார். இந்தப் பயணங்களின்போது பலமுறை நோய் வாய்ப்பட்டார் சுவாமிஜி. தானாக உணவைத் தேடிப் போகாமல் தனக்கு வரும் உணவை சாப்பிடவேண்டும் என்ற கொள்கையால் பல நாட்கள் பட்டினி கிடக்க நேர்ந்தது.

மன்னர்களின் நிலை

சுவாமிஜி சரியானபடி அன்ன ஆகாரம் இல்லாமல், தூக்கம் தொலைத்து எதற்காக இப்படி அலையவேண்டும் என்ற கேள்வி எல்லோர் மனதிலும் எழும். இந்தக் கேள்விகளுக்கு விடையாக அன்றைய இந்திய நாட்டின் மன்னர்களின் நிலைபற்றியும், மக்களின் நிலைபற்றியும் சற்று பார்க்கலாம்.

ஆங்கில ஆட்சியில் இருந்த மன்னர்கள் எந்தவித அதிகாரமும் இல்லாமல், ஆங்கிலேயர்களின் கைபொம்மைகளாக இருந் தனர். மன்னர்களுக்கு முழு அதிகாரம் கிடையாது. இந்தியாவுக் குள்ளேயே இருக்கும் மற்ற மாநிலங்களுடன் எந்தத் தொடர்பும் வைத்துக்கொள்ளக்கூடாது. நாட்டின் பாதுகாப்பு ஆங்கிலே யர்கள் வசம் இருந்தது. வேட்டை, விளையாட்டு, மேலைநாட்டு

மோகம் என்று இவர்கள் வாழ்க்கை சென்று கொண்டிருந்தது. ஆங்கிலேயனை தாஜா செய்து தங்கள் மன்னர் பதவியை தக்க வைத்துக் கொள்வது ஒன்றே இவர்களின் முக்கியப் பணியாக இருந்தது.

மக்களின் நிலை

ஒரு பக்கம் அதிகாரம் பறிக்கப்பட்ட மன்னர்கள்; இன்னொரு பக்கம் ஆங்கிலேயன்; மத்தளத்துக்கு இரண்டு பக்கம் அடி என்பதுபோல இருந்தது பாமர மக்களின் நிலை. கல்வியறிவு கிடையாது; உரிமைகள் கிடையாது. இரவு பகலாக உழைக்க வேண்டும். உழைப்பின் பலனை வரியாகக் கொடுத்துவிட வேண்டும். இத்தனை துன்பங்களைப் பொறுத்துக்கொண்டு இருவருக்கும் சேவகம் செய்யவேண்டும். பஞ்ச காலங்களில் ஏற்படும் உயிர் சேதத்துக்கும் யாரிடமிருந்தும் அவர்களுக்கு உதவி வரவில்லை.

இந்த நிலையைக் கண்டு மனம் உருகினார் சுவாமிஜி. இந்நிலையை மாற்றவே மன்னர்களைச் சந்தித்து, அவர்களது கடமைகளை நினைவுபடுத்தினார். ஓரிருவராவது மனம் மாறி மக்களுக்கு நன்மை செய்வார்கள் என்று நம்பினார். இதையும் தமது கடமையாக நினைத்தார்.

குருதேவர் தன்னை ஒரு கருவியாகக் கொண்டு மனித குலத்துக்கு ஒரு செய்தியைச் சொல்ல விரும்பினார். அதை எப்படி நிறை வேற்றுவது என்ற கேள்வியை நெஞ்சில் நெருப்பாகச் சுமந்த படியே இந்தியா முழுதும் அலைந்தார். இதற்கும்தான் நம்பும் ஆண்டவன் தனக்கு உதவுவார் என்று உறுதியாக நம்பினார்.

தான் சந்தித்த சூழ்நிலையிலிருந்து கற்ற பாடம், குருதேவர் சொல்லிக் கொடுத்த பாடம், பயண வாழ்க்கையில் பெற்ற அனுபவம், தமது அனுபூதி இவற்றிலிருந்து நாட்டுக்கு நன்மை செய்யவேண்டும். ஒரு நாட்டின் நன்மை என்பது தனிமனிதனின் நன்மையைப் பொறுத்தே அமையும். தனிமனிதனின் முன்னேற் றத்தையும் நாட்டின் முன்னேற்றத்தையும் இணைத்து ஒரு வழி கண்டுபிடிக்கவேண்டும். அந்த வழியைக் கண்டறிய ஆழ்ந்து சிந்திக்க விரும்பினார் சுவாமிஜி. அந்த ஆழ்ந்த சிந்தனைக்குத் தகுந்த இடமாக கன்னியாகுமரியைத் தேர்ந்தெடுத்தார்.

மூன்று கடல்கள் சங்கமிக்கும் இடத்தில் தேவி குமரி அம்மனாக கையில் ஜபமாலையுடன் காட்சி அளிக்கிறாள். 1892 டிசம்பர் இறுதியில் இங்கு வந்தார். தேவியை மனமுருகி வேண்டினார். பிறகு கடற்கரைக்குச் சென்றார். அவரது மனம் என்றுமில்லாமல் அன்று மிகப் பெரிய நிம்மதியை அனுபவித்துக் கொண்டிருந்தது.

கடலுக்குள் இரண்டு கி.மீ. தொலைவில் இரண்டு பாறைகள் இருந்தன. பெரிய பாறைமீது தேவி தவம் செய்ததாக ஐதீகம். அங்கே தேவியின் திருப்பாதங்கள் பதிந்துள்ளன. அப்பாறைக்கு 'ஸ்ரீபாத பாறை' என்றே பெயர். அங்கு சென்று தியானம் செய்ய விழைந்தார் சுவாமிஜி. அவரிடத்தில் பணம் இல்லாததால் படகில் அழைத்துச் செல்ல மறுத்தனர் படகோட்டிகள். சற்றும் தயங்காமல் கடலுக்குள் குதித்து நீந்தி அந்தப் பாறைகளை அடைந்தார். பாறையின்மீது அமர்ந்தார். சுற்றிலும் கடல். அவருக்கு முன்னால் தேவியின் திருப்பாதங்கள். தேவியின் திருக்கோவில் கண்ணில் தெரிந்தது. அந்தக் கோடியிலிருந்து ஆரம்பித்து பரந்து விரிந்திருந்தது பாரதத் திருநாடு.

தியானம் என்றால் கடவுளை நினைத்துத்தான் செய்ய வேண்டுமா? சுவாமிஜி தனது தாய் திருநாட்டைக் குறித்து தியானம் செய்தார். அவரது அமைதியான உள்ளத்தில் பழம் பெருமை மிக்க இந்தியாவின் தோற்றம் விரிந்தது.

எத்தனையெத்தனை பெருமைகளை உடையது இந்த நாடு. எண்ணற்ற முனிவர்களும் தவ சீலர்களும் வாழ்ந்து ஆன்மிக வழி காட்டிய நாடு. கல்வியிலும் பொருளாதாரத்திலும் தன்னிகரில் லாத நாடு. மனிதனின் அக வாழ்வுபற்றிய ஆராய்ச்சியையும் ஆன்மாவின் அழியாத் தன்மையையும் உலகுக்கு எடுத்துரைத்த நாடு. நூற்றுக்கணக்கான அந்நியர் படையெடுப்பிலும், வேறு வேறு பழக்க வழக்கங்களினால் ஏற்பட்ட அதிர்ச்சியையும் தாங்கிக்கொண்டு நிலைகுலையாமல் நிற்கும் நாடு. நமது நாடும் ஆன்மா போல முதலும் முடிவும் இல்லாததாக என்றும் நித்திய மாக இருப்பது.

பெரிய பெரிய சக்ரவர்த்திகள் ஆண்ட பாரதம் எங்கே? பல்கலைக் கழகங்கள் பல தோன்றி உலகுக்கே கல்வி அளித்த இந்தியா எங்கே? கடல் கடந்து சென்று வியாபாரம் செய்து, அங்கிருப்பவர்கள் நம்மைத் தேடி வரும்படி செய்த இந்தியா எங்கே? கல்லிலே கலை வண்ணம் கண்ட கலைஞர்கள் வாழ்ந்த

பாரதம் எங்கே? வானவியலிலும், கணிதத்திலும், மருத்துவத் திலும், ஜோதிடத்திலும் சாதனை புரிந்த அறிஞர்கள் வாழ்ந்த புண்ணிய பூமி எங்கே?

ஒளிமயமான இந்தியா இப்போது இருண்டு கிடப்பது ஏன்? பலப் பல கேள்விகள் அவரது உள்ளத்தில் தோன்றின. தற்போதைய இந்தியாவின் நிலைமையும் அவரது கண் முன் தோன்றியது. மாளிகைகளின் அருகிலேயே கூரைக் குடிசைகள்; உயர்ந்து நிற்கும் கோவில்களுக்கு அருகில் சாக்கடைகள்; பணக்காரனின் அருகில் ஏழை; ஏன்? ஏன் இந்த நிலை மாற்றம்?

இந்த நிலைக்கு யார் காரணம்? சீர்திருத்தவாதிகளும் சிந்தனை யாளர்களும் கூறுவது போல மதமா? நிச்சயம் மதமாக இருக்க முடியாது. எந்த மதமும் சக மனிதனைக் கொடுமைப்படுத்தச் சொல்லவில்லை. தீய செயல்களைச் செய்யச் சொல்லி எந்த மதமும் சொல்லவில்லை. இதற்கெல்லாம் காரணம் மதம் என்ற பெயரில் நடைபெறும் அரசியல்.

உலகுக்குக் கல்வி கொடுத்த பல்கலைக்கழகங்கள் இருந்த இந்தியாவில் இன்றைக்கு கல்வி என்பது ஒரு சிலரின் சொத்தாகியது. இதன் காரணமாக சாதாரண மக்களுக்குக் கல்வி மறுக்கப்பட்டது. சீர்திருத்தம் என்ற பெயரில் அரை நூற்றாண் டாக இங்கு பெரும் குழப்பம் நடந்து வருகிறது.

தனது கல்வியின் பலத்தால் ஆங்கிலேயனை அசைத்து வெற்றி கண்ட ஜெர்மானியனை நாம் நினைவில்கொள்ளவேண்டும். நம் நாடு இழந்த பழம் பெருமைகளை மீண்டும் பெறக் கல்வி எல்லோருக்கும் கிடைக்கும்படிச் செய்யவேண்டும். இப்போது நாம் கற்கும் கல்வியில் புதிதாக ஒன்றும் இல்லை. கற்பவருக்கும் கற்பிப்பவருக்கும் சிரத்தை என்பது இல்லாமல் போய்விட்டது. சிரத்தையால்தான் உலகம் இயங்குகிறது. தன் சிரத்தையால்தான் நசிகேதன் எமனைக் கேள்வி கேட்டான். 'மூடன், சிரத்தை இல்லாதவன், சந்தேகப்பட்டுக் கொண்டிருப்பவன் (இந்த மூவரும்) அழிகின்றனர்' என்று கீதை கூறுகிறது.

இந்த நிலை மாற முதலில் மனிதனின் ஆன்ம அறிவை எழுப்ப வேண்டும். இந்த உலக பந்தங்களிலிருந்து விடுபடச்செய்து முக்தி அடைய வைக்கும் இந்த அறிவை சாதாரண வாழ்க்கையின் முன்னேற்றத்துக்கும் பயன்படுத்தலாம். ஜீவாத்மாவின் எல்லை யற்ற ஆற்றலை எல்லா மதங்களும் ஒப்புக்கொள்ளுகின்றன.

சாதாரண புல்பூண்டு, எறும்பு, ஈயிலிருந்து மனிதன்வரை ஒரே ஆன்மாதான் இருக்கிறது. அந்த ஆன்மாவின் ஆற்றலை எழுப்ப வேண்டும்.

இரண்டாவதாக ஆன்ம அறிவுடன் கல்வியையும் தரவேண்டும். இதை மக்களிடம் கொண்டு செல்ல நம் நாட்டிலுள்ள கருணை நிரம்பிய, தன்னலமற்ற, பிரதிபலனை எதிர்பார்க்காத, ஆயிரக் கணக்கான மதபோதகர்களை ஆசிரியர்களாக்கவேண்டும். எதை செய்வதானாலும் பணம்வேண்டும். மேலைநாடுகளில் உள்ள பணம் இந்தியாவுக்கு வரவேண்டும். நம்மிடம் இருக்கும் ஞானத்தைக் கொடுத்து அவர்களிடம் இருக்கும் பணத்தைப் பெற்றுக்கொள்ளவேண்டும்.

மேலை நாடுகளுக்கு எப்படிச் செல்வது? சுவாமிஜி தமக்குள் சொல்லிக் கொண்டார்: இத்தனை நாள் தமக்குத் துணை வந்த இறைவன், இதற்கும் வழி காட்டுவான். இந்த எண்ணம் வந்தவுடன் அவரது தியானம் நிறைவுற்றது. இது நடைபெற்றது *1892* டிசம்பர் *24, 25, 26* தேதிகளில். இத்தனை நாள் எதை தேடிக் கொண்டிருந்தாரோ அதை கன்னியாகுமரியில் பெற்று விட்டதாக சுவாமிஜி நினைத்தார்.

கன்னியாகுமரியிலிருந்து மதுரை சென்ற சுவாமிஜி அங்கு ராமநாதபுரம் மன்னர் பாஸ்கர சேதுபதியைச் சந்தித்தார். சுவாமிஜியின் தோற்றத்தையும் பரந்த அறிவையும் உணர்ந்த மன்னர் அவரது சீடரானார். சுவாமிஜி மேலைநாடுகளுக்குப் போய்வர பண உதவி செய்வதாக வாக்களித்தார். ராமேசுவரம் சென்று சிவபெருமானை தரிசித்துவிட்டு சென்னை வரும் வழியில் பாண்டிச்சேரிக்கு வந்தார் சுவாமிஜி.

'இந்து மதக் கருத்துகளை ஆராய்ந்து பார்ப்பது ஒவ்வொரு இந்துவின் கடமை. நமது குறுகிய பார்வைலிருந்து முதலில் வெளிவரவேண்டும். நமது கண் முன்னே நிகழ்காலம் அசுர வேகத்தில் சென்று கொண்டிருக்கிறது. அந்த வேகத்தில் நாமும் முன்னேற எதெல்லாம் தடையாக இருக்கிறதோ, அவற்றைத் தூக்கியெறிந்து விட்டு முன்னேறவேண்டும்' என்று பழமை வாதியான ஒரு பண்டிதருடன் பாண்டிச்சேரியில் நடந்த விவாதத்தின்போது சுவாமிஜி கூறினார். ஒரு இந்து கடல் கடந்து சென்றாலே பாவம் என்ற மிகக் குறுகிய கண்ணோட்டத்துடன் இருந்த பண்டிதரால் சுவாமிஜியின் பரந்த நோக்கத்தை

புரிந்துகொள்ள முடியவில்லை. பாண்டிச்சேரியிலிருந்து தனக்காகக் காத்திருந்த சென்னைக்குப் புறப்பட்டார் சுவாமிஜி.

சென்னையில்

சென்னை எதற்காக சுவாமிஜிக்காகக் காத்திருந்தது என்று வியப்பாக இருக்கிறது அல்லவா? சுவாமிஜியின் வாழ்வில் சென்னைக்கு மிக முக்கியப்பங்கு உண்டு.

1893 ஜூலையில் சிகாகோவில் நடைபெற இருந்த உலக கண்காட்சியில் சர்வமத மகாசபையும் ஒரு அம்சமாக இருந்தது. இந்தச் செய்தி ஏற்கனவே சென்னையில் 'இந்து' நாளிதழ் மூலம் பரவியிருந்தது. இந்து மதத்தின் பிரதிநிதியாக யாராவது ஒருவர் இதில் கலந்துகொள்ளவேண்டும் என்றும் தெரிவிக்கப் பட்டிருந்தது. கடல் கடந்து சென்றால் ஜாதியிலிருந்து விலக்கப் படுவோம் என்ற அச்சத்தில் யாரும் இந்த சர்வமத மகாசபையில் கலந்துகொள்ள முன்வரவில்லை. அமெரிக்காவிலுள்ள இந்து அமைப்புடன் நெருங்கிய தொடர்பு கொண்டிருந்த யோகி பார்த்தசாரதி ஐயங்கார் என்பவருக்கும் இந்தச் செய்தி தெரிந்திருந்தது. பார்த்தசாரதி ஐயங்கார் நிரம்பப் படித்த அறிஞர். ஆயினும் ஜாதிக் கட்டுப்பாடு காரணமாக அவரும் கடல் கடந்து போகத் தயங்கினார்.

இந்துமதத்தின் பிரதிநிதியாக யாராவது சிகாகோ செல்ல முன் வரமாட்டார்களா என்று சென்னையில் இருந்த அறிஞர்கள் ஏங்கிக் கொண்டிருந்த நேரத்தில்தான் சுவாமிஜி சென்னை வந்து சேர்ந்தார். அவருக்கு அப்போது வயது 31. 'ஆங்கிலம் பேசும் துறவி ஒருவர் வந்திருக்கிறார்' என்ற செய்தி சென்னையில் பரவியது. மேலை நாட்டு கல்வி கேள்விகளில் மோகம் கொண் டிருந்த இளைஞர்கள் பலர் 'ஆங்கிலம் பேசும் துறவி'யைப் பார்க்க வந்தனர். அவர்களில் யோகி பார்த்தசாரதி ஐயங்காரின் மருமகன் அளசிங்கப் பெருமாள் என்கிற அளசிங்கரும் ஒருவர். (இவரது பெயர் அழகிய சிங்கப் பெருமாள் என்பதாகும். சுவாமிஜி அவரை அளசிங்கர் என்று அழைத்ததால் அந்தப் பெயரே நிலைத்துவிட்டது!). சுவாமிஜி, அளசிங்கர் சந்திப்பு மிகவும் முக்கியம் வாய்ந்ததாக இருந்தது, இருவருக்குமே.

அளசிங்கப் பெருமாள் சென்னை கிறிஸ்தவ கல்லூரியில் பேராசிரியராக இருந்த வில்லியம் மில்லரின் மாணவர். கல்வித்

திறமையும் மிகுந்த அறிவும் உடைய அளசிங்கர் தம்மைப் போன்ற இளைஞர்களுடன் சேர்ந்து சமூகநலப் பணிகளில் ஈடுபட்டு வந்தார். சுவாமிஜியைப்பற்றிக் கேள்விப்பட்டுத் தன் நண்பர்களுடன் அவரைச் சந்திக்க வந்தார். கேள்வி கேட்பவரின் மனநிலையைப் புரிந்துகொண்டு பதில் சொல்லும் சுவாமிஜி அளசிங்கரை மட்டுமின்றி அவருடன் வந்த இளைஞர்களையும் கவர்ந்தார்.

நமது சீர்குலைவுக்கு மதமே காரணம் என்று நம்பிய இளைஞர் களுக்கு இந்து மதத்தை ஒரு புதிய கோணத்தில் புரியவைத்தார் சுவாமிஜி. நமது மதத்தையும் கலாசாரத்தையும் சரியாகப் புரிந்துகொள்ளாமல், மேலைநாட்டு நாகரிகத்தை சிறிதுகூட ஆராயாமல் கண்மூடித்தனமாகப் பின்பற்றுவதுமே இந்த இழிநிலைக்குக் காரணம் என்று சுவாமிஜி கூறியது அவர்களின் அகக் கண்களைத் திறந்தன. நம் சமுதாயத்தைச் சீர்திருத்த வேண்டும் என்று ஆர்வத்துடிப்புடன் இருந்த அவர்களுக்கு சுவாமிஜி ஒரு புதிய ஒளியாகத் தோன்றினார். சுவாமிஜியின் கம்பீரத் தோற்றமும், எல்லா விஷயங்களிலும் அவருக்கு இருந்த ஆழ்ந்த அறிவும், தமது கருத்துக்களை அழுத்தம் திருத்தமாகக் கூறும் பாங்கும் எல்லா இளைஞர்களையும் - குறிப்பாக அளசிங்கரைக் கவர்ந்தன.

இதற்காகவே காத்திருந்ததுபோல அளசிங்கர் தாமதிக்காமல் கேட்டார்: 'சுவாமிஜி, சிகாகோவில் நடைபெறவிருக்கும் சர்வமத மகாசபையில் நீங்கள் ஏன் கலந்துகொள்ளக்கூடாது?' என்று. 'யாராவது என்னை அனுப்பி வைத்தால் நான் போவதற்கு தடையில்லை' என்றார் சுவாமிஜி.

சென்னையில் இயங்கி வந்த திருவல்லிக்கேணி இலக்கிய சங்கத்தில் பலமுறை சொற்பொழிவாற்றினார் சுவாமிஜி. அடையார் தியாசாபிகல் சொசைட்டியிலும் ஓரிருமுறை பேசினார். சுவாமிஜியைப்பற்றிய செய்திகள் 'மதுரை மெயில்', 'இண்டியன் சோஷியல் ரிஃபார்மர்', 'தி தியாசபிஸ்ட்' ஆகிய இதழ்களில் வெளிவந்தன.

சென்னையில் தங்கியிருந்த நாட்களில் சில சமயம் சுவாமிஜி தனியாக கடற்கரையில் உலவுவது உண்டு. அப்போது அங்கு விளையாடிக்கொண்டிருந்த மீனவக் குழந்தைகளின் புழுதி படிந்த உடை, குழி விழுந்த கன்னங்கள், பஞ்சடைந்த கண்கள்

சுவாமிஜியின் மென்மையான உள்ளத்தை மிகவும் பாதித்தது. 'இன்னும் எத்தனை காலம் இவர்கள் இப்படியே இருக்கப் போகிறார்கள்? இவர்களுக்கு விடிவு காலம் எப்போது?' என்று கண்களில் நீர் வழிய இறைவனைப் பிரார்த்தித்தார். இந்த மக்களுக்கு ஏதாவது செய்ய வேண்டுமானால் மேலைநாடுகளில் நமது ஆன்மிகச் செல்வத்தை பரவச் செய்து அங்கிருந்து பொருளுதவி பெற்று வரவேண்டும்; இவர்களை முன்னேற்று வதன் மூலமே நாம் இழந்த பெருமையை மீட்டெடுக்கவேண்டும்; இத்தனை எண்ணங்கள் அவரது மனதில் அலைமோதினாலும் அவர் மேலை நாடுகளுக்குப் போகத் தயங்கினார். சென்னை இளைஞர்கள் வசூலித்த தொகையைப் பெற்றுக்கொள்ள மறுத்து விட்டார். ராமநாதபுரம் மன்னர் பாஸ்கர சேதுபதி முதலில் சுவாமிஜியின் வெளிநாட்டுப் பயணத்துக்கு பண உதவி அளிப்பதாகச் சொல்லிவிட்டு பின்பு மறுத்துவிட்டது சுவாமிஜி யின் இந்த மனமாற்றத்துக்குக் காரணம் என்று சொல்லலாம். அனைத்தையும் அன்னையில் கைகளில் ஒப்படைத்துவிட்டு அவளது உத்தரவுக்காகக் காத்திருந்தார் சுவாமிஜி.

ஐதராபாத் செல்லுதல்

இதே சமயத்தில் ஐதராபாத்திலிருந்து சுவாமிஜியின் அன்பர்கள் அவரை அங்கு வருமாறு அழைக்க, இதுவும் தேவியின் அருள் என்று எண்ணியவாறே ஐதராபாத் சென்றார் சுவாமிஜி. செகந்திராபாத் மெஹபூப் கல்லூரியில் சொற்பொழிவு ஆற்றுமாறு கேட்டுக்கொள்ளப்பட்டார் சுவாமிஜி. அங்கு 'நம் தாய் திருநாட்டுக்கு ஒரு புத்துயிரும் உத்வேகமும் அளிக்கவே நான் மேலை நாடு செல்லவேண்டும்' என்று பேசினார்.

மனிதர்களை நம்பினால் ஏமாற்றமே என்று உணர்ந்த சுவாமிஜி தம்மை என்றும் கைவிடாத, எப்போதும் தனக்கு கருணை காட்டும் அன்னை ஸ்ரீசாரதா தேவியின் அருளை நாடினார். அதே சமயம், குருதேவரின் அருளாசியும் அருளாணையும் கிடைத்தது. ஒரு நாள் அரைகுறை தூக்கத்தில் இருக்கும்போது அவரது கண்முன் அலைகடல் தோன்றியது. குருதேவர் அந்தக் கடலின் உள்ளே சற்று தூரம் சென்று, திரும்பிப் பார்த்து சுவாமிஜியையும் அழைத்தார். இந்தக் காட்சியைப் பலநாட்கள் பார்த்த சுவாமிஜிக்கு இதுவே குருதேவரின் அருளாசி என்று மனதில் பட்டது.

அன்னையின் ஆசியும், குருதேவரின் ஆணையும் பெற்றாகி விட்டது. அடுத்து பணம்! 'பணக்காரனின் பணம் வேண்டாம்; ஏழை மக்களுக்காக போகிறேன். அவர்களிடமிருந்து பணம் வசூல் செய்யுங்கள்' என்றார் சுவாமிஜி. சென்னை அன்பர்கள் சுவாமிஜியின் மேலைநாட்டுப் பயணத்துக்காக பணம் வசூலிக்க ஆரம்பித்தனர். கொஞ்சம் கொஞ்சமாகப் பணம் சேர்ந்தது. முதலில் மறுத்த ராமநாதபுரம் மன்னர் பிற மன்னர்கள் பொருளுதவி செய்வதைக் கேள்விப்பட்டு தாமும் ரூ. 500 கொடுத்தார்.

பெனின்சுலார் என்ற கப்பலில் இரண்டாம் வகுப்பு பயண சீட்டு பதிவு செய்யப்பட்டது. 179 பவுண்ட் (ரூ.2685) அவர் கையில் பணமாகக் கொடுக்கப்பட்டது. பயண ஏற்பாடுகள் நடைபெற்று வருகையில், கேத்ரி மன்னருக்கு வாரிசு பிறந்திருக்கிறது என்ற செய்தியுடன் வந்த முன்ஷியுடன் கேத்ரிக்குப் பயணமானார் சுவாமிஜி. மன்னரின் ஆணைப்படி முன்ஷி, சுவாமிஜியின் மேலைநாட்டுப் பயணத்துக்குத் தேவையான விலையுயர்ந்த உடைகளையும் பொருட்களையும் வாங்கிக் கொடுத்தார். இரண்டாம் வகுப்பு பயண சீட்டை ரத்து செய்துவிட்டு முதல் வகுப்பு பயணசீட்டை பதிவு செய்து கொடுத்தார். கைகடிகாரம் ஒன்றும் 'விவேகானந்தர்' என்று அவரது பெயர் அச்சிடப்பட்ட நூறு கார்டுகளும் அவருக்குக் கொடுக்கப்பட்டன.

1893 ஆம் ஆண்டு மே மாதம் 31 ஆம் நாள் சுவாமிஜியின் மேலைநாட்டுப் பயணம் தொடங்கியது. தன் முன்னே கண்ணுக் கெட்டிய தூரம் பரவியிருந்த நீலக் கடலைப் பார்த்தார் சுவாமிஜி. தான் பிறந்து வளர்ந்த தாய் திருநாட்டை விட்டு விட்டு, ஒன்றுமே தெரியாத புது உலகில் எப்படிதான் அடைய விரும்பியதை அடையப் போகிறோம் என்ற கவலை அவர் மனதில் எழுந்தது.

தான் நிதமும் வணங்கும் பவதாரிணியையும் பரமஹம்சரையும் தியானித்தார். தன் அன்னையை வணங்கினார். தனக்கு உதவி செய்த மன்னர்களையும், அறிஞர்களையும் நன்றிப்பெருக்குடன் நினைத்தார். எல்லோருக்கும் மேலாக, தான் உதவி செய்ய நினைத்திருக்கும் இந்த பாரதத் திருநாட்டின் பாமர மக்களை எண்ணி மனம் கசிந்தார்.

இந்த நாட்டில் பெருக்கெடுத்து ஓடும் ஆறுகளும் கம்பீரமாக இதைக் காத்து நிற்கும் மலைத்தொடர்களும், இந்தப் புண்ணிய

71

பூமியில் பிறந்த மகான்களும், அவர்கள் சொல்லிச் சென்ற தத்துவங்களும் அந்தத் தத்துவங்களையே வாழ்க்கையாகக் கொண்ட ஸ்ரீராமகிருஷ்ணரும் தெய்வங்களுக்கெல்லாம் தெய்வமான தேவி பராசக்தியும் சுவாமிஜிக்குத் துணையாகச் சென்றனர்.

இவர்களுடன்கூட பாரதத்தின் கம்பீர ஆத்மாவும் இந்தியாவின் கோடானுகோடி ஏழை மக்களின் இதயங்களும் துணையாக வர சுவாமிஜியும் மனதளவில் தனது நெடிய பயணத்துக்குத் தயாரானார்.

5

உலக அரங்கில்

கடல் பயணத்தால் சுவாமிஜியின் துறவு வாழ்க்கை சற்று மாற்றத்துக்கு உள்ளானது என்று சொல்லவேண்டும். கிடைத்த இடத்தில் சாப்பாடு, நினைத்த இடத்தில் தங்குதல் என்று எந்தவிதக் கட்டுப்பாடும் இல்லாமல் கை வீசி நடந்த சுவாமிஜிக்கு, இப்போது தம் உடமைகளைப் பாதுகாக்க வேண்டிய பொறுப்பு! முன்பின் தெரியாத தேசத்துக்குப் போகிறோம் என்ற தயக்கம் இருந்தாலும் ஓரிரு நாட்களில் சுதாரித்துக்கொண்டு, கடல் பயணத்தை விரும்பி ஏற்றுக் கொண்டார். இறைவனைத் தனிமையில் தியானித்தும், கப்பலுக்கு வெளியே அவரது படைப்புகளை ரசித்தும் வந்தார். மரியாதை மிகுந்த நடத்தை, காவி உடை, கனிந்த பார்வை ஆகியவற்றால்கூட பயணம் செய்தவர்களிடையே தனித்துத் தெரிந்தார்.

பம்பாயில் கிளம்பிய கப்பல் கொழும்பு வந்து சேர்ந்தது. அன்று ஒரு நாள் அங்கேயே நின்றிருந்தது கப்பல். சுவாமிஜி அந்த நகரத்திலுள்ள புத்த ஆலயத்துக்கு சென்றார். புத்த பகவான் சாய்ந்தவாறு அமர்ந்து நிர்வாண நிலையை அடைகிற மிகப் பெரிய சிலையைப் பார்த்தார். அங்கிருந்த மத குருமார்களுக்கு சிங்களம் தவிர வேறெந்த மொழியும் தெரியாததால், சுவாமிஜி யால் அவர்களுடன் பேச முடியவில்லை. இலங்கை மக்களின் உடை, முக அமைப்பு எல்லாம் தமிழர்களைப் போலவே இருந்ததாக சுவாமிஜிக்குத் தோன்றியது. அதேபோல சிங்கள மொழியும் உச்சரிப்பில் தமிழைப் போலவே இருந்ததாகத் தனது குறிப்பில் எழுதுகிறார் சுவாமிஜி.

சுவாமிஜியின் பயணக் குறிப்புகளை அவர் வாயிலாகவே கேட்போம்:

'பினாங்கு, சுமத்ரா தீவு, சிங்கபூர் என்று பல இடங்களையும் கடந்து கப்பல் சென்று கொண்டிருந்தது. மலேயர்கள் ஒரு காலத்தில் கடற் கொள்ளைக்காரர்களாக இருந்தனர். இப்போது நிலைமை மாறியிருக்கிறது. பல நிலப்பரப்புகளை கப்பலின் தலைவர் காட்டிக் கொண்டே வந்தார். சிங்கப்பூரில் மங்குஸ்தான் பழங்கள் நிறையக் கிடைக்கின்றன. இவர்களும் தமிழர்களைப் போலவே இருக்கிறார்கள். இங்கு ஒரு அழகான தாவர ஆராய்ச்சித் தோட்டம் ஒன்றும் கண்காட்சி சாலையும் இருக் கின்றன. இந்த தேசத்தில் குடியேறியிருக்கும் வெளிநாட்ட வர்கள் இன்பம் துய்ப்பதையே தங்கள் முதல் கடமையாகச் செய்கிறார்கள். ஹாங்காங் பகுதியில் கப்பல் போனபோது ஏதோ சீன எல்லைக்குள் வந்துவிட்டது போல இருக்கிறது. ஊருக்குள் சென்று பார்க்க ஏராளமான படகுகள் இருக்கின்றன. இவை எல்லாம் பெண்களாலேயே இயக்கப்படுகின்றன. அவர்களது முகங்களில் வறுமை தெரிகிறது.

குன்றுகளின் சரிவுகளிலும் அவற்றின் உச்சியிலும் ஹாங்காங் நகரம் அமைந்திருக்கிறது. மலைப்பாதையில் நீராவியால் இழுக்கப்படும் டிராம் வண்டிகள் ஓடுகின்றன. ஹாங்காங்கில் தங்கியிருந்த மூன்று நாட்களில் கான்டன் நகரைப் பார்க்கச் சென்றோம். பரபரப்பான, மக்கள் தொகை அதிகம் கொண்ட இந்த நகரம் நதியின் இருகரைகளிலும் பரந்து இருக்கிறது. போக்குவரத்து படகுகள் தவிர படகு வீடுகளும் இருந்தன. மக்கள் சலிக்காமல் உழைக்கிறார்கள். பத்தடிக்கு ஒரு மாமிசக் கடை. மிகவும் ஏழைகள் பூனை, நாய் மாமிசம் சாப்பிடு கிறார்கள்.

நம் நாட்டின் வடக்குப் பகுதியில் சில இடங்களில் இருப்பது போல், பெண்கள் தங்கள் முகத்துக்குத் திரை போடும் வழக்கம் இங்கு சீனப் பெண்களிடையே இருக்கிறது. பல சீன கோயில் களைப் பார்த்தேன். கான்டன் நகரிலுள்ள மிகப் பெரிய புத்த கோவிலில் முதல் பௌத்த சக்கரவர்த்தி (ஷி ஹுவாங் டி) அவருக்குப் பின் வந்த முதல் ஐந்நூறு பேர்களின் நினைவாகக் கட்டப்பட்டது.

ஒரு சீன மடாலயத்துக்கு என்னை அனுமதிக்க மறுத்தபோது 'நான் இந்தியாவிலிருந்து வந்திருக்கும் யோகி' என்று

கூறியவுடன் மிகுந்த மரியாதையுடன் மடத்துக்குள் அழைத்துப்
போனார்கள். அந்த மடாலாயம் மிகவும் சிதிலமாக இருந்தது.
அங்கிருந்த சில பழைய ஏடுகள் வங்க மொழியில் எழுதப்பட்டு
இருந்தன. ஒருகாலத்தில் வங்காளத்துக்கும் சீனாவுக்கும் நடுவே
நெருங்கிய தொடர்பு இருந்தது என்பதற்கு இவையே
ஆதாரங்கள். வங்காளத்திலிருந்து பல புத்த துறவிகள்
சீனாவுக்குச் சென்று புத்த மதத்தைப் பரப்பியிருக்கவேண்டும்.
இதைப் பார்க்கும்போது சீன கலச்சாரத்தில் இந்திய சிந்தனை
களின் தாக்கம் அதிகம் இருக்கிறது என்பது தெரிகிறது.'

இந்தப் பயணத்தில் சுவாமிஜியை மிகவும் கவர்ந்த நாடு ஜப்பான்.
கான்டன் நகரிலிருந்து ஜப்பான் செல்லும்போது சுவாமிஜியுடன்
பயணம் செய்தவர் இந்தியாவின் மிகப் பெரிய பணக்காரர்களுள்
ஒருவரும் எஃகு தொழிலதிபரும் ஆன சர் ஜாம்ஷெட்ஜி
டாட்டா.

ஜப்பான் தேசத்தில் முதலில் சுவாமிஜி பார்த்தது நாகசாகி நகரம்.
ஏதோ ஒரு புது உலகுக்கு வந்துவிட்டது போல இருந்தது என்று
எழுதுகிறார் சுவாமிஜி. 'இங்கு எல்லாமே சுத்தமாக, ஒழுங்காக
இருக்கின்றன. வீடுகள் சின்னச் சின்ன கூண்டுகள் போல
இருக்கின்றன. ஒவ்வொரு வீட்டின் பின்னாலும் தோட்டங்கள்,
செயற்கை நீரோடைகள், சிறு கற்பாலங்கள் எல்லாம் ஜப்பானிய
பாணியில் அமைந்திருக்கின்றன. ஜப்பானின் மூன்று பெரிய
நகரங்களைப் பார்த்தேன். இன்றைய தேவையை இந்த மக்கள்
நன்றாக அறிந்து வைத்திருக்கிறார்கள் என்று தோன்றியது.
தங்களுக்குத் தேவையானவற்றை எல்லாம் தாங்களே செய்து
கொள்வதில் அதி தீவிர அக்கறை காட்டுகிறார்கள் இந்த மக்கள்.
எல்லாத் துறைகளிலும் முன்னேற்றத்தை அடையத் துடிக்
கிறார்கள். இங்கிருக்கும் பல கோவில்களிலும் வங்க எழுத்து
களைக் கொண்ட சம்ஸ்க்ருத மந்திரங்களைப் பார்த்தேன்.
கோவில்களில் இருக்கும் புரோகிதர்களில் சிலருக்கு
சம்ஸ்க்ருதம் தெரிந்திருக்கிறது'.

சுவாமிஜியும், டாட்டாவும் ஒருவரை ஒருவர் கவர்ந்தனர்.
'சுவாமிஜியை பார்த்து ஜப்பானிய மக்கள் வியப்படைந்தனர்.
சுவாமிஜிக்கும் புத்தருக்கும் உருவ ஒற்றுமை இருப்பதாக
நினைத்தனர்' என்று பின்னாளில் கூறினார் டாட்டா. சுவாமிஜி
டாட்டாவிடம் 'நீங்களே ஏன் தீப்பெட்டி தொழிற்சாலை ஒன்றை
இந்தியாவில் ஆரம்பிக்கக்கூடாது? நீங்கள் ஜப்பானிலிருந்து

இவற்றை இறக்குமதி செய்வதால் இந்திய வளம் ஜப்பானுக்குப் போகிறதல்லவா? இதனால் நிறைய இந்தியர்களுக்கு வேலை கிடைக்கும். இந்திய செல்வமும் பாதுகாக்கப் படுமல்லவா?' என்றார். சுவாமிஜி கூறிய பல கருத்துகள் டாட்டாவின் மனதில் ஆழப் பதிந்தன. அவற்றில் பலவற்றைத் தனது நிறுவனங்களில் செயல்படுத்தி அவற்றைப்பற்றி சுவாமிஜிக்குக் கடிதமும் எழுதினார் டாட்டா.

எந்த தேசமானாலும் சுவாமிஜிக்கு மனதில் இந்தியாவின் முன்னேற்றம் ஒன்றே இடம் பெற்றிருந்தது. நமது நாட்டுக்கு எத்தனையோ ஆண்டுகளுக்குப் பின் தோன்றிய நாடுகள் எல்லாம் முன்னேற்றிக் கொண்டிருக்கும்போது இந்தியாமட்டும் ஏன் பின்தங்கி இருக்கிறது என்ற கேள்வியே அவர் மனதில் எப்போதும் தோன்றிக்கொண்டே இருந்தது.

அவர் எழுதிய கடிதங்களில் ஜப்பானைப் புகழ்ந்து எழுதும் போதே இந்தியர்களைச் சாடவும் தவறவில்லை. 'வருடந் தோறும் நம் இளைஞர்கள் சீனாவுக்கும், ஜப்பானுக்கும் வர வேண்டும். இந்த மக்கள் இந்தியர்களைப்பற்றி மிகச் சிறப்பாக எண்ணிக் கொண்டிருக்கிறார்கள். ஆனால் நாம் என்ன செய்து கொண்டிருக்கிறோம்? நாம் உண்ணும் உணவுபற்றியும், மனிதர்களிடையே தீண்டாமைபற்றியும் வீண் வாக்குவாதங்களில் நமது சக்தியை, காலத்தைக் கழித்துக் கொண்டிருக்கிறோம். மூட நம்பிக்கைகள் நம்மை அழுத்திக் கொண்டிருக்கின்றன. ஐரோப்பியர்களின் கண்டுபிடிப்புகளை மனப்பாடம் செய்து கொண்டிருக்கிறீர்கள். கடற்கரையில் உலவியபடி, உயர்ந்த லட்சியமாக வழக்கறிஞர் ஆவதற்குப் படித்துக் கொண்டிருக் கிறீர்கள். உங்கள் காலடியில் பட்டினியில் வாடும் குழந்தைகளின் 'சோறுபோடு' என்ற குரல் உங்கள் செவிகளில் விழுவதேயில்லை. மூட நம்பிக்கைகளைச் சொல்லிச் சொல்லி உங்களை முன்னேற விடாமல் தடுக்கும் கொடுங்கோல் மனிதர்களை உதறித் தள்ளுங்கள். அவர்களின் புலம்பல்களைக் கேட்காதீர்கள். பழங் காலத்தைத் திரும்பிப் பார்க்காதீர்கள். முன்னேறுங்கள்'.

ஜப்பானிலுள்ள கோபே என்ற இடத்தில் பெனின்சுலார் கப்பலை விட்டு இறங்கி இந்திய ராணி என்ற கப்பலில் ஏறி, தனது அமெரிக்கப் பயணத்தைத் தொடர்ந்தார் சுவாமிஜி. ஜூலை 14 ஆம் தேதி யோகோஹாமா துறைமுகத்திலிருந்து

வான்கூவரை நோக்கி புறப்பட்டது. இந்தப் பயணத்தில் சுவாமிஜிபோதுமான உடைகள் இல்லாமல் கடும் குளிரினால் மிகவும் அவதியுற்றார். கப்பலின் தலைவர் கொடுத்த உடைகள் ஓரளவுக்கு அவரைக் காப்பாற்றின.

அமெரிக்காவின் நிலை

சுவாமிஜி அமெரிக்கா வந்து சேருவதற்குள் அன்றைய அமெரிக்கா வின் நிலை, கிறிஸ்தவ மதத்தின் நிலை, சர்வமத சபையை கூட்ட வேண்டியதில் அவசியம் என்ன என்பதைப் பார்ப்போம்.

இயற்கை வளங்களும் மனித சக்தியும் அமெரிக்காவை செல்வ செழிப்பான நாடாக மாற்றியிருந்தன. 1890-களில் ஏற்பட்ட புது யுகத்தின் நவீன கண்டுபிடிப்புகள், தொழில் நுட்பங்கள் என்று எல்லா பக்கங்களிலும் அமெரிக்கா முன்னேற்றப்பாதையில் விரைந்து சென்று கொண்டிருந்தது. தொலைபேசி, ஹென்றி ஃபோர்ட் கண்டுபிடித்த பெட்ரோலில் இயங்கும் எந்திரம் என்று பல கண்டுபிடிப்புகள் அமெரிக்காவை வளப்படுத்தின.

'யார் சொர்க்கத்துக்குப் போவார்கள், யார் நரகத்துக்குப் போவார்கள் என்பதை கடவுள் முதலிலேயே முடிவு செய்துவிடு கிறார். பணம் படைத்தவர்கள், உடல் ஆரோக்கியம் உள்ள வர்கள், சந்தோஷமாக இருப்பவர்கள் இவர்களே சொர்க்கத் துக்குப் போக தகுதி உள்ளவர்கள். எனவே பணம்தான் வாழ்வில் முக்கியம். பணம் இருப்பவர்களையே இறைவனும் கருணை யுடன் நடத்துகிறார்' என்ற புரோட்டஸ்டன்ட் மதக்கருத்துக்கள் நிலவியதால் அமெரிக்க மக்கள் பணம் சேர்ப்பதில் அதிக நாட்டம் உடையவராக இருந்தனர். மதத்துக்கு அதிக முக்கியத் துவம் அளிக்க மக்கள் தயாராக இல்லை.

1893-ல் பொருளாதாரப் பிரச்னையும் ஏற்பட்டது. பிரிட்டன் வெள்ளிக்குப் பதிலாக தங்கத்தை தனது செல்வத்தை மதிப்பிட பயன்படுத்த ஆரம்பித்தது. ஜெர்மனியும், ஃபிரான்ஸும் இதைப் பின்பற்ற ஆரம்பித்தன. அமெரிக்காவும் இந்தக் கொள்கையைப் பின்பற்றி வெள்ளி நாணயங்கள் அச்சிடுவதை நிறுத்தியதால் பல வங்கிகளும் ஆலைகளும் மூடப்பட்டன. கறுப்பின மக்களின் பிரச்னை, விவசாயத்தின் தொய்வு, ஜெர்மனி இன்னொரு வல்லரசாக உருவாகிக் கொண்டிருந்தது என்று பலவிதங்களிலும் அமெரிக்கா தத்தளித்துக் கொண்டிருந்தது.

கிறிஸ்தவ மதத்தின் நிலை

கிறிஸ்தவ மதத்தில் சுமார் 200 பிரிவுகள் இருந்தன. ஆனாலும் டார்வினின் பரிணாமக் கொள்கை வந்த பின் பைபிளில் சொல்லப்பட்டிருந்த படைப்புக் கொள்கைக்குப் பின்னடைவு ஏற்பட்டது. ஜெர்மானியில் இருந்த 'உயர் விமரிசனம்' என்ற அமைப்பு பைபிளில் இருந்த வரலாற்று உண்மைகளைப்பற்றி சந்தேகங்களை எழுப்பிக் கொண்டிருந்தது. வணிகத்துறையின் வளர்ச்சி சமூகத்தில் ஏற்றத்தாழ்வுகளைப் பெருமளவில் உருவாக்கிக் கொண்டிருந்தது. இதனால் சர்ச்சுகளின் சமுதாய நீதிபற்றி மக்கள் சந்தேகம் கொண்டனர்.

சர்வமத சபை கூடியது ஏன்?

சர்வமத சபையை அமெரிக்க கூட்டியதற்கு முதல் காரணம் கொலம்பஸ் அமெரிக்காவைக் கண்டிபிடித்த 400 ஆவது ஆண்டைக் கொண்டாடத்தான். அந்தக் கொண்டாட்டத்தின் போது ஓர் உலகக் கண்காட்சிக்கும் சிகாகோ மக்கள் ஏற்பாடு செய்திருந்தனர்.

இரண்டாவது காரணம்: 1851-ல் விக்டோரியா மகராணி பட்டம் சூட்டிக்கொண்டதன் வெள்ளிவிழா லண்டனில் கொண்டாடப் பட்டது. அப்போது அங்கு அமைக்கப்பட்ட உலகக் கண்காட்சியை 60 லட்சம் மக்கள் கண்டு களித்தனர். அதேபோல 1889-ல் பாரிசில் நடைபெற்ற கண்காட்சியில் சுமார் மூன்றரை கோடி மக்கள் கலந்து கொண்டனர். அந்த சமயத்தில் ஈபில் டவர் திறந்து வைக்கப்பட்டது. இந்த இரண்டு கண்காட்சி களைவிட எல்லாவிதத்திலும் சிறந்த ஒன்றைத் தன் நாட்டில் நடத்திக்காட்ட இந்த வாய்ப்பை அமெரிக்கா பயன்படுத்திக் கொள்ள விரும்பியது.

கிறிஸ்தவ மதத்தின் இழந்த பெருமையை மீட்க கிறிஸ்தவ மதத் தலைவர்கள் இந்த வாய்ப்பைப் பயன்படுத்த விரும்பினர். இந்த சர்வமத மகா சபை கிறிஸ்தவ மதத்தை உலகின் தலைசிறந்த மதமாக மேன்மைபடுத்தும் என்று நம்பினார். உலகின் பல நாடுகளிலிருந்து, பல மதங்களைச் சேர்ந்தவர்களை அழைத்து அவர்கள் மூலம் கிறிஸ்தவ மதக் கருத்துகளை சொல்ல வைத்து, தங்கள் மதத்தின் பெருமையை நிலைநாட்டவேண்டும் என்பது அவர்களின் முக்கியக் குறிக்கோளாக இருந்தது. அவர்களது கனவு இது என்றும் சொல்லலாம்.

கிறிஸ்தவ மதத்தின் எல்லாப் பிரிவுகளும் இந்த சர்வமத மகாசபையை ஏற்கவில்லை. ஒரே அந்தஸ்து உடைய மதங்கள் மட்டுமே இந்த மாதிரியான சபையில் பங்கு பெறவேண்டும். எல்லா மதங்களையும் அழைப்பது தவறு என்ற காரணங்களை கூறி பாப்டிஸ்ட், ஆங்க்லிகன் சர்ச்போன்ற அமைப்புகள் இந்த சர்வமத சபையில் கலந்துகொள்ள மறுத்தன. ஹாங்காங் பாதிரிகள் 'ஏசுவுக்கு எதிரான வஞ்சகத் திட்டம் இது' என்று தங்கள் எதிர்ப்பைத் தெரிவித்தனர்.

சிகாகோவில் சுவாமிஜி

ஜூலை 25 ஆம் தேதி சுவாமிஜி வான்கூவர் வந்து சேர்ந்தார். அங்கிருந்து 5 நாட்கள் ரயிலில் பயணம் செய்து சிகாகோவை ஜூலை 30 அடைந்தார். புதிய இடத்தில் பலரின் கேலிக்கும் கிண்டலுக்கும் ஆளானார். கையிலிருந்த பணத்தைப் பறிகொடுத் தார். அமெரிக்காவுக்குப் போகும் செலவைச் சமாளித்துவிட்டால் அமெரிக்கா போய் 'எப்படியாவது' சமாளித்துக்கொள்ளலாம் என்று நினைத்திருந்தது நடக்கவில்லை. பணப்பிரச்னையை எப்படி சமாளிப்பது என்று கவலைப்பட்டுக் கொண்டிருந்த போது சர்வமத சபை மாநாடு செப்டம்பர் மாதத்துக்கு தள்ளி வைக்கப்பட்டது. இதற்கிடையில் சரியான அறிமுகக் கடிதம் இல்லாதவர்கள் சர்வமத சபையில் அனுமதிக்க முடியாது என்று அதன் அமைப்பாளர்கள் கூறி விட்டனர்.

எப்படி இன்னும் ஒரு மாதம் அமெரிக்காவில் தங்குவது என்ற யோசனை அவரை ஆட்கொண்டது. ஆனால், தன்னை இத்தனை தூரம் அனுப்பிய இறைவன் தன்னைக் கைவிட மாட்டான் என்று உறுதியாக நம்பினார். சிகாகோவைவிட போஸ்டனில் செலவு குறைவு என்று கேள்விப்பட்ட சுவாமிஜி ரயிலில் போஸ்டனுக்குப் புறப்பட்டார்.

அந்தப் பயணத்தில் அவருடன் பயணம் செய்தவர் மிஸ் கேத்ரின் ஆபட் சேன்பான். சுவாமிஜி சர்வமத சபையில் கலந்துகொள்ள வந்திருக்கும் இந்து துறவி என்பதையும் இப்போது பணப் பிரச்னையில் இருப்பதையும் தெரிந்து கொண்டு தன் வீட்டில் விருந்தினராக தங்கும்படி அவரிடம் கூறினார். கேதரின் மூலம் சுவாமிஜிக்கு பல பிரபல மனிதர்களை சந்திக்க வாய்ப்பு கிடைத்தது.

போஸ்டனில் ஒரு நாள் அருகிலுள்ள பெண்கள் சிறைச்சாலை காப்பாளர் மிஸஸ் ஜான்சன் சுவாமிஜியைக் காண வந்தார். அவரது அழைப்பின் பேரில் சுவாமிஜி அந்த சிறைச்சாலைக்குப் போனார். அதைப்பற்றி மிகுந்த வியப்புடன் சுவாமிஜி எழுதுகிறார்: 'அவர்கள் இந்த இடத்தை சிறைச்சாலை என்று சொல்லுவதில்லை; சீர்திருத்த நிலையம் என்கிறார்கள். குற்றம் செய்தவர்களை மிகவும் அன்புடன் நடத்தி, அவர்களை சமூகத்துக்குப் பயனுள்ள மனிதர்களாக மாற்றித் திருப்பி அனுப்புகிறார்கள். இதெல்லாம் நம் நாட்டில் நடக்க வாய்ப்பே இல்லை' என்று அங்கும் இந்தியர்களை நினைத்தே வருந்தினார்.

கையிலே இருக்கும் பணத்தை வைத்துக்கொண்டு அமெரிக்கா வில் எப்படிக் காலம் தள்ளுவது என்ற யோசனை அதிகமாகியது. இந்தியா திரும்பிவிடலாம் என்று எண்ணினார். ஆனால் அதற்கும் போதிய பணம் இல்லாமல் சோகத்துடன் படுத்திருந் தார். திடீரென்று அங்கு ஸ்ரீராமகிருஷ்ணர் தோன்றி சுவாமிஜியைத் தேற்றினார். இந்தக் காட்சி சுவாமிஜிக்கு மிகுந்த ஆறுதலைக் கொடுத்தது.

ஒருநாள் கேத்தரினின் உறவினர் பெஞ்சமின் சுவாமிஜியுடன் பேசிக் கொண்டிருந்தார். சுவாமிஜியின் ஆற்றலைக் கண்டு வியந்த பெஞ்சமின். தனது வீட்டுக்கு வருமாறு சுவாமிஜியை அழைத்தார். இந்த நேரத்தில்தான் பேராசிரியர் ஜான் ஹென்றி ரைட் சுவாமிஜிக்கு அறிமுகம் ஆனார். இருவரும் பேசிக் கொண்டிருக்கையில் ரைட், சுவாமிஜியிடம் இந்து மதத்தின் பிரதிநிதியாக அவர் சர்வமத சபையில் கலந்துகொள்ளவேண்டும் என்ற வேண்டுகோளை முன் வைத்தார். சுவாமிஜி தனக்கு யாரிடமிருந்தும் அறிமுகக் கடிதம் கிடைக்கவில்லை; அது இல்லாமல்தான் சர்வமத சபையில் கலந்துகொள்ள இயலாது என்று தெரிவித்தார். அதைகேட்டு வெகுண்ட பேராசிரியர், உங்களிடம் அறிமுகக் கடிதம் கேட்பதென்பது சூரியனிடம் அதன் திறமைக்குச் சான்று கேட்பதைப்போன்றது என்று சொல்லி, சுவாமிஜி மாநாட்டில் கலந்துகொள்ள ஏற்பாடு செய்வதாகச் சொன்னார்.

மகாசபையில் கலந்துகொள்ள இருக்கும் பிரதிநிதிகளை தேர்ந்தெடுக்கும் குழுவின் தலைவருக்கு ஒரு கடிதம் எழுதிக் கொடுத்தார். சிகாகோ செல்ல தேவையான பணமும், அங்கு தங்குவதற்கு அறிமுகக் கடிதங்களையும் கொடுத்தார். தமக்கு

நல்ல வழி காட்டிய குருதேவரின் கருணையை நினைத்து உள்ளம் மகிழ்ந்தார் சுவாமிஜி.

ரமாபாய் வட்டங்கள்

ரமாபாய் என்பவர் மகாராஷ்டிராவைச் சேர்ந்தவர். தான் படித்த இந்து சாஸ்திரங்கள் பெண்களைப் படிக்கக் கூடாது என்று தடுக்கவில்லை என்று சொல்லி அவருடைய தந்தை தன் மகளுக்கு இந்து சாஸ்திரங்களைக் கற்றுக் கொடுத்தார். கல்கத்தாவில் இருந்த பண்டிதர் சபையானது ரமாபாயின் கல்வித் திறமையைப் பாராட்டி பண்டிதர் பட்டத்தை அவருக்குத் தந்தது. தன்னுடைய 22 வது வயதில் ஒரு வங்காளியை மணந்துகொண்டார். இரண்டே வருடத்தில் கணவர் இறந்துவிட்டார். ஏற்கெனவே தன் தந்தையினால் பல முற்போக்கான விஷயங்களைக் கற்றுக் கொண்டிருந்த ரமாபாய் விதவையானதும் வீட்டுக்குள் முடங்காமல் பொது வாழ்க்கைச் செயல்பாடுகளை தைரியமாக முன்னெடுத்தார். அதன் பிறகு இங்கிலாந்து சென்றார். அங்கு கிறிஸ்தவ மதத்தைத் தழுவினார்.

அமெரிக்காவுக்குச் சென்றார். ரமாபாய் வட்டம் என்ற அமைப்பைத் தொடங்கி அமெரிக்காவிலிருந்து பணம் பெற்று இந்தியாவிலுள்ள விதவைகளுக்கு பள்ளிக் கூடம் தொடங்க வேண்டும் என்பது அவரது எண்ணம். அது நல்ல எண்ணமே ஆனாலும் அவர் பணம் பெற தவறான வழிகளை மேற்கொண் டார். இந்திய விதவைகளைப்பற்றி அவதூறாகப் பேசினார்; அவர்கள் தேர்க்கால்களில் விழுந்து தங்கள் உயிரை போக்கிக் கொள்ளுகிறார்கள் என்றும், இந்திய தாய்மார்கள் தங்கள் பெண் குழந்தைகளை கங்கை நதியிலுள்ள முதலைகளுக்கு உணவாகக் கொடுத்துவிடுகிறார்கள் என்றும் கட்டுக்கதைகளைக் கூறி பணம் சம்பாதித்தார். இவர் சொன்ன கதைகள் கிறிஸ்தவ மிஷனரி களுக்கு இந்தியாவைப்பற்றிய தீய செய்திகளைப் பரப்ப மிகவும் பயன்பட்டன.

போஸ்டனிலுள்ள பெண்கள் கிளப் ஒன்றில் பேச சுவாமிஜிக்கு அழைப்பு வந்தபோது ரமாபாயின் கட்டுக்கதைகளை பொய் என்று கூறி, உண்மை நிலையை எடுத்துரைத்தார். இதனால் கோபம் அடைந்த ரமாபாய் சுவாமிஜிக்கு நீண்ட காலம் இடையூறு விளைவித்துக் கொண்டிருந்தார்.

சுவாமிஜிபற்றி மிசஸ் ரைட்டின் குறிப்புகள்

பேராசிரியரையும் அவரது மனைவியையும் சந்தித்தது சுவாமிஜியின் வாழ்க்கையில் பெரிய மாற்றத்தை ஏற்படுத்தியது. மிசஸ் ரைட் சுவாமிஜிபற்றி எழுதுகிறார்:

'அவர் முழங்காலுக்குக் கீழே நீண்டிருக்கும் அங்கியை அணிந் திருந்தார். அது பாதிரிகள் அணிவதைப்போன்ற உடை. இடுப்பில் நீண்ட தடித்த காவித் துணியினால் ஆன அங்கியை இறுக்கிக் கட்டியிருந்தார். தன்னை தாண்டிச் செல்லும் எவரையும் திரும்பிப் பார்க்கத் தூண்டும் ஒரு கம்பீரம் அவரிடம் இருந்தது. அவரது பேச்சில் அனைவரும் மயங்கினர். பணம் இல்லாமல் ஒன்றும் நடக்காது என்றிருந்த நிலையிலும் பணத்தின்மீது துளியும்பற்றின்றி அவர் இருந்தது எங்களுக்கு வியப்பாக இருந்தது.'

பல இடங்களிலிருந்து சுவாமிஜிக்கு சொற்பொழிவு ஆற்ற அழைப்புகள் வந்தன. இளைஞர்களுக்காகவும் குழந்தைக ளுக்காகவும் ஒரு நாள் பேசினார். சிகாகோ போவதற்கு முன்னால் மூன்று வாரங்களில் 11 சொற்பொழிவுகள் ஆற்றினார்.

அவரை சர்வமத மகாசபையில் கலந்து கொள்ளும் பிரதிநிதியாக ஏற்றுக் கொண்டதுபற்றிய கடிதம் சுவாமிஜிக்கு செப்டம்பர் இரண்டாம் தேதி கிடைத்தது. சுவாமிஜிக்கு இன்னும் சோத னைகள் முடிவடையவில்லை. சிகாகோ ரயில் நிலையத்தில் இறங்கிய அவருக்கு வழி காட்ட யாரும் முன் வரவில்லை. சோர்ந்து போய் வீதியிலேயே அமர்ந்துவிட்டார்.

நம்பினார் கெடுவதில்லை என்ற பொன்மொழிகேற்ப சுவாமிஜி அமர்ந்திருந்த இடத்துக்கு எதிரில் இருந்த வீட்டின் கதவுகளைத் திறந்து கொண்டு கம்பீரமான பெண்மணி ஒருவர் சுவாமிஜியின் அருகில் வந்தார். சுவாமிஜியின் நிலையை அறிந்து கொண்டு தன் வீட்டுக்கு அவரை அழைத்துச் சென்றார். அந்த பெண்மணி மிசஸ் ஹேல். அவருடைய உதவியுடன் சர்வமத மகாசபையின் பொறுப்பாளர்களைத் தொடர்புகொண்ட சுவாமிஜி அந்த சபையில் ஒரு பிரதிநிதியாக ஏற்றுக்கொள்ளப்பட்டார்.

சிகாகோவின் கலை கழகக் கட்டிடம்

சுவாமிஜியின் சொற்பொழிவைக் கேட்பதற்கு முன் அந்தப் புகழ் பெற்ற நிகழ்வு நடந்த இடத்தைப் பார்ப்போம்.

மிச்சிகன் அவென்யுவில் சிகாகோ கலைக்கழகம் அமைந் திருந்தது. ஓவியங்கள், சிற்பங்கள், செப்புச் சிலைகள் என்று பல்வேறு கலைப் பொருள்களை உள்ளடக்கி, உலகக் கண்காட்சியின் ஓர் அம்சமாக இந்தக் கட்டடம் அமைந்திருந்தது. அங்கிருந்த கொலம்பஸ் ஹாலில் சர்வமத மகா சபை 1893 செப்டம்பர் 11 ஆம் தேதி முதல் 27வரை கூடியது. அந்த ஹாலின் இருந்த இரண்டு தளங்களிலும் சுமார் 4,000 பேர்கள் அமரமுடியும். ஆனாலும் பலருக்கு உட்கார இடம் கிடைக்காமல் போகவே நான்காம் நாளிலிருந்து வாஷிங்டன் ஹாலில் நிகழ்ச்சிகள் நடைபெற்றன. தினந்தோறும் நிகழ்ச்சிகள் 3 பகுதிகளாக நடந்தன. ஒவ்வொரு பகுதியும் இரண்டு மூன்று மணிநேரம் நடந்தன.

மேடை அமைப்பு

சர்வமத மகாசபையில் கலந்து கொள்ளும் பிரதிநிதிகள் அமரும் மேடை 50 அடி நீளமும், 15 அடி அகலமும் கொண்டதாக இருந்தது. ரோமானிய மேதை மார்கஸ் டுல்லியஸ் ஸிஸரோ, கிரீஸின் மிகச்சிறந்த பேச்சாளர் டெமஸ்தனிஸ் ஆகிய இருவரின் பளிங்குச் சிலைகள் அந்த மேடைமீது இருந்தன. இவைகளுக்கு நடுவே உயர்ந்த இரும்பு நாற்காலி சிம்மாசனம் போல போடப் பட்டிருந்தது. இந்த சிம்மாசனத்துக்கு இருபக்கமும் 3 வரிசை நாற்காலிகள் போடப்பட்டிருந்தன. ஒவ்வொரு வரிசையிலும் முப்பது நாற்காலிகள் போடப்பட்டிருந்தன. மேடையின் பின்புறம் கண்ணைக் கவரும் ஹீப்ரு, ஜப்பானிய ஓவியங்களால் அழகு படுத்தப் பட்டிருந்தது. டெமஸ்தனிஸ் சிலைக்குப் பக்கத்தில் வலது கையால் ஒரு பறவையைப் பறக்க விடுவது போல நிற்கும் கல்வி தேவதையின் செப்பு சிலை ஒன்றும் மேடையை அலங்கரித்தது.

பிரதிநிதிகள் வருகை

காலை பத்து மணி. சர்வமத மகா சபையில் கலந்து கொள்ளும் உலகின் பத்து முக்கிய மதங்களை குறிக்கும் வகையில் அங்கிருந்த நியூ லிபர்டி மணி பத்து முறை அடித்தது. அமெரிக்க கத்தோலிக்க சபையில் மிக உயர்ந்த பதவி வகிக்கும் கார்டினல் கிப்பன்ஸூம், வழக்கறிஞர் போனியும் கை கோர்த்தபடி முன்நடத்தி செல்ல, பிரதிநிதிகளின் ஊர்வலம் தொடங்கியது. பிரதிநிதிகளின் உடைகள், அவர்கள் ஏந்திவந்த மதச் சின்னங்கள்,

அவர்களின் விதம்விதமான தலை அலங்காரங்கள் எல்லாமே பார்வையாளர்களிடையே ஒருவித உற்சாக எதிர்பார்ப்பை உருவாக்கியது.

சுவாமிஜியின் தோற்றம்

சுவாமிஜி சிவப்பு வண்ண உடையும், மஞ்சள் வண்ண தலைப் பாகையும் அணிந்து 31ஆம் இருக்கையில் அமர்ந்திருந்தார். அவருக்கு அருகில் பம்பாயின் நகர்கர், இலங்கையின் தர்மபாலர், மஜூம்தார், சமண மதத்தைச் சேர்ந்த வீர்சந்த் காந்தி, தியசாபிகல் சொசைட்டியின் பிரதிநிதிகள் ஞான்சந்திர சக்கரவர்த்தி, அன்னிபெசன்ட் ஆகியோர் அமர்ந்திருந்தனர்.

முதல் நாள் நிகழ்ச்சிகள்

சர்வமத மகாசபையின் நிகழ்ச்சிகள் கிறிஸ்தவ மதப் பிரார்த்தனை யுடன் தொடங்கின. இசை, விழா, உரைகள் என்று ஆரவாரமாக மகா சபை ஆரம்பித்தது. முதல் நாள் தங்கள் நாட்டுக்கு வருகை தந்துள்ள பல்வேறு மதப் பிரதிநிதிகளை அவையினருக்கு அறிமுகம் செய்து, அவர்களுக்கு வரவேற்புரை வாசிக்கப்பட்டது. தொடர்ந்து வரவேற்புரையை ஏற்றுக்கொண்டு பிரதிநிதிகளின் நன்றி நவிலல். கிரேக்க சர்ச்சின் ஆர்ச் பிஷப் ஜாந்தே, மஜூம்தார், கன்ஃபூஷியஸ் மத பிரதிநிதி புங் க்வாங் யூ, புத்த மதப் பிரதிநிதி தர்மபாலர் ஆகியோர் காலைப் பகுதியில் பேசினார்.

சுவாமிஜி நடப்பவற்றை மௌனமாகப் பார்த்துக்கொண்டு தனக்குள் ஆழ்ந்திருந்தார். அவர் மனதில் பலவிதமான எண்ணங்கள் ஓடிக் கொண்டிருந்தன. பலமுறை அவரது பெயர் அழைக்கப்பட்டும் அப்புறம் அப்புறம் என்று தள்ளிப் போட்டுக் கொண்டே இருந்தார். மாலை வேளையும் வந்துவிட்டது. கடைசியில் எழுந்தார். ஒரு நிமிடம் கலைமகளை மனதுக்குள் வழிபட்டார்.

‘அமெரிக்க சகோதரிகளே, சகோதரர்களே’

என்று தன் உரையை ஆரம்பித்தார். அடுத்த கணமே ஏதோ மந்திரச் சொற்களைக் கேட்டது போல அவையினர் எல்லோரும் எழுந்து நின்று கைதட்ட ஆரம்பித்தனர். மதங்களின் சாராம்சமே மனிதர்கள் அனைவரையும் சகோதரர்களாகப் பார்ப்பதுதானே.

உலகில் பொதுவாக மேடைப் பேச்சை ஆரம்பிப்பதற்கு முன்பாக, கனவான்களே, சீமாட்டிகளே (லேடிஸ் அண்ட் ஜெண்டில்மென்) என்றுதான் பேச ஆரம்பிப்பார்கள். ஆனால், சுவாமிஜி அந்த மரபை உடைத்து எறிந்ததோடு, அந்த சர்வ சமய சபையின் ஒட்டுமொத்த ஆன்மாவை, எதிர்பார்ப்பை, சகோதர சகோதரிகளே என்று ஆரம்பித்ததன் மூலம் முழுமையாக வெளிப்படுத்திவிட்டார்.

அமெரிக்க கிறிஸ்தவ பிரதிநிதிகள் உலக அரங்கில் தமது மதத்தை முதல் இடத்துக்குக் கொண்டுவந்துவிடுவதற்கான ஓர் வாய்ப்பாக அந்த சர்வ மத மகா சபையை நடத்தினார்கள். ஆனால், அந்த ஒற்றை வாக்கியத்தின் மூலம் விவேகானந்தர், எந்த மதம் உலகில் இருக்கும் அனைவரையும் சகோதர சகோதரிகளாகப் பார்க்குமோ அந்த மதமே உலகின் உன்னத மதம் என்பதை வெகு அழுத்தமாக மிக எளிய வரிகளில் நிரூபித்துவிட்டார்.

உண்மையில் சுவாமிஜி அந்த உலகப் புகழ் பெற்ற உரையை நிகழ்த்துவதற்கு முன்பாக மிகவும் பதற்றத்துடன் இருந்திருக்கிறார். தனது நிலைபற்றி சுவாமிஜியே கூறுவதைக் கேட்கலாம்: ‘என் இதயம் படபடத்தது. நாக்கு உலர்ந்து போயிற்று; உடல் நடுங்கியது. இவை காரணமாகவே காலையில் பேசவில்லை. எனக்கு முன் பேசியவர்கள் தங்கள் உரைகளை முன்னமேயே தயாரித்துக் கொண்டு வந்தனர். நான் இதுபோன்ற எந்தவித ஆயத்தமும் செய்து கொண்டு வரவில்லை. சர்வமத மகாசபை அமைப்புக் குழுவின் தலைவர் ஜான் ஹென்றி பரோஸ் என்னை அறிமுகம் செய்துவைத்தார். கலைமகளை வணங்கிவிட்டு மேடைக்கு வந்தேன்.’

சுவாமிஜியின் அந்த உன்னத உரையை அடுத்த அத்தியாயத்தில் பார்ப்போம்.

6

சிகாகோ சொற்பொழிவு

அமெரிக்க சகோதரிகளே, சகோதரர்களே!

இன்பமும் இதமும் கனிந்த உங்கள் வரவேற்புக்கு மறுமொழி கூற இப்போது உங்கள் முன் நிற்கிறேன். என் இதயத்தில் மகிழ்ச்சி பொங்குகிறது. அதனை வெளியிட வார்த்தைகள் இல்லை. உலகத்தின் மிகப்பழமை வாய்ந்த துறவியர் பரம்பரையின் பெயரால் உங்களுக்கு நன்றி கூறுகிறேன். அனைத்து மதங்களின் அன்னையின் பெயரால் நன்றி கூறுகிறேன். பல்வேறு இனங்களையும் பிரிவுகளையும் சார்ந்த கோடிக்கணக்கான இந்துப் பெருமக்களின் பெயரால் நன்றி கூறுகிறேன்.

இந்த மேடையில் அமர்ந்துள்ள பேச்சாளர்களுள் சிலர் கீழ்த்திசை நாடுகளிலிருந்து வந்துள்ள பிரதிநிதிகளைப்பற்றிக் குறிப்பிடும் போது, 'வேற்று சமய நெறிகளை வெறுக்காத பண்பினைப் பல நாடுகளுக்கு எடுத்துச் சென்ற பெருமை, தொலைவிலுள்ள நாடுகளிலிருந்து வந்துள்ள இவர்களைத்தான் சாரும்' என்று உங்களுக்குக் கூறினார்கள். அவர்களுக்கும் என் நன்றி. பிற சமயக் கொள்கைகளை வெறுக்காமல் மதித்தல், அவற்றை எதிர்ப்பு இன்றி ஏற்றுக் கொள்ளுதல் ஆகிய இரு பண்புகளை உலகத்துக்குப் புகட்டிய மதத்தைச் சார்ந்தவன் நான் என்பதில் பெருமை அடைகிறேன். எதையும் வெறுக்காமல் மதிக்க வேண்டும் என்னும் கொள்கையை நாங்கள் நம்புவதோடு, எல்லா மதங்களும் உண்மை என்று ஒப்புக்கொள்ளவும் செய்கிறோம்.

உலகிலுள்ள அனைத்து நாடுகளாலும் அனைத்து மதங்களாலும் கொடுமைப் படுத்தப்பட்டவர்களுக்கும், நாட்டை விட்டு

விரட்டி அடிக்கப் பட்டவர்களுக்கும் புகலிடம் அளித்த நாட்டைச் சேர்ந்தவன் நான் என்பதில் பெருமைப்படுகிறேன். ரோமானியரின் கொடுமையால், தங்கள் திருக்கோயில் சிதைந்து சீரழிந்த அதே வருடம் தென்னிந்தியாவுக்கு வந்து எங்களிடம் தஞ்சமடைந்த அந்தக் கலப்பற்ற இஸ்ரேல் மரபினர்களுள் எஞ்சி நின்றவர்களை மனமாரத் தழுவித் கொண்டவர்கள் நாங்கள் என்று கூறிக் கொள்வதில் பெருமைப்படுகிறேன். பெருமைமிக்க சொராஸ்டிரிய மதத்தினரில் எஞ்சியிருந்தோருக்கு அடைக்கலம் அளித்து, இன்னும் பேணிக் காத்து வருகிற சமயத்தைச் சார்ந்தவன் என்பதில் பெருமை கொள்கிறேன்.

என் அருமைச் சகோதரர்களே! பிள்ளைப் பருவத்திலிருந்தே நான் பாடிப் பயின்று வருவதும், கோடிக்கணக்கான மக்களால் நாள்தோறும் இன்றும் தொடர்ந்து ஓதப்பட்டு வருவதுமான பாடலின் ஒரு சில வரிகளை இங்கு, உங்கள் முன் குறிப்பிட விரும்புகிறேன்.

எங்கெங்கோ தோன்றுகின்ற ஓடையெல்லாம்
இறுதியிலே கடலில் சென்று
சங்கமாம் பான்மையினைப் போன்றுலகோர்
பின்பற்றும் தன்மை யாலே
துங்கமிகு நெறி பலவாய் நேராயும்
வளைவாயும் தோன்றி னாலும்
அங்கு அவைதாம் எம்பெரும! ஈற்றில் உனை
அடைகின்ற ஆறே யன்றோ!

இதுவரை நடந்துள்ள மாநாடுகளில், மிக மிகச் சிறந்ததாகக் கருதக்கூடிய இந்தப் பேரவை, கீதையில் உபதேசிக்கப்பட்டுள்ள பின்வரும் அற்புதமான ஓர் உண்மையை உலகத்துக்கு பிரகடனம் செய்துள்ளது என்பதைக் குறிப்பிட விரும்புகிறேன்: *'யார் எந்த வழியாக என்னிடம் வர முயன்றாலும், நான் அவர்களை அடைகிறேன். ஒவ்வொருவரும் ஒவ்வொரு வழிகளில் என்னை அடைய முயல்கிறார்கள். அவை எல்லாம் இறுதியில் என்னையே அடைகின்றன.'*

பிரிவினைவாதம், அளவுக்கு மீறிய மதப்பற்று, இவற்றால் உண்டான மதவெறி, இவை இந்த அழகிய உலகை நெடுநாளாக இறுகப் பற்றியுள்ளன. அவை இந்த பூமியை நிரப்பியுள்ளன. உலகை ரத்த வெள்ளத்தில் மீண்டும் மீண்டும் மூழ்கடித்து,

நாகரிகத்தை அழித்து, எத்தனையோ நாடுகளை நிலைகுலையச் செய்துவிட்டன. அந்தக் கொடிய அரக்கத்தனமான செயல்கள் இல்லாதிருந்தால் மனித சமுதாயம் இன்றிருப்பதைவிடப் பலமடங்கு உயர்நிலை எய்தியிருக்கும்!

அவற்றுக்கு அழிவு காலம் வந்துவிட்டது. இன்று காலையில் இந்தப் பேரவையின் ஆரம்பத்தைக் குறிப்பிட முழங்கிய மணி, மத வெறிகளுக்கும், வாளாலும் பேனாவாலும் நடைபெறுகின்ற கொடுமைகளுக்கும், ஒரே குறிக்கோளை அடைய பல்வேறு வழிகளில் சென்று கொண்டிருக்கும் மக்களிடையே நிலவும் இரக்கமற்ற உணர்ச்சிகளுக்கும் சாவு மணியாகும் என்று நான் திடமாக நம்புகிறேன்.

ஒரு சிறு கதை சொல்லப் போகிறேன். இப்போது பேசிய சிறந்த பேச்சாளர், 'நாம் ஒருவரையொருவர் தூற்றுவதை நிறுத்த வேண்டும்' என்று கூறியதைக் கேட்டீர்கள். இவ்வளவு வேறுபாடுகள் இருப்பதற்காக அவர் வருத்தப்பட்டார். இந்த வேறுபாடுகளுக்குக் காரணம் என்ன என்பதை விளக்க ஒரு கதை சொல்லவேண்டும் என்று நினைக்கிறேன்.

ஒரு கிணற்றில் தவளை ஒன்று வாழ்ந்தது. நீண்ட காலமாக அங்கு அது வசித்து வந்தது. அங்கேயே பிறந்து அங்கேயே வளர்ந்த அந்தத் தவளை சின்னஞ் சிறியது. அது கண்களை இழந்துவிட்டதா, இல்லையா என்று சொல்வதற்கு, நல்ல வேளையாக அங்கே பரிணாமவாதிகள் யாரும் இல்லை. நம் கதைக்காக, அதற்குக் கண்கள் இருந்தன என்றே வைத்துக் கொள்வோம். அந்தத் தவளை நாள்தோறும் நீரிலிருந்து புழு பூச்சிகளையும் கிருமிகளையும் மிகவும் சுறுசுறுப்பாக அகற்றிச் சுத்தப்படுத்தியது. அந்தச் சுறுசுறுப்பு, நம் தற்காலக் கிருமி ஆராய்ச்சியாளர்களுக்கு இருந்தால் அது அவர்களுக்குப் பெருமை தரும் விஷயமாகும். அவ்வாறே வாழ்ந்ததால் அந்தத் தவளை சிறிது பருத்தும் விட்டது.

ஒரு நாள் கடலில் வாழ்ந்து வந்த தவளையொன்று அங்கு வந்து அந்தக் கிணற்றில் விழுந்துவிட்டது.

'நீ எங்கிருந்து வருகிறாய்?'

'கடலிலிருந்து'

'கடலா? அது எவ்வளவு பெரியது? எனது கிணற்றளவு பெரியதா யிருக்குமா?' என்று கூறி, ஒரு பக்கத்திலிருந்து எதிர்ப்பக்கத் துக்குத் தாவிக் குதித்தது கிணற்றுத் தவளை.

'நண்பா, இந்தச் சின்னக் கிணற்றோடு எப்படிக் கடலை ஒப்பிட முடியும்?' என்று கேட்டது கடல் தவளை.

கிணற்றுத் தவளை மறுபடியும் ஒரு குதிகுதித்து, 'உனது கடல் இவ்வளவு பெரிதாய் இருக்குமோ?' என்று கேட்டது.

'சேச்சே! என்ன முட்டாள்தனம்! கடலை உன் கிணற்றோடு ஒப்பிடுவதா?'

'நீ என்ன சொன்னாலும் சரி, என் கிணற்றை விட எதுவும் பெரிதாக இருக்க முடியாது. கண்டிப்பாக, இதைவிடப் பெரிதாக எதுவும் இருக்க முடியாது. இவன் பொய்யன், இவனை வெளியே விரட்டுங்கள்!' என்று கத்தியது கிணற்றுத் தவளை.

காலம் காலமாக இருந்து வரும் கஷ்டம் இதுதான். நான் இந்து. நான் என் சிறிய கிணற்றுக்குள் இருந்துகொண்டு என் சிறு கிணறுதான் முழுவுலகம் என்று நினைக்கிறேன். கிறிஸ்தவன் தனது மதமாகிய சிறு கிணற்றுக்குள் அமர்ந்து கொண்டு, தன் கிணறுதான் முழுவுலகம் என்று நினைக்கிறான். அவ்வாறே முகம்மதியனும் தன் சிறு கிணற்றில் உட்கார்ந்து கொண்டு, அது தான் முழுவுலகம் என்று நினைக்கிறான். நமது இந்தச் சிறிய உலகின் எல்லைகளைத் தகர்த்தெறிய, அமெரிக்கர்களாகிய நீங்கள் எடுத்துக்கொண்டிருக்கும் பெரிய முயற்சிக்காக நான் உங்களுக்கு நன்றி செலுத்தவேண்டும். வருங்காலத்தில், உங்கள் விருப்பம் நிறைவேற இறைவன் அருள் புரிவான் என்று நம்புகிறேன்.

வரலாற்றுக்கு முற்பட்ட காலத்திலேயே தோன்றி, இன்றும் நிலைத்து நிற்கும் மதங்கள் மூன்று. அவை இந்து மதம், சொராஸ்டிரிய மதம், யூத மதம் ஆகும். அவை அனைத்தும் பல கடுமையான அதிர்ச்சிகளுக்கு உட்பட்டும், இன்றும் நிலைத் திருப்பதின் வாயிலாக தங்கள் உள் வலிமையை நிரூபிக்கின்றன.

யூத மதம் கிறிஸ்தவ மதத்தைத் தன்னுடன் இணைத்துக்கொள்ளத் தவறியது மட்டுமின்றி, அனைத்தையும் வெற்றி கொண்டதும் தன்னிலிருந்து தோன்றியதுமான கிறிஸ்தவ மதத்தால், பிறந்த

இடத்திலிருந்தே விரட்டி அடிக்கப்பட்டுவிட்டது. இன்று தங்கள் பெருமைக்குரிய மதத்தை நினைவுபடுத்த ஒரு சில பார்ஸிகள் மட்டுமே வாழ்ந்து வருகிறார்கள்.

இந்திய மண்ணில் ஒன்றன் பின் ஒன்றாக எத்தனையோ கிளைமதங்கள் உண்டாகின.வேத நெறியின் அடித்தளத்தையே அவை உலுக்கிவிடும் போலத் தோன்றியது. ஆனால், பயங்கரமான நில நடுக்கம் ஏற்பட்டால், எப்படிக் கடலானது சிறிது நேரம் பின்னோக்கிச் சென்று, பின்னர் ஆயிரம் மடங்கு சீற்றத்துடன் பெருகி வந்து அனைத்தையும் வளைத்துக் கொள் கிறதோ, அது போல, எல்லா கிளை மதங்களும் ஆரம்ப ஆரவாரம் ஓய்ந்ததும் மிகப்பெரியதான தாய்மதத்தால் கவர்ந்து இழுக்கப்பட்டு, அதனுள் இரண்டறக் கலந்துவிட்டன.

அறிவியலின் இன்றைய கண்டுபிடிப்புகள் எந்த வேதநாதத்தின் எதிரொலிகள் போன்று உள்ளனவோ, அந்த வேதாந்த தத்துவத் தின் மிக உயர்ந்த ஆன்மிகக் கோட்பாடுகள் முதல் பல்வேறு புராணக் கதைகள் கொண்ட மிகச் சாதாரண உருவ வழிபாட்டுக் கருத்துகள், பௌத்தர்களின் சூன்யவாதம், சமணர்களின் நாத்திக வாதம், ஆகிய அனைத்துக்கும் இந்து சமயத்தில் இடம் உள்ளது. அப்படியானால் ஒன்றுக்கொன்று மிகவும் வேறுபட்டு நிற்கும் இவை அனைத்தும் ஒன்று சேரும் பொதுமையம் எங்கே இருக்கிறது என்ற கேள்வி எழுகிறது. ஒன்று சேரவே முடியாதது போல் தோன்றுகின்ற இவை அனைத்தும் ஒருங்கிணைவதற்கான அடித்தளம் எங்கிருக்கிறது? இந்தக் கேள்விக்குத்தான் நான் விடை கூற முயற்சி செய்யப்போகிறேன்.

தெய்வீக வெளிப்பாடான (Revelation) வேதங்களிலிருந்து இந்துக்கள் தங்கள் மதத்தைப் பெற்றுள்ளனர். வேதங்களுக்கு ஆரம்பமும் முடிவும் இல்லை என்பது அவர்கள் கூற்று. ஒரு நூலுக்கு ஆரம்பமோ முடிவோ இல்லாதிருக்குமா? அது அபத்தம் என்று உங்களுக்குத் தோன்றும். ஆனால் வேதங்கள் என்று குறிப்பிடப்படுவது நூல்கள் அன்று. வெவ்வேறு மக்களால், வெவ்வேறு காலங்களில் திரட்டி வைக்கப்பட்ட, ஆன்மீக விதிகளின் கருவூலமே வேதங்கள். புவியீர்ப்பு விதி அது கண்டறியப்படும் முன்னரே இருந்தது. மனித இனம் முழுவதும் அதை மறந்து விட்டாலும் அது இருக்கும். அவ்வாறே ஆன்மிக உலகின் விதிகளும். ஓர் ஆன்மாவுக்கும் இன்னோர் ஆன்மா

வுக்கும், தனிப்பட்ட ஆன்மாக்களுக்கும் அனைத்து ஆன்மாக்களின் தந்தைக்கும் இடையே உள்ள தார்மிக, ஆன்மிக, நீதி நெறி உறவுகள், அவை கண்டுபிடிக்கப்படுவதற்கு முன்னரும் இருந்தன. நாம் அவற்றை மறந்தாலும் இருக்கும்.

இந்த விதிகளைக் கண்டறிந்தவர்கள் ரிஷிகள் எனப்பட்டனர். பூரணத்துவம் அடைந்தவர்கள் என்று அவர்களை நாங்கள் போற்றுகிறோம். அவர்களுள் மிகச் சிறந்த சிலர் பெண்கள் என்பதைக் கூறுவதில் பெருமகிழ்ச்சி அடைகிறேன்.

இந்த விதிகள், அவை விதிகளாதலால், முடிவில்லாமல் இருக்கலாம். ஆனால் தொடக்கம் இருந்திருக்க வேண்டுமே என்று கூறலாம். படைப்பு, தொடக்கமும் முடிவும் இல்லாதது என்று வேதங்கள் போதிக்கின்றன. பிரபஞ்ச சக்தியின் மொத்த அளவு என்றும் ஒரே அளவில்தான் இருக்கிறதென்று விஞ்ஞானம் நிரூபித்திருப்பதாகச் சொல்லப்படுகிறது. அப்படியானால், பிரபஞ்சத்தில் ஒன்றுமே இருந்திராத ஒரு காலம் இருந்திருக்குமானால் இப்போது காணப்படும் சக்தி அனைத்தும் எங்கிருந்தது? அது கடவுளிடம் ஒடுக்க நிலையில்இருந்தது என்று சிலர் கூறுகிறார்கள். அப்படியானால் கடவுள், சில காலம் ஒடுக்க நிலையிலும் சில காலம் இயக்க நிலையிலும் இருக்கிறார் என்றாகிறது. அதாவது, கடவுள் மாறக்கூடிய தன்மை கொண்டவர். மாறக்கூடிய பொருள் கூட்டுப் பொருளாகத் தானிருக்க வேண்டும். எல்லா கூட்டுப் பொருள்களும் அழிவு என்னும் மாறுதலை அடைந்தே தீரவேண்டும். எனவே, கடவுள் இறந்து விடுவார் என்றாகிறது. இது அபத்தம். ஆகையால் படைப்பு இல்லாதிருந்த காலம் ஒருபோதும் இருந்ததில்லை.

இதை ஓர் உவமையால் விளக்குகிறேன். படைப்புத் தொழிலும் படைப்பவனும், தொடக்கமும் முடிவும் இல்லாது சமதூரத்தில் ஓடுகிற இரண்டு இணைகோடுகள். கடவுள் எப்போதும் செயல்பட்டுக்கொண்டிருக்கும் பரம்பொருள். அவரது சக்தியால் ஒழுங்கற்ற நிலையிலிருந்து (Chaos) பல ஒழுங்கு முறைகள் (Systems) ஒன்றன் பின் ஒன்றாகத் தோன்றுகின்றன. சிறிது காலம் செயல்படுகின்றன, பின்னர் அழிந்து விடுகின்றன. இதையே அந்தணச் சிறுவன் தினமும் ஓதுகிறான்: ‘பழைய கல்பங்களில் இருந்த சூரியர்களையும் சந்திரர்களையும் போன்றே சூரியனையும் சந்திரனையும் கடவுள் படைத்தார்.’ இது தற்கால அறிவியலுக்குப் பொருந்தியதாக உள்ளது.

இங்கு நான் நிற்கிறேன். கண்களை மூடிக்கொண்டு, 'நான், நான், நான்' என்று என்னைப்பற்றி நினைத்தால் என்னுள் என்ன தோன்றுகிறது? உடலைப்பற்றிய எண்ணம்தான். அப்படி யானால் ஜடப் பொருள்களின் மொத்த உருவம் தானா நான்? 'இல்லை' என்கின்றன வேதங்கள். நான் உடலில் உறைகிற ஆன்மா. நான் அழிய மாட்டேன். நான் இந்த உடலில் இருக் கிறேன். இது வீழ்ந்துவிடும். ஆனால் நான் வாழ்ந்து கொண்டே இருப்பேன். நான் முன்னமும் வாழ்ந்து கொண்டுதான் இருந் தேன். ஆன்மா படைக்கப்பட்டதன்று. படைக்கப்பட்டதாயின் அது பல பொருள்களின் சேர்க்கையாகும். அப்படியானால் வருங்காலத்தில் அது கண்டிப்பாக அழிந்து போகவேண்டும். எனவே, ஆன்மா படைக்கப்பட்டதானால் அது இறக்கவேண்டும்.

சிலர் பிறக்கும்போதே இன்பத்தில் பிறக்கிறார்கள். உடல் வளத்தோடும் வனப்போடும் மனவலிமையோடும், தேவைகள் அனைத்தும் நிறைவேறப் பெற்று வாழ்கிறார்கள். சிலர் துயரத்திலேயே பிறக்கிறார்கள். சிலர் முடமாகவும் நொண்டி யாகவும் இருக்கிறார்கள். சிலர் முட்டாள்களாகவே வாழ்ந்து, வாழ்க்கை முழுவதையும் ஏதோ இழுபறி நிலையிலேயே கடத்துகிறார்கள்.

அவர்கள் அனைவரும் படைக்கப்பட்டவர்கள் என்றால், நேர்மையும் கருணையும் உள்ள கடவுள், ஒருவரை இன்பத்தில் திளைப்பவராகவும் இன்னொருவரைத் துன்பத்தில் உழல்பவராக வும் ஏன் படைக்கவேண்டும்? அவர் ஏன் அத்தனை வேறுபாடு காட்டவேண்டும்? இந்தப் பிறவியில் துன்பப்படுபவர்கள் அடுத்த பிறவியில் இன்பம் அடைவார்கள் என்று கூறுவதும் பொருந்தாது. நேர்மையும் கருணையும் கொண்ட கடவுளின் ஆட்சியில் ஏன் ஒருவர் துயருறவேண்டும்?

ஆகவே, படைப்பாளராகிய கடவுள் ஒருவர் இருக்கிறார் என்று கொள்வது இந்த முரண்பாட்டைத் தெளிவுபடுத்தவில்லை. மாறாக, எல்லா வல்லமையும் வாய்ந்த ஒருவரின் கொடுங் கோன்மையையே காட்டுகிறது. அப்படியானால், ஒருவன் மகிழ்வதற்கோ துயரத்தில் உழல்வதற்கோ உரிய காரணங்கள், அவன் பிறப்பதற்கு முன்பே இருந்திருக்கவேண்டும். அவையே அவனது முற்பிறப்பின் வினைகள். ஒருவனுடைய உடல், உள்ளம் ஆகியவற்றின் இயல்புகள் பரம்பரையாக வருவது என்று காரணம் காட்டப்படுகிறது அல்லவா?

வாழ்க்கையில் இரண்டு இணை கோடுகள் உள்ளன - ஒன்று மனத்தைப்பற்றியது. இன்னொன்று ஜடப்பொருளைப்பற்றியது. ஜடப் பொருளும் அதன் மாற்றங்களும்மட்டுமே நமது இப்போதைய நிலையை விளக்கிவிடும் என்றால் ஆன்மா என்ற ஒன்று இருக்கிறது என்று கொள்ள வேண்டிய அவசியம் இல்லை. ஆனால் ஜடத்திலிருந்து எண்ணம் தோன்றியது என்று நிரூபிக்க முடியாது. தத்துவப்படி, ஒரே ஒரு பொருள்தான் இருக்க முடியுமானால் ஆன்மா ஒன்றே ஒன்றுதான் இருக்கவேண்டும். ஆனால் இவை எதுவும் இப்போது நமக்கு அவசியமில்லை.

பரம்பரையின் மூலம் உடல்கள் சில இயல்புகளைப் பெறு கின்றன என்பதை நாம் மறுக்க முடியாது. ஆனால் குறிப்பிட்ட மனம் குறிப்பிட்டவிதமாகச் செயல்படுவதற்கு ஆதாரமாக இருக்கிற ஒரு தூல உருவத்தையே இந்த இயல்புகள் குறிக் கின்றன. இனி, ஆன்மாவுக்கும் கடந்தகால விளைவுகளின் காரணமாகச் சில குறிப்பிட்ட இயல்புகள் ஏற்படுகின்றன.

குறிப்பிட்ட இயல்புகளுடன் கூடிய ஆன்மா, குண ஒற்றுமை விதிகளுக்கு (Laws of Affinity) இணங்க எந்த உடலில் பிறந்தால் அந்த இயல்புகளை வெளிப்படுத்த முடியுமோ அந்த உடலில் பிறக்கிறது. இது அறிவியலுக்கு ஏற்புடையது. ஏனெனில், அறிவியல் எதையும் பழக்கத்தைக் கொண்டே விளக்க விரும்புகிறது. பழக்கமோ எதையும் திரும்பத் திரும்பச் செய் வதால் தான் உண்டாகிறது. ஆகவே புதிதாகப் பிறந்த ஓர் ஆன்மாவின் இயல்புகளை விளக்குவதற்கு, அது அந்தச் செயலைத் திரும்பத் திரும்பச் செய்திருக்கவேண்டும் என்று ஆகிறது. அந்த இயல்புகள் இந்தப் பிறவியில் பெறப்பட்டவை அல்ல. ஆதலால் அவை முந்தைய பிறப்புகளிலிருந்து வந்திருக்க வேண்டும்.

இன்னொரு கருத்தும் இருக்கிறது. இவையெல்லாம் சரியென்றே வைத்துக் கொள்வோம், ஆனால் ஏன் எனக்கு முற்பிறவியைப் பற்றிய எதுவும் நினைவில் இல்லை? இதை எளிதில் விளக்க முடியும். இப்போது நான் ஆங்கிலம் பேசிக் கொண்டிருக் கிறேன். இது என் தாய்மொழி அல்ல. உண்மையில், என் தாய் மொழிச் சொற்கள் எதுவும் என் உணர்வுத்தளத்தில் இப்போது இல்லை. ஆனால் பேசுவதற்குச் சிறிது முயன்றால் போதும், அவை விரைந்து வந்துவிடும். மனக்கடலின் மேற்பரப்பு மட்டுமே உணர்வுப் பகுதி, மனத்தின் ஆழத்தில் தான்

அனுபவங்கள் அனைத்தும் திரண்டு கிடக்கின்றன என்பதையே இது காட்டுகிறது. முயலுங்கள், போராடுங்கள், அவை மேலே வரும். முற்பிறவியையும் நீங்கள் அறியமுடியும்.

இது நேரான, நிரூபிக்கப்படக்கூடிய சான்று. நிரூபிக்கப்படுவது தான் ஒரு கொள்கை சரியென்பதற்குச் சான்று. உலகுக்கு ரிஷிகள் விடுக்கும் அறைகூவல் இதுவே: 'நினைவுக் கடலின் ஆழத்தைக் கிளறிவிடும் ரகசியத்தை நாங்கள் கண்டு பிடித்துள்ளோம். முயலுங்கள், முயன்றால் நீங்களும் நிச்சயமாக முற்பிறவியின் நினைவுகளை முழுமையாகப் பெறுவீர்கள்!'

தான் ஓர் ஆன்மா என்பதை இந்து நம்புகிறான். ஆன்மாவை வாள் வெட்ட முடியாது. நெருப்பு எரிக்க முடியாது, நீர் கரைக்க முடியாது. காற்று உலர்த்த முடியாது. ஒவ்வோர் ஆன்மாவும் எல்லையில்லாத, ஆனால் உடலை மையமாகக் கொண்ட ஒரு வட்டம். இந்த மையம் ஓர் உடலில் இருந்து மற்றோர் உடலுக்கு மாறிச் செல்வதே மரணம் என்று இந்து நம்புகிறான். ஜடப் பொருளின் நியதிகளுக்கும் ஆன்மா கட்டுப்பட்டதல்ல. அது இயல்பாகவே சுதந்திரமானது, தளைகள் அற்றது, வரம்பு அற்றது, புனிதமானது, தூய்மையானது, முழுமையானது. எப்படியோ அது, தான் ஜடத்துடன் கட்டுப்பட்டதாக தன்னைக் காண்கின்றது. எனவே தன்னை ஜடமாகவே கருதுகிறது.

சுதந்திரமான, நிறைவான, தூய்மையான ஆன்மா ஏன் இவ்வாறு ஜடத்துக்கு அடிமையாக இருக்கவேண்டும் என்பது அடுத்த கேள்வி. முழுமையான ஆன்மா, தான் முழுமையற்றது என்ற நம்பிக்கையில் எவ்வாறு மயங்கிவிடமுடியும்? இத்தகைய கேள்விக்கு இங்கு இடமில்லை என்று கூறி, இந்துக்கள் இதைத் தட்டிக் கழிப்பதாகச் சொல்லப்படுகிறது. சில சிந்தனை யாளர்கள், முழுமை நிலைக்குச் சற்றுக் கீழே இருக்கின்ற, ஆனால் முழுமை பெறாத பல தெய்வங்களைக் கூறி, பெரிய பெரிய சொற்களால் இடைவெளியை நிரப்ப முயற்சி செய்வதன் மூலம் இதற்கு விடை காண விரும்புகிறார்கள். ஆனால் பெரிய சொற்களைக் கூறுவது விளக்கமாகிவிடாது. கேள்வி அப்படியே தான் இருக்கிறது. முழுமையான ஒன்று முழுமை நிலை யிலிருந்து எப்படிக் கீழே வரமுடியும்? தூய்மையானதும் முழுமையானதுமான பொருள் தன் இயல்பை எப்படி அணுவளவேனும் மாற்றிக்கொள்ளமுடியும்?

94

இந்து நேர்மையானவன். அவன் குதர்க்கவாதம் செய்து தப்பிக்க விரும்பவில்லை. கேள்வியை ஆண்மையுடன் எதிர் கொள்ளும் துணிவு அவனுக்கு உண்டு. அவனது பதில் இதுதான்: 'எனக்குத் தெரியாது. முழுமையான ஆன்மா, தான் முழுமையற்றது என்றும், ஜடத்துடன் இணைக்கப்பட்டு, அதனால் பாதிக்கப்படு கிறது என்றும் ஏன் தன்னைப்பற்றி நினைக்கஆரம்பித்தது என்று எனக்குத் தெரியாது.' உண்மை என்னவோ அதுதான். ஒவ்வொரு வரும் தன்னை உடலாக நினைத்துக் கொண்டிருப்பது உண்மை தான். தான் உடல் என எண்ணிக் கொள்வது ஏன் என்பதை விளக்க எந்த இந்துவும் முயல்வதில்லை. அது கடவுளின் திருவுளம் என்று பதில் அளிப்பது விளக்கமாகாது. 'எனக்குத் தெரியாது' என்று இந்து கூறுகிறானே அதற்குமேல் எதுவும் சொல்ல முடியாது.

ஆகவே, மனித ஆன்மா நிலையானது. அழிவற்றது, நிறை வானது, எல்லையற்றது. மரணம் என்பது ஓர் உடலில் இருந்து மற்றோர் உடலுக்கு இடம் பெயர்தலே ஆகும். கடந்தகால வினைகளால் நிகழ்காலம் தீர்மானிக்கப்படுகிறது. எதிர்காலம் நிகழ்காலத்தால் நிர்ணயிக்கப்படுகிறது. பிறப்புக்குப் பின் பிறப்பு, இறப்புக்குப் பின் இறப்பு, என்று ஆன்மாமேல் நிலைக்கு உயர்ந்தோ கீழ் நிலைக்குத் தாழ்ந்தோ சென்று கொண்டிருக்கும்.

இங்கு மற்றொரு கேள்வி எழுகிறது. சூறாவளியில் சிக்கி, ஒரு கணம் கடல் அலையின் நுரை நிறைந்த உச்சிக்குத் தள்ளப்பட்டு, அடுத்த கணமே, 'ஆ' வென்று வாயைப் பிளந்து கொண்டிருக்கும் பள்ளத்தில் வீழ்த்தப்பட்டு, நல்வினை தீ வினைகளின் ஆதிக்கத் தில் மேலும் கீழுமாக உருண்டு உழன்று கொண்டிருக்கும் ஒரு சிறு படகா மனிதன்? கடுஞ் சீற்றமும் படுவேகமும் தணியாத தன்மையும் கொண்ட காரண காரியம் என்னும் நீரோட்டத்தில் அகப்பட்டு, அழிந்து போகிற, சக்தியற்ற, உதவியற்ற பொருளா மனிதன்?

இல்லை, விதவையின் கண்ணீரைக் கண்டும், அநாதையின் அழுகுரலைக் கேட்டும், சற்றும் நிற்காமல், தான் செல்லும் வழியிலுள்ள அனைத்தையும் நசுக்கிக் கொண்டு உருண்டு ஓடும் காரணம் என்னும் சக்கரத்தின் அடியில் எறியப்பட்ட புழுவைப் போன்றவனா மனிதன்?

இதை நினைக்கும்போது மனம் தளர்கிறது. ஆனால் இதுதான் இயற்கையின் நியதி. நம்பிக்கை இழந்த நெஞ்சின் அடித்தளத்திலிருந்து 'நம்பிக்கையே கிடையாதா? தப்பிக்க வழியே கிடையாதா' என்ற குரல் எழுந்து மேலே சென்றது. அந்தக் குரல் கருணைத் திருவுருவின் அரியாசனத்தை அடைந்தது. அங்கிருந்து நம்பிக்கையும் ஆறுதலும்அளிக்கும் சொற்கள் கீழே வந்தன. அவை ஒரு வேத முனிவரைக் கிளர்ந்தெழச் செய்ய, அவர் எழுந்து நின்று உலகோரைப் பார்த்து கம்பீர தொனியுடன் பின்வரும் செய்தியை முழங்கினார்: 'ஓ அழயாத பேரின்பத்தின் குழந்தைகளே! கேளுங்கள். உயர் உலகங்களில் வாழ்பவர்களே! நீங்களும் கேளுங்கள். அனைத்து இருளையும், அனைத்து மாயையையும் கடந்து ஆதி முழுமுதலை நான் கண்டு விட்டேன். அவரை அறிந்தால்தான் நீங்கள் மீண்டும் இறப்பிலிருந்து காப்பாற்றப்படுவீர்கள்.'

'அழியாத பேரின்பத்தின் குழந்தைகளே!' ஆ, ஆ! எவ்வளவு இனிமையான, எவ்வளவு நம்பிக்கை ஊட்டும் பெயர்! அருமை சகோதரர்களே! அந்த இனிய பெயரால் உங்களை நான் அழைக்க அனுமதி தாருங்கள். அழியாத பேரின்பத்தின் வாரிசுகளே!ஆம், உங்களைப் பாவிகள் என்று அழைக்க இந்து மறுக்கிறான். நாம் ஆண்டவனின் குழந்தைகள், அழியாத பேரின்பத்தின் பங்குதாரர்கள், புனிதமானவர்கள், பூரணர்கள். வையத்துள் வாழும் தெய்வங்களே! நீங்கள் பாவிகளா? மனிதர்களை அப்படிச் சொல்வது பாவம். மனித இயல்புக்கே அது அழியாத களங்கம். சிங்கங்களே, வீறு கொண்டு எழுங்கள். நீங்கள் ஆடுகள் என்கிற மாயையை உதறித் தள்ளுங்கள். நீங்கள் அழியாத ஆன்மாக்கள், சுதந்திரமான, தெய்விகமான, நிரந்தரமான ஆன்மாக்கள்! நீங்கள் ஜடப்பொருள் அல்ல, நீங்கள் உடல் அல்ல, ஜடப்பொருள் உங்கள் பணியாள், நீங்கள் ஜடப்பொருளின் பணியாளர் அல்ல.

இரக்கமற்ற விதிகளின் ஒரு பயங்கரத் தொகுதியை வேதங்கள் கூறவில்லை, காரணகாரியம் என்னும் எல்லையற்ற சிறைச்சாலையை அறிவிக்கவில்லை. ஆனால், இந்த விதிகளுக்கெல்லாம் முடிவில், ஜடம் சக்தி ஆகியவற்றின் ஒவ்வொரு சிறு பகுதியின் உள்ளும் புறமும் ஒருவன் இருக்கிறான். 'அவனது கட்டளையால் தான் காற்று வீசுகிறது, நெருப்பு எரிகிறது, வானம் பொழிகிறது, உலகில் மரணம் நடைபோடுகிறது' என்றே வேதங்கள் கூறுகின்றன.

அவனது இயல்புதான் என்ன? அவன் எங்கும் நிறைந்தவன், புனிதமானவன், உருவற்றவன், எல்லாம் வல்லவன், பெருங் கருணையாளன். 'அப்பனும் நீ, அன்னையும் நீ, அன்புடைய நண்பனும் நீ, ஆற்றல் அனைத்தின் தோற்றமும் நீ, எமக்கு வலிமை தந்தருள்வாய்! புவனத்தின் சுமையைத் தாங்குபவனே, இந்த வாழ்க்கையின் சுமையைத் தாங்க நீ எனக்குஅருள் புரிவாய்!'- வேத முனிவர்கள் இவ்வாறு பாடினர். அவனை எப்படி வணங்குவது? அன்பினால், இம்மையிலும் மறுமை யிலும் உள்ள எதையும்விட அதிக அன்புக்கு உரியவனாக அவனை வழிபடவேண்டும். வேதங்கள் முழங்குவதும் இந்த அன்பு நெறியையே. கடவுளின் அவதாரம் என்று இந்துக்கள் நம்பிப் போற்றும் ஸ்ரீகிருஷ்ணர் அதை எப்படி வளர்த்தார், மக்களுக்கு போதித்தார் என்று பார்ப்போம்.

மனிதன் இவ்வுலகில் தாமரை இலையைப்போல வாழ வேண்டும் என்று ஸ்ரீகிருஷ்ணர் சொன்னார். அது தண்ணீரில் வளர்கிறது. ஆனால், தண்ணீரால் நனைவதில்லை. அது போல மனிதன் இந்த உலகில் வாழவேண்டும் - இதயத்தை இறைவன்பால் வைத்து கைகளால் வேலை செய்யவேண்டும்.

இவ்வுலக நன்மை அல்லது மறுவுலக நன்மை கருதி, இறை வனிடம் அன்பு செலுத்துவது நல்லதுதான். ஆனால் அன்புக் காகவே அவனை அன்பு செய்வது சிறந்தது. 'எம்பெருமானே, எனக்குச் செல்வமோ, பிள்ளைகளோ, கல்வியோ வேண்டாம். உனது திருவுள்ளம் அதுவானால் நான் மீண்டும் மீண்டும் பிறக்கத் தயாராக இருக்கிறேன். ஆனால், நான் பலன் கருதாது உன்னிடம் அன்புகொள்ளவும், தன்னலமின்றி அன்புக்காகவே அன்பு செய்யவும் அருள் செய்' என்கிறது ஒரு பிரர்த்தனை.

ஸ்ரீகிருஷ்ணரின் சீடர்களுள் ஒருவர், பாரதத்தின் அன்றைய சக்கரவர்த்தியாக விளங்கிய யுதிஷ்டிரர். அவர் பகைவர்களால் நாட்டிலிருந்து விரட்டப்பட்டு, மனைவியுடன் இமயமலைக் காட்டில் வசிக்க நேர்ந்தது. ஒருநாள் அரசி யுதிஷ்டிரரிடம், 'அறத்தில் மிகச் சிறந்து விளங்கும் உங்களுக்கும் ஏன் துன்பம் வரவேண்டும்?' என்று கேட்டாள். அதற்கு யுதிஷ்டிரர், 'தேவி, இதோ, இந்த இமய மலையைப் பார் எவ்வளவு எழிலோடும் மாட்சிமையோடும் காட்சியளிக்கிறது! நான் இதனை நேசிக் கிறேன். இது எனக்கு ஒன்றும் தருவதில்லை. அழகும் கம்பீரமும் நிறைந்தவற்றில் உள்ளத்தைப் பறிகொடுப்பது என் இயல்பு.

அதனால் நான் அதனை விரும்புகிறேன். அது போலவே இறைவனை நான் நேசிக்கிறேன். அவரே அனைத்து அழகுக்கும் கம்பீரத்துக்கும் மூலகாரணம். அன்பு செலுத்தப்படவேண்டியவர் அவர் ஒருவரே. அவரை நேசிப்பது என் இயல்பு. ஆதலால் நான் அவரை நேசிக்கிறேன். நான் எதுவும் கேட்கவில்லை. அவர் விருப்பம்போல் என்னை எங்கு வேண்டுமானாலும் வைக்கட்டும். அன்புக்காகவே அவரிடம் நான் அன்பு செலுத்த வேண்டும். அன்பை விலை பேச என்னால்முடியாது' என்றார்.

ஆன்மா தெய்விகமானது, ஆனால் ஜடப்பொருளின் கட்டுக்குள் அகப்பட்டுக் கொண்டிருக்கிறது என்று வேதங்கள் கூறுகின்றன. இந்தக் கட்டு அவிழும்போது ஆன்மா நிறைநிலையை அடைகிறது. அந்த நிலை முக்தி. முக்தி என்பது விடுதலை என்ற சொல்லால் அழைக்கப்படுகிறது. விடுதலை-நிறைவுறாத நிலையிலிருந்து விடுதலை, மரணத்திலிருந்தும் துன்பத்திலிருந்தும் விடுதலை.

கடவுளின் கருணையால் தான் இந்தக் கட்டு அவிழும். அந்தக் கருணை தூயவர்களுக்குத் தான் கிட்டும். எனவே, அவனது கருணையைப் பெறுவதற்குத் தூய்மை அவசியம் என்றாகிறது. அந்தக் கருணை எப்படிச் செயல்படுகிறது? தூய உள்ளத்தில் அவன் தன்னை வெளிப்படுத்துகிறான், ஆம், தூயவர்களும் மாசற்றவர்களும் இந்தப் பிறவியிலேயே கடவுளைக் காண்கின்றனர். அப்போது தான் இதயக் கோணல்கள் நேராகின்றன, சந்தேகங்கள் அகல்கின்றன. காரணகாரியம் என்ற பயங்கர விதி அவர்களை அணுகுவதில்லை.

இதுதான் இந்து மதத்தின் மையமும், அதன் முக்கியமான அடிப்படைக் கருத்தும் ஆகும்.

இந்து, வார்த்தைகளிலும் கொள்கைகளிலும் வாழ விரும்பவில்லை. புலன் வயப்பட்டசாதாரண வாழ்வுக்கு அப்பாற்பட்ட வாழ்வுகள் உண்டு என்றால், அவன் அவற்றை நேருக்கு நேர் காண விரும்புகிறான். ஜடப்பொருள் அல்லாத ஆன்மா என்ற ஒன்று அவனுள் இருக்குமானால் அதனிடம் நேரே செல்ல விரும்புகிறான். கருணையே வடிவான, எங்கும் நிறைந்த இறைவன் ஒருவர் இருப்பாரானால் அவரை நேரே காண விழைகிறான்.

அவன் அவரைக் காணவேண்டும். அதுதான் அவனது எல்லா சந்தேகங்களையும் அகற்றும். ஆன்மா இருக்கிறது, கடவுள்

இருக்கிறார் என்பதற்கு ஓர் இந்து ஞானி கொடுக்கக் கூடியசிறந்த சான்று, 'நான் ஆன்மாவை கண்டுவிட்டேன்' என்று அவர் கூறுவது தான். நிறை நிலைக்கு அது தான் ஒரே நியதி. இந்து மதம் என்பது ஏதோ ஒரு கோட்பாட்டையோ கொள்கை யையோ நம்புவதற்கான போராட்டங்களிலும் முயற்சிகளிலும் அடங்கி விடாது. வெறும் நம்பிக்கை அல்ல, உணர்தலே; உணர்ந்து அதுவாக ஆதலே இந்து மதம்.

இடைவிடாத முயற்சியின் மூலம் நிறை நிலை பெறுவதும் தெய்வதன்மை அடைவதும் தெய்வத்தை அணுகுவதும் அவனைக் காண்பதுமே அவர்களது நெறியின் ஒரே நோக்க மாகும். தெய்வத்தை அணுகி, அவனைக் கண்டு, வானில் உறையும் தந்தையைப் போல நிறை நிலை அடைவதும் தான் இந்துக்களின் மதம். நிறை நிலை பெறும் ஒருவன் என்ன ஆகிறான்? அவன் எல்லையற்ற, முழுமையான பேரானந்தப் பெருக்கில் திளைத்து வாழ்கிறான். பேரின்பம் பெற எதனை அடைய வேண்டுமோ, அந்த ஆண்டவனை அடைந்து, அவனுடன் பேரானந்தத்தில் திளைக்கிறான்.

இதுவரையில் எல்லா இந்துக்களும் ஒத்துப்போகின்றனர். இந்தியாவிலுள்ள அனைத்து சமயப் பிரிவுகளைச் சார்ந்தவர் களுக்கும் இது தான் பொதுவாக உள்ள மதம். நிறை நிலை என்பது எல்லையற்றது. எல்லையற்றது இரண்டாகவோ, மூன்றாகவோ இருக்க முடியாது. அதற்கு குணங்கள் இருக்க முடியாது. அது தனிப்பட்ட ஆளாக இருக்கமுடியாது. எனவே ஆன்மா நிறை நிலையையும் எல்லையற்ற நிலையையும் அடையும்போது பிரம்மத்துடன் ஒன்றாகியே தீரவேண்டும். அது இறைவனை நிறைநிலையாக, ஒரே உண்மையாக, தானேயாக, தனது இயல்பாக, இருக்கின்ற ஒருவர் மட்டுமாக, தனியறிவு வடிவாக, பேரானந்த வடிவாக உணர்கிறது. தனித் தன்மையை இழந்து, ஒரு கட்டையைப் போன்றோ, கல்லைப் போன்றோ ஆகிவிடுவது தான் இந்த நிலை என்றெல்லாம் படிக்கிறோம். 'காயம் படாதவன் தான் தழும்பைக் கண்டு நகைப்பான்'.

நான் கூறுகிறேன், அது அம்மாதிரி அல்ல. இந்தச் சிறிய உடலின் உணர்வை அனுபவிப்பது இன்பமானால், இரண்டு உடல்களின் உணர்வை அனுபவிப்பது இன்னும் அதிக இன்பமாகும். உடல்களின் எண்ணிக்கை பெருகப்பெருக இன்பத்தின் அளவும்

பெருகுகிறது. இறுதியாக, பிரபஞ்ச உணர்வாக மாறும்போது நமது குறிக்கோளாகிய எல்லையற்ற இன்பம் கிட்டுகிறது.

எல்லையற்ற, பிரபஞ்சம் தழுவிய அந்த தனித்தன்மையைப் பெற வேண்டுமானால், துன்பம் நிறைந்த இந்த உடற்சிறை என்னும் குறுகலான தனித்தன்மை அகலவேண்டும். நாம் உயிருடன் ஒன்றும்போது தான் மரணம் அகலமுடியும். இன்பத் துடன் ஒன்றும்போதுதான் துன்பம் அகலமுடியும், அறிவுடன் ஒன்றும்போதுதான் பிழைகள் அகலமுடியும். இதுதான் அறிவியலுக்குப் பொருந்துகிற முடிவு. உடலைச் சார்ந்த தனித்தன்மை ஒருமாயை. இடைவெளியற்றுப் பரந்து நிற்கும் ஜடப் பொருளாகிய கடலில், தொடர்ந்து மாறிக் கொண்டே செல்லும் ஒரு சிறிய பொருள்தான் என் உடல் என்று அறிவியல் நிரூபித்துவிட்டது. எனவே என் இன்னொரு பாகமான ஆன்மா அத்வைதம் (இரண்டல்ல ஒன்றே), என்ற முடிவுக்குத் தான் வரவேண்டியிருக்கிறது.

ஒருமை நிலையைக் கண்டு பிடிப்பது தான் அறிவியல். முழுமையான ஒருமை நிலை கிடைத்ததும் அறிவியல் மேலே செல்லாமல் நின்றுவிடும். ஏனெனில் அது தன் குறிக்கோளை எட்டிவிட்டது. அதுபோலவே, எந்த மூலப் பொருளிலிருந்து எல்லா பொருள்களும் படைக்கப்படுகின்றனவோ, அதைக் கண்டுபிடித்த பின்னர் வேதியியல் முன்னேற முடியாது. எந்த மூலசக்தியிலிருந்து எல்லா சக்திகளும் வெளிப்படுகின்றனவோ, அதைக்கண்டறிந்ததும் இயற்பியல் நின்றுவிடும். மரணம் நிறைந்த இந்தப் பிரபஞ்சத்தில், மரணத்தைக் கடந்து நிற்கும் ஒரே உயிரைக் கண்டுபிடித்ததும், மாறிக் கொண்டேயிருக்கும் உலகில் மாறாத ஒரே அடிப்படையான அவனைக் கண்டு பிடித்ததும், எந்த ஓர் ஆன்மாவிலிருந்து பிற ஆன்மாக்கள் வெளிப்படுவது போன்று மாயையால் தோன்றுகிறதோ அந்த ஆன்மாவைக் கண்டுபிடித்ததும், சமய விஞ்ஞானம் பூரணமாகி விடும்.

அறிவியல் அனைத்தும் கடைசியில் இந்த முடிவுக்குத்தான் வந்தாகவேண்டும். ஒடுங்கி இருப்பவை வெளிப்படுகின்றனவே தவிர படைப்பு என்பதில்லை என்பது தான் இன்றைய அறிவியலின் கூற்று. தான் பல்லாண்டுகளாக இதயத்தில் வைத்துப் போற்றி வந்த உண்மை, இன்னும் ஆற்றல் மிக்க மொழியில், தற்கால அறிவியல்முடிவுகளின் ஆதாரவிளக்கங்

களுடன் புகட்டப்படப் போகின்றது என்பதை அறிந்து இந்து பெருமகிழ்ச்சியையே அடைகிறான்.

தத்துவ நாட்டத்திலிருந்து இப்போது நாம் சாதாரண மக்களின் மதத்துக்கு வருவோம், பலதெய்வ வழிபாடு (Polytheism) இந்தியாவில் இல்லை என்பதை முதலிலேயே சொல்லிவிடு கிறேன். ஆலயங்களில் வழிபடுபவர்கள், அங்கிருக்கிற திருவுருவங்களை, தெய்வத்தின் எல்லா குணங்களும்-எங்கும் நிறைந்ததன்மை உட்பட - இருப்பதாகக் கூறி வழிபடுவதை அருகிலிருந்து கவனித்தால் அறியலாம். அது பல தெய்வ வழிபாடாகாது.

பலதெய்வங்களுள் ஒருவரை ஆற்றல் மிக்கவராகக் கருதி, அவரை வழிபடுகின்ற கோட்பாடு (Henotheism) என்றும் இதனை விளக்க முடியாது. ‘ரோஜா மலரை எந்தப் பெயரிட்டு அழைத்தாலும் அதேநறுமணம்தான் கமழும்’.

நான் சிறுவனாயிருந்த போது, கிறிஸ்தவ பாதிரி ஒருவர், ஒரு கூட்டத்தில் பிரசாரம் செய்து கொண்டிருந்த நிகழ்ச்சி என் நினைவுக்கு வருகிறது. பல சுவையான செய்திகளைச் சொல்லிக் கொண்டே வந்த அவர் இடையில், ‘நான் உங்கள் விக்கரகத்தை என் கைத்தடியால் ஓங்கி அடித்தால் அது என்னை என்ன செய்துவிடும்?’ என்று கேட்டார். அதனைக் கேட்டுக் கொண் டிருந்தவர்களுள் ஒருவர் சற்றும் தாமதியாமல், ‘உங்கள் ஆண்டவரை நான் ஏசினால் அவர் என்னை என்ன செய்வார்?’ என்று கேட்டார். ‘இறந்ததும் நீ தண்டிக்கப்படுவாய்’ என்று பதிலளித்தார் பாதிரி. ‘அப்படியே எங்கள் விக்கிரகமும் நீர் இறந்ததும் உம்மைத் தண்டிக்கும்’ என்று திருப்பிச் சொன்னார் அந்த இந்து!

பழத்தைக் கொண்டு மரம் அறியப்படுகிறது. உருவ வழிபாட்டி னர் என்று கூறப்படுகிறவர்களுள், ஒழுக்கத்திலும் ஆன்மீகத் திலும் பக்தியிலும் ஈடிணையற்று விளங்குபவர்களை நான் காணும்போது, ‘பாவத்திலிருந்து புனிதம் பிறக்குமா?’ என்று என்னை நானே கேட்டுக்கொள்கிறேன்.

மூடநம்பிக்கை, மனிதனின் பெரும் பகைவன்தான். ஆனால், மதவெறி அதை விட மோசமானது. கிறிஸ்தவன் ஏன் சர்ச்சுக்குப் போகிறான்? சிலுவை ஏன் புனிதமானது? பிரார்த்தனை செய்யும்

போது முகம் ஏன் வானை நோக்கவேண்டும்? கத்தோலிக்க சர்ச்சுகளில் ஏன் அத்தனை உருவங்கள் இருக்கின்றன? பிராட்டடஸ்டன்டினர் பிரார்த்தனை செய்யும்போது அவர்கள் உள்ளங்களில் ஏன் அத்தனை உருவங்கள் உள்ளன?

என் சகோதரர்களே, சுவாசிக்காமல் உயிர் வாழ முடியாதது போல, உள்ளத்தில் ஓர் உருவத் தோற்றமின்றி, நாம் எதனையும் நினைத்துப் பார்க்க முடியாது. இணைப்பு விதியின் படி (Law of Association) வெளி உருவம் உள் உருவத்தையும், உள் உருவம் வெளி உருவத்தையும் நினைவுபடுத்துகிறது. அதனால் தான் இந்து வழிபடும்போது, ஒருபுறச் சின்னத்தைப் பயன்படுத்து கிறான். தான் வழிபடும் பரம்பொருளின்மீது சிந்தையைப் பதியச் செய்வதற்கு அது உதவுகிறது என்று அவன் கூறுவான். அந்த உருவம் கடவுள் அல்ல, அது எங்கும் நிறைந்தது அல்ல என்று உங்களைப்போல அவனுக்கும் தெரியும். 'எங்கும் நிறைந்தது' என்று சொல்லும்போது பெரிதாக என்ன தான் புரிந்துகொள்ள முடியும்?அது ஒரு சொல், சின்னம்மட்டுமே. இறைவனுக்குப் பரப்பு இருக்க முடியுமா, என்ன? 'எங்கும் நிறைந்தவர்' என்று நாம் திரும்பத் திரும்பச் சொல்லும்போது, மிஞ்சிப் போனால், விரிந்த வானையும் பரந்த வெளியையும் நினைக்கலாம், அவ்வளவுதான்.

எல்லையற்றது என்ற கருத்தை நீலவானின் அல்லது கடலின் தோற்றத்துடன் தொடர்புபடுத்தியே பார்க்க வேண்டியுள்ளது. மன அமைப்பு விதி அவ்வாறு தான் செயல்படுகிறது. அவ்வாறே புனிதம் என்றால் சர்ச், பள்ளிவாசல் அல்லது சிலுவைபோன்ற உருவங்களுடன் இணைத்துப் பார்ப்பதுதான் இயல்பானது. இந்துக்களும் தூய்மை, உண்மை, எங்கும்நிறைந்த நிலை ஆகியவைபற்றிய கருத்துகளை பல்வேறு உருவங்களுடனும், தோற்றங்களுடனும் தொடர்புபடுத்தி உள்ளனர். ஆனால் ஒரு வித்தியாசம். சிலர் சர்ச்சின் உருவவழிபாட்டுடன் தங்கள் வாழ்க்கை முழுவதையும் இணைத்துக் கொண்டு, அதற்குமேல் வளராமல் நின்று விடுகிறார்கள். அவர்களைப் பொறுத்தவரை, மதம் என்றால் சில கோட்பாடுகளை ஒப்புக்கொள்வது, பிறருக்கு உதவி செய்வது என்பவைமட்டும்தான். இந்துவின் சமயமோ தெய்வத்தை நேரடியாக உணர்வது. தெய்வத்தை உணர்ந்து, மனிதன் தெய்வமாகவேண்டும். திருவுருவங்கள், கோவில்கள், சர்ச்சுகள், நூல்கள் இவை எல்லாம் ஆன்மிக

வாழ்க்கையின் குழந்தைப் பருவத்தில் இருக்கும் மனிதனுக்கு உதவிகள், ஆதாரங்கள். ஆனால் அவன் இன்னும் மேலே மேலே முன்னேறவேண்டும்.

அவன் எங்குமே நின்று விடக்கூடாது. 'புற வழிபாடும் ஜடப் பொருள் வழிபாடும் கீழ்நிலை ஆகும். மேல்நிலைக்கு வர முயன்று, மனத்தால் பிரார்த்தனை செய்தல், அடுத்த உயர்நிலை. ஆண்டவனை உணர்வதுதான் அனைத்திலும் மேலான நிலை' என்று சாஸ்திரங்கள் கூறுகின்றன. அதே உறுதிப்பாடு கொண்ட வர், விக்கிரகத்தின் முன்னால் முழந்தாளிட்டுக் கொண்டு கூறுவதைக் கேளுங்கள்:

'அவனை சூரியனும் விவரிக்க முடியாது, விண்மீன்களாலும் மின்னலாலும் உணர்ந்துரைக்க முடியாது, தீயும் அவனைத் தேர்ந்துரைக்காது, அவை அனைத்தும் அவனால்தான் ஒளிர்கின்றன.'

இந்து யாருடைய விக்கிரகத்தையும் இழிவுபடுத்திப் பேசுவ தில்லை; எந்த வழிபாட்டையும் பாவம் என்று கூறுவதில்லை. அது வாழ்க்கையின் இன்றியமையாத படிநிலை என்றுஅவன் ஏற்றுக் கொள்கிறான். 'குழந்தை, மனிதனின் தந்தை.' குழந்தைப் பருவம் பாவமானது, அல்லது வாலிபப் பருவம் பாவமானது என்று வயதானவர் சொல்வது சரியாகுமா?

ஒரு விக்கிரகத்தின் மூலமாகத் தனது தெய்விக இயல்பை ஒருவர் உணரமுடியும் என்றால், அதைப்பாவம் என்று கூறுவது சரியா? இல்லை, அந்த நிலையைக் கடந்த பிறகு அவரே அதைப் பிழை என்று கூறலாமா? இந்துவின் கொள்கைப்படி, மனிதன் பிழையிலிருந்து உண்மைக்குச் செல்லவில்லை, உண்மையில் இருந்து உண்மைக்கு, அதாவது கீழ்நிலை உண்மையிலிருந்து மேல் நிலை உண்மைக்குப் பயணம் செய்கிறான்.

அவனைப் பொறுத்தவரை, மிகவும் தாழ்ந்த ஆவி வழிபாட்டி லிருந்து அத்வைதம்வரை எல்லாமே பரம் பொருளை உணர்வதற்காக ஆன்மா செய்யும் முயற்சிகள். ஒவ்வொன்றும் அது தோன்றிய இடத்தையும் சூழலையும் பொறுத்தது. ஒவ்வொன்றும் முன்னேற்றத்தின் ஒரு படிநிலையைக் குறிக் கிறது. ஒவ்வோர் ஆன்மாவும் மேலே மேலே பறந்து செல்லும் ஓர் இளம் பருந்தைப்போன்றது. அது உயரச் செல்லச்செல்ல

மேன்மேலும் வலுவைப் பெற்று, கடைசியில் ஒளிமிக்க சூரியனை அடைகிறது.

வேற்றுமையில் ஒற்றுமைதான் இயற்கையின் நியதி. அதை இந்து உணர்ந்துள்ளான். பிற மதங்கள் எல்லாம் சில கோட்பாடுகளை நிர்ணயித்து அவற்றைச் சமுதாயம் ஏற்றுக் கொள்ளுமாறு கட்டாயப்படுத்துகின்றன. ஒரே ஒரு சட்டையை வைத்துக் கொண்டு, சமுதாயத்திலுள்ள ஜாக், ஜான், ஹென்றி எல்லாருக் கும் அந்த ஒரு சட்டை பொருந்தவேண்டும் என்று கூறுகின்றன. ஜானுக்கோ, ஹென்றிக்கோ சட்டை பொருந்தாவிட்டால் அவர்கள் உடலில் அணியச் சட்டையின்றிதான் இருக்க வேண்டும்.

சார்புப் பொருள்கள் மூலமே எல்லையற்ற இறைவனை உணரவோ, நினைக்கவோ பேசவோமுடியும். திருவுருவங்களும் சிலுவைகளும் பிறைகளும் வெறும் சின்னங்களே. ஆன்மீகக் கருத்துகளை மாட்டி வைப்பதற்குப் பயன்படும் முனைகளே என்பதை இந்துக்கள் கண்டுபிடித்துள்ளனர். இந்த உதவி எல்லோருக்கும் தேவை என்பது அல்ல. ஆனால், தேவைப் படாதவர்கள், அது தவறு என்று கூற உரிமையில்லை. இந்து சமயத்தில் அது கட்டாயமும் அல்ல.

ஒன்று நான் சொல்லவேண்டும். இந்தியாவில் உருவ வழிபாடு என்பது பயங்கரமான ஒன்றல்ல. விலை மகளிரை உருவாக்கும் இடமும் அல்ல. உயர்ந்த ஆன்மிக உண்மைகளைப் புரிந்து கொள்வதற்கு பக்குவப்படாதவர்களின் வழிமுறைதான் உருவ வழிபாடு. இந்துக்களிடம் தவறுகள் உண்டு, சில வேளைகளில் விதி விலக்குகளும் உண்டு. ஆனால் ஒன்றைக் கவனியுங்கள். அவர்கள் தங்கள் உடல்களை வருத்திக்கொள்வார்களே தவிர, அடுத்தவனின் கழுத்தை அறுக்கமாட்டார்கள். இந்து மதவெறியன் தன்னை தீயில் கொளுத்திக் கொள்வானேயன்றி பிறரையல்ல. சூனியக்காரிகள் கொளுத்தப்பட்டதற்கு எப்படிக் கிறிஸ்தவ மதம் பொறுப்பில்லையோ, அதே போன்று இதற்கு இந்து மதம் பொறுப்பல்ல.

இந்துவுக்கு, உலகின் எல்லா மதங்களும் பலவித நிலைகளிலும் சந்தப்பங்களிலும் உள்ள பல்வேறு ஆண்களும் பெண்களும் ஒரே இலக்கை நோக்கிச் செய்கிற பயணம்தான். சாதாரண உலகியல் மனிதனிடம் கடவுளை வெளிப்படச் செய்வதுதான் எல்லா

மதங்களின் நோக்கமுமாகும். அவர்கள் அனைவருக்கும் எழுச்சியை ஊட்டுபவர் ஒரே கடவுள்தான். அப்படியானால் இத்தனை மாறுபாடுகள் எல்லாம் வெளித்தோற்றமே என்கிறான் இந்து. வெவ்வேறு சூழ்நிலைகளுக்கும் பல்வேறு இயல்பு களுக்கும் ஏற்ப தன்னை மாற்றி அமைத்துக்கொள்ளும் ஒரே உண்மையில் இருந்துதான் இந்த மாறுபாடுகள் எழுகின்றன.

ஒரே ஒளிதான் பல்வேறு வண்ணக் கண்ணாடிகளின் மூலம் பல நிறங்களில் வருகிறது. நம்மை மாற்றி அமைத்துக்கொள்ள இந்த வேறுபாடுகள் அவசியம். ஆனால், எல்லாவற்றின் மையத்திலும் அதே உண்மைதான் ஆட்சி புரிகிறது. கிருஷ்ணாவதாரத்தின் போது இந்துக்களுக்கு பகவான், 'முத்து மாலையிலுள்ள முத்துக் களைக் கோக்கின்ற நூல் போல நான் எல்லா மதங்களிலும் இருக்கிறேன். மக்களினத்தை உயர்த்திப் புனிதப்படுத்தும் அசாதாரணமான தூய்மையும் அசாதாரணமான ஆற்றலும் எங்கெல்லாம் காணப்படுகின்றனவோ அங்கெல்லாம் நான் இருக்கிறேன் என்று தெரிந்துகொள்' என்று சொன்னார்.

அதன் அர்த்தம் என்ன? இந்துக்கள்மட்டுமே காப்பாற்றப்படு வார்கள், மற்றவர்கள் காப்பாற்றப்படமாட்டார்கள் என்று சமஸ் கிருத தத்துவ இலக்கியத்தில் எங்காவது கூறப்பட்டிருக்கிறதா என்று கண்டு பிடிக்கும்படி நான் உலகத்துக்குச் சவால் விடு கிறேன். 'நமது ஜாதிக்கும் கோட்பாடுகளுக்கும் அப்பால்கூட நிறை நிலை பெற்றவர்களைக் காண்கிறோம்' என்கிறார் வியாசர்.

இன்னொன்று: 'அனைத்து எண்ணங்களிலும் கடவுளையே மையமாகக் கொண்ட இந்து, எப்படி சூன்யவாதம் பேசும் பௌத்தர்களையும், நாத்திகவாதம் பேசும் சமணர்களையும் நம்புவான்?' பௌத்தர்களோ, சமணர்களோ கடவுளை நம்பி வாழ்வதில்லை. ஆனால் மனிதனை தெய்வமாக்கவேண்டும் என்னும் எல்லா மதங்களுடையவும் மையக்கருத்து இருக் கிறதே, அதுதான் அவர்களுடைய மதங்களின் முழு நோக்க மாகும். அவர்கள் தந்தையைப் பார்த்ததில்லை. ஆனால் மகனைப் பார்த்துள்ளார்கள். மகனைப் பார்த்தவன் தந்தையை யும் பார்த்துள்ளான்.

சகோதரர்களே! இந்து சமயக் கருத்துகளின் சுருக்கம் இது தான். தன் திட்டங்களை எல்லாம் நிறைவேற்ற இந்து தவறியிருக்க லாம். ஆனால் என்றாவது உலகம் தழுவிய மதம் (Universal

105

Religion) என்ற ஒன்று உருவாக வேண்டுமானால், அது இடத்தாலும் காலத்தாலும் எல்லைப்படுத்தப்படாததாக இருக்க வேண்டும். அந்த மதம் யாரைப்பற்றிப் பிரசாரம் செய்கிறதோ, அந்தக் கடவுளைப் போன்று அது எல்லையற்றதாக இருக்க வேண்டும். சூரியன், தன் ஒளிக்கிரணங்களை எல்லார்மீதும் சமமாக வீசுவது போன்று அது கிருஷ்ண பக்தர்கள், கிறிஸ்து பக்தர்கள், ஞானிகள், பாவிகள், எல்லோரையும் சமமாக எண்ணவேண்டும். அது பிராமண மதமாகவோ பௌத்த மதமாகவோ கிறிஸ்தவ மதமாகவோ முகம்மதிய மதமாகவோ இருக்காமல், இவற்றின் ஒட்டு மொத்தமாக இருப்பதுடன், இன்னும் வளர்ச்சியடைய எல்லையற்ற இடம் உள்ளதாக இருக்கவேண்டும். விலங்கினங்களைப் போல உள்ள காட்டு மிராண்டி மக்களிலிருந்து, இவரும் மனிதரா என்று சமுதாயம் பயபக்தியுடன் வணங்கி நிற்கும் அளவுக்கு அறிவாலும் இதயப் பண்பாலும் உயர்ந்து, மனித இயல்புக்கு மேலோங்கி விளங்கும் சான்றோர் வரை, எல்லோருக்கும் இடமளித்து, தன் அளவற்ற கரங்களால் எல்லோரையும் தழுவிக் கொள்ளும் பரந்த மனப் பான்மை கொண்டதாக இருக்கவேண்டும். அந்த மதத்தில் பிற மதத்தினரைத் துன்புறுத்தலும், அவர்களிடம் சகிப்புத் தன்மை யற்று நடந்து கொள்ளுதலும் இருக்காது. அது ஆண், பெண் எல்லாரிடமும் தெய்வத்தன்மை இருப்பதை ஏற்றுக் கொள்ளும். மனித இனம் தன் உண்மையான தெய்விகத் தன்மையை உணர்வதற்கு உதவி செய்வதே அதன் நோக்கமாக இருக்கும். அதன் முழு ஆற்றலும் அதற்கே பயன்படும்.

அத்தகைய மதத்தை அளியுங்கள், எல்லா நாடுகளும் உங்களைப் பின்பற்றும். அசோகரின் சபை பௌத்த மத சபையாக இருந்தது. அக்பரது சபை இதை விடச் சற்று உயர்ந்த நோக்கம் கொண்ட தாக இருந்தாலும் வீட்டு சபையாகவே இருந்தது. கடவுள் அனைத்து மதங்களிலும் இருக்கிறார் என்று உலகம் அனைத் துக்கும் முழக்கம் செய்ய அமெரிக்கா ஒன்றுக்குத் தான் கொடுத்து வைத்திருந்தது.

இந்துக்களுக்கு பிரம்மாவாகவும், சொராஸ்டிரர்களுக்கு அஹுரா-மஸ்தாவாகவும், பௌத்தர்களுக்கு புத்தராகவும், யூதர்களுக்கு ஜெஹோவாவாகவும், கிறிஸ்தவர்களுக்கு பரமண்ட லத்தில் இருக்கும் பிதாவாகவும் இருக்கின்ற ஆண்டவன் உங்கள் உன்னதமான நோக்கம் நிறைவேற உங்களுக்கு வலிமை அளிப்

பானாக! விண்மீன் கிழக்கிலே எழுந்து மேற்கு நோக்கி நேராகச் சென்றது. சிலவேளைகளில் மங்கலாகவும், சிலபொழுது ஒளிமிக்கதாகவும் உலகத்தைச் சுற்றியது. இப்போது கிழக்குத் திசையிலே சான்போ நதிக்கரையினில் முன்னைவிட ஆயிரம் மடங்கு ஒளியுடன் மறுபடியும் உதயமாகிக் கொண்டிருக்கிறது.

சுதந்திரத்தின் தாயகமாகிய கொலம்பியாவே, நீ வாழ்க! அயலாரின் ரத்தத்தில் கையினைத் தோய்க்காமல், அயலாரைக் கொள்ளையடிப்பதுதான் பணக்காரன் ஆகக் குறுக்கு வழி என்று கண்டுபிடிக்காத உனக்குத் தான் சமரசக் கொடி பிடித்து, நாகரிகப் படையின் முன்னணியில் வெற்றி நடை போடும் பெரும் பேறு வாய்த்திருக்கிறது.

நல்ல விமர்சனங்களை ஏற்க கிறிஸ்தவர்கள் எப்போதும் தயாராக இருக்கவேண்டும். நான் கூறப்போகும் சிறிய விமர்சனங்களை நீங்கள் பொருட்படுத்த மாட்டீர்கள் என்று நினைக்கிறேன். அஞ்ஞானிகளின் ஆன்மாக்களைக் காப்பாற்றுவதற்கு, சமயப் பிரசாரகர்களை அனுப்பும் கிறிஸ்தவர்களாகிய நீங்கள் அவர்களது உடல்களைப் பட்டினியிலிருந்து காப்பாற்ற ஏன் முயல வில்லை? கடுமையான பஞ்சங்களின்போது இந்தியாவில் ஆயிரக்கணக்கானோர் இறந்தனர். இருந்தும் கிறிஸ்தவர்களாகிய நீங்கள் ஒன்றும் செய்யவில்லை.

இந்தியா முழுவதிலும் சர்ச்சுகளைக் கட்டுகிறீர்கள். கீழ்த்திசை நாடுகளின் அவசரத் தேவை மதம் அன்று. தேவையான மதம் அவர்களிடம் உள்ளது. இந்தியாவில் அவதிப்பட்டுக் கொண் டிருக்கும் லட்சக்கணக்கான மக்கள் தொண்டை வற்றக் கூக்குர லிடுவது உணவுக்காகத்தான். அவர்கள் உணவு கேட்கிறார்கள், நாம் கற்களைக் கொடுக்கிறோம். பசியால் வாடும் மக்களுக்கு மதப் பிரசாரம் செய்வது அவர்களை அவமதிப்பதாகும்.

பசியால் துடிப்பவனுக்கு தத்துவ போதனை செய்வது அவனை அவமதிப்பதாகும். இந்தியாவில் பணத்துக்காகச் சமயப் பிரசாரம் செய்பவரை ஜாதியை விட்டு விலக்கி, முகத்தில் காறித்துப்பு வார்கள். வறுமையில் வாடும் எங்கள் மக்களுக்கு உதவி கோரி இங்குவந்தேன். கிறிஸ்துவ நாட்டில் கிறிஸ்தவர்களிடமிருந்து, பிற மதத்தினருக்காக உதவிகிடைப்பது எவ்வளவு கடினமானது என்பதை நன்றாக உணர்ந்து விட்டேன்.

நான் பௌத்தன் அல்ல என்பதை நீங்கள் கேள்விப்பட்டிருப் பீர்கள். ஆனாலும் நான் ஒரு பௌத்தன். சீனாவும் ஜப்பானும் இலங்கையும் அந்த மகானின் உபதேசங்களைப் பின்பற்று கின்றன. இந்தியாவோ அவரைக் கடவுளின் அவதாரம் என்று போற்றி வணங்குகிறது. நான் பௌத்த மதத்தை விமர்சிக்கப் போவதாகச் சற்று முன் கூறினார்கள். அதன் பொருளை நீங்கள் சரியாகப் புரிந்துகொள்ளவேண்டும். கடவுளின் அவதாரம் எனக்கூறி நான் வழிபடுபவரை நானே விமர்சிப்பது என்பது என்னால் நினைத்துக்கூட பார்க்க முடியாத ஒன்று. ஆனால் புத்தர் பெருமானை அவரது சீடர்கள் சரியாகப் புரிந்துகொள்ள வில்லை என்பது தான் எங்கள் கருத்து. இந்து மதத்துக்கும் (நான் இந்து மதம் எனக்குறிப்பிடுவது வேத மதத்தைத் தான்) இந்நாளில் பௌத்தமதம் என்று கூறப்படுகிறதே அதற்கும் உறவு, யூத மதத்துக்கும் கிறிஸ்தவ மதத்துக்கும் உள்ள உறவுதான்.

ஏசு கிறிஸ்து ஒரு யூதர். சாக்கிய முனிவர் ஓர் இந்து. யூதர்கள் கிறிஸ்துவை ஒதுக்கித் தள்ளியது மட்டுமின்றி, அவரைச் சிலுவையிலும் அறைந்தார்கள். இந்துக்கள் சாக்கிய முனிவரைக் கடவுள் என்று ஏற்று வணங்குகிறார்கள். இந்துக்களாகிய நாங்கள் எடுத்துக் கூற விரும்பும், தற்கால பௌத்த மதத்துக்கும் புத்தபகவானின் உண்மை உபதேசத்துக்கும்உள்ள முக்கியமான வேறுபாடு என்னவென்றால், சாக்கிய முனிவர் எதையும் புதிதாக உபதேசிக்க வரவில்லை என்பதுதான். அவரும் ஏசுநாதரைப் போன்று, நிறைவு செய்யவே வந்தார், அழிக்க வரவில்லை.

ஏசுநாதர் விஷயத்தில், பழைய மக்களாகிய யூதர்கள் தாம் அவரைச் சரியாகப் புரிந்துகொள்ளவில்லை. புத்தர் விஷயத்தில், அவரைப் பின்பற்றியவர்களே அவரது உபதேசங்களின் கருத்தை உணரவில்லை. பழைய ஏற்பாடு நிறைவு செய்யப்படுவதை யூதர்கள் புரிந்துகொள்ளாதது போன்று, இந்து மத உண்மைகள் நிறைவு செய்யப்படுவதை பௌத்தர்கள் அறிந்துகொள்ள வில்லை. மீண்டும் சொல்கிறேன்: சாக்கிய முனிவர் இந்துமதக் கொள்கைகளை அழிக்க வரவில்லை. ஆனால் இந்து மதத்தின் நிறைவு, அதன் சரியான முடிவு. அதன் சரியான வளர்ச்சி எல்லாம் அவரே.

இந்து மதம் இரு பாகங்களாகப் பிரிந்து உள்ளது. ஒன்று கர்ம காண்டம், மற்றொன்று ஞான காண்டம். ஞான காண்டத்தைத்

துறவிகள் சிறப்பாகக் கருதுகின்றனர். இதில் ஜாதி கிடையாது. மிக உயர்ந்த ஜாதியைச் சேர்ந்தவரும் மிகத் தாழ்ந்த ஜாதியில் பிறந்தவரும் துறவியாகலாம். அப்போது அந்த இரண்டு ஜாதிகளும் சமமாகிவிடுகின்றன.

மதத்துக்கு ஜாதியில்லை. ஜாதி என்பதுவெறும் சமுதாய ஏற்பாடு. சாக்கிய முனிவரே ஒரு துறவி தான். வேதங்களில் மறைந்து கிடந்த உண்மைகளை வெளிக் கொணர்ந்து அவற்றை உலகம் முழுவதற்கும் தாராள மனத்துடன் பரவச் செய்த பெருமைக்கு உரியவர் அவர். உலகத்திலேயே முதன் முதலாக சமயப் பிரசாரத்தைச் செயல்படுத்தியவர், ஏன், மதமாற்றம் என்ற கருத்தை உருவாக்கியவரே அவர்தான்.

எல்லாரிடமும், குறிப்பாக, பாமரர்களிடமும் ஏழை எளியவரிடமும், ஆச்சரியப்படும் வகையில் பரிவு காட்டிய பெரும் புகழுக்கு உரியவர் அவர். அவரது சீடர்களுள் சிலர் பிராமணர்கள். புத்தர் உபதேசம் செய்த காலத்தில், சமஸ்கிருதம் பேச்சு மொழியாக இல்லை. பண்டிதர்களின் நூல்களில்மட்டுமே அந்த மொழி இருந்தது. புத்தரின் பிராமணச் சீடர்களுள் சிலர், அவரது உபதேசங்களை சமஸ்கிருதத்தில் மொழிபெயர்க்க விரும்பினர். அதற்கு அவர், 'நான் ஏழைகளுக்காக வாழ்பவன், மக்களுக்காக வாழ்பவன். என்னை மக்களின் மொழியிலேயே பேச விடுங்கள்' என்று திட்டவட்டமாகக் கூறிவிட்டார். அதனால் தான் இன்றளவும், அவரது போதனைகளில் பெரும் பகுதி, அந்நாளைய பேச்சு மொழியிலேயே உள்ளது.

தத்துவ சாஸ்திரத்தின் நிலை என்னவாகவும் இருக்கட்டும், மெய்ஞான நிலை என்னவாகவும் இருக்கட்டும். உலகத்தில் மரணம் என்ற ஒன்று உள்ளவரையில், மனித இதயத்தில் பலவீனம் என்புது இருக்கும் வரையில், மனிதனின் பலவீனம் காரணமாக,அவன் இதயத்திலிருந்து எழும் கூக்குரல் இருக்கும் வரை, கடவுள்மீது நம்பிக்கைஇருந்தே தீரும்.

தத்துவ சாஸ்திரத்தைப் பொறுத்தவரை, புத்த தேவரின் சீடர்கள் நிலையான மலைபோன்ற வேதங்களோடு மோதிப் பார்த் தார்கள். ஆனால் அவற்றை அழிக்க முடியவில்லை. மற்றொரு புறம் அவர்கள் ஆண், பெண், அனைவரும் பாசத்தோடு பற்றிக் கொண்டிருந்த அழிவற்ற இறைவனை நாட்டிலிருந்து எடுத்துச்

சென்று விட்டார்கள். அதன் பயன், பௌத்தமதம் இந்தியாவில் இயற்கை மரணம் எய்தியது. அது பிறந்த நாட்டிலேயே, பௌத்தன் என்று கூறிக்கொள்ள ஒருவர்கூட இன்று இல்லை.

அதேவேளையில், பிராமண சமுதாயத்துக்குச் சில இழப்புகள் ஏற்பட்டன. சீர்திருத்தும் ஆர்வம், எல்லாரிடமும் வியக்கத்தக்க வகையில் பரிவும் இரக்கமும் காட்டல், பக்குவமாய் மாற்றி யமைக்கும இங்கிதப் பாங்கு முதலிய பௌத்தப் பண்புகளை பிராமண சமுதாயம் இழந்தது. இந்தப் பண்புகள் தாம் இந்தியாவைப் பெருமையுறச் செய்திருந்தது. அந்நாளைய இந்தியாவைப்பற்றி, ஒரு கிரேக்க வரலாற்று ஆசிரியர், 'பொய் சொல்லும் இந்துவையோ, கற்பிழந்த இந்துப் பெண்ணையோ நான் பார்க்கவில்லை' என்று கூறுகிறார்.

புத்த மதமின்றி இந்து மதம் வாழ முடியாது. அவ்வாறே இந்து மதமின்றி புத்த மதமும் வாழ முடியாது. பிரிவின் காரணமாக என்ன நேர்ந்ததென்று பாருங்கள்! பிராமணர்களின் நுண்ணறிவும், தத்துவ ஞானமுமின்றி பௌத்தர்கள் நிலைத்து வாழ முடியாது. பௌத்தர்களின் இதயமின்றி பிராமணர்களும் வாழ முடியாது. பௌத்தர்களும் பிராமணர்களும் பிரிந்ததுதான் இந்தியாவின் வீழ்ச்சிக்குக் காரணம். அதனால்தான் இந்தியா முப்பது கோடி பிச்சைக்காரர்களின் இருப்பிடமாகிவிட்டது. கடந்த ஆயிரம் ஆண்டுகளாக நாடு பிடிப்பவர்களின் அடிமையாக இருக்கிறது. ஆகவே பிராமணனின் அற்புதமான நுண்ணறிவையும், புத்தரின் இதயம், உயர்ந்த உள்ளம், வியப்பிற்குரிய மனிதாபிமானம் இவற்றையும் ஒன்று சேர்ப்போமாக!

செப்டம்பர் 27, 1893-ல் ஆற்றிய உரை

சர்வசமயப் பேரவை சிறப்பாக நிறைவுற்றுவிட்டது. இதை உருவாக்க முயற்சி செய்தவர்களுக்கு இறைவன் துணை நின்று, அவர்களுடைய தன்னலமற்ற உழைப்புக்கு வெற்றி வாகை சூட்டியுள்ளார்.

இந்த அற்புதமான கனவை, முதலில் கண்டு, பிறகு அதை நனவாக்கிய, பரந்த இதயமும், உண்மையில் பற்றும் கொண்ட உத்தமர்களுக்கு என் நன்றி, என்மீது ஒருமித்த அன்பு காட்டிய தற்காகவும், சமயங்களுக்கு இடையே நிலவுகிற அதிருப்தியைத் தணிப்பதற்காகக் கூறப்பட்ட கருத்துகளைப் பாராட்டியதற்காக

வும் அறிவு சார்ந்த சபையினருக்கு என் நன்றி. இந்த இன்னிசை யில் அவ்வப்போது சில அபசுவரங்கள் கேட்டன. அவர்களுக்கு என் சிறப்பான நன்றி. ஏனெனில், அவர்கள் தங்கள் மாறுபட்ட ஒலியால், இன்னிசையை மேலும் இனிமையாக்கினர்.

சமய ஒருமைப்பாட்டுக்குரிய பொது நிலைக்களம்பற்றி அதிகம் பேசப்பட்டது. இதைப்பற்றி என் சொந்தக் கோட்பாட்டை இப்போது நான் சொல்ல விரும்பவில்லை. ஆனால் இந்த ஒருமைப்பாடு ஏதாவது ஒருமதத்தின் வெற்றியாலும், மற்ற மதங்களின் அழிவாலும் கிட்டும் என்று இங்குள்ள யாரேனும் நம்பினால், அவரிடம் நான், 'சகோதரா! உனது நம்பிக்கை வீண்' என்று சொல்லிக்கொள்கிறேன். கிறிஸ்தவர் இந்துவாகிவிட வேண்டும் என்பது என் எண்ணமா? கடவுள் தடுப்பாராக! இல்லை, இந்துவோ பௌத்தரோ கிறிஸ்தவராக வேண்டுமென எண்ணுகிறேனா? கடவுள் தடுப்பாராக!

விதை தரையில் ஊன்றப்பட்டு, மண்ணும் காற்றும் நீரும் அதைச் சுற்றி போடப்படுகின்றன. விதை மண்ணாகவோ, காற்றாகவோ, நீராகவோ ஆகிவிடுகிறதா? இல்லை. அது செடியாகிறது. தனது வளர்ச்சி விதிக்கு ஏற்ப அது வளர்கிறது. காற்றையும் மண்ணையும் நீரையும் தனதாக்கிக் கொண்டு, தனக்கு வேண்டிய சத்துப் பொருளாக மாற்றி, ஒருசெடியாக வளர்கிறது. மதத்தின் நிலையும் இதுவே. கிறிஸ்தவர் இந்துவாகவோ பௌத்தராகவோ மாற வேண்டியதில்லை. அல்லது இந்து, பௌத்தராகவோ கிறிஸ்தவராகவோ மாற வேண்டியது இல்லை. ஒவ்வொருவரும் மற்ற மதங்களின் நல்ல அம்சங்களைத் தனதாக்கிக் கொண்டு, தன் தனித்தன்மையைப் பாதுகாத்துக் கொண்டு, தன் வளர்ச்சி விதியின் படி வளரவேண்டும்.

இந்த சர்வசமயப்பேரவை உலகத்துக்கு எதையாவது எடுத்துக் காட்டியுள்ளது என்றால் அது இதுதான்: புனிதம், தூய்மை, கருணை இவை உலகின் எந்த ஒரு பிரிவுடையதின் தனிச் சொத்து அல்ல; மிகச்சிறந்த ஒவ்வொரு சமயப்பிரிவும் பண்புள்ள ஆண்களையும் பெண்களையும் தோற்றுவித்து இருக்கிறது.

இந்த சாட்சியங்களுக்கு முன்பு, தம் மதம்மட்டும் தான் தனித்து வாழும், மற்ற மதங்கள்அழிந்துவிடும் என்று யாராவது கனவு காண்பார்களானால் அவர்களைக் குறித்து நான் என் இதய

ஆழத்திலிருந்து பச்சாதாபப் படுவதுடன், இனி ஒவ்வொரு மதத்தின் கொடியிலும், 'உதவி செய், சண்டை போடாதே', 'ஒன்றுபடுத்து, அழிக்காதே', 'சமரசமும் சாந்தமும்வேண்டும், வேறுபாடு வேண்டாம்' என்று எழுதப்படும் என்று அவருக்குச் சுட்டிக்காட்ட விரும்புகிறேன்.

சுவாமிஜியின் பேச்சுக்கு அவையினரிடமிருந்து பலத்த வரவேற்பு கிடைத்தது. சுவாமிஜிக்குக் கிடைத்த வரவேற்பு அவரது ஆன்மிக ஆற்றலுக்கு கிடைத்த வரவேற்பு. தனது மனம், சிந்தனை எல்லாவற்றையும் தியான பயிற்சி மூலம் ஓர் உயர்ந்த நிலைக்கு எடுத்து சென்று அதனால் அவர் பெற்ற மாபெரும் ஆற்றல் இது. தூய வாழ்க்கையின் ஆற்றல் இது. தூய்மை யிலிருந்தும் மௌனத்திலிருந்தும் வந்த ஆற்றல் மிகுந்த சொற்கள்தான் அவையினரையும், அமெரிக்காவையும், உலகம் முழுவதையும் ஈர்த்தது. உலக வரலாற்றில் அழியாத பெருமையை தேடித் தந்தது.

7

சூறாவளிப் பயணம்

சுவாமிஜியைத் தவிர அங்கு பேசியவர்கள் எல்லோரும் தங்கள் மதங்களின் கோட்பாடுகளையும், கொள்கைகளையும்பற்றிப் பேசினார்கள். ஆனால் சுவாமிஜி இவர்கள் சொன்னதையெல் லாம் தன்னுள் கொண்டுள்ள ஒரு மதத்தைப்பற்றி பேசினார். ஆன்மிக ஆழங்களில் மூழ்கி தான் அறிந்த ரகசியங்களை உலகத்துக்கு முரசறைந்து தெரிவித்தார்.

உலகமே அவரைக் கொண்டாடிக் கொண்டிருந்த வேளையில் அவரது மனதை இந்த புகழுரைகள் தொடவேயில்லை. அமெரிக்காவின் செல்வசெழிப்புகளையும், இந்தியாவின் வறுமையையும் ஒப்பிட்டுப் பார்த்து, ‘எப்படி என் தாய்திரு நாட்டின் வறுமையைப் போக்குவது? அவர்களுக்கு நான் எப்படி உதவமுடியும், வழிகாட்டு’ என்று அன்னை பராசக்தியிடம் பிரார்த்தித்துக் கொண்டிருந்தார்.

ஒரே இரவில் பிரபலமடைவது என்று சொல்வார்களே, அதுபோலத்தான் தன் வாழ்க்கையும் ஒரே உரையில் மாறி விட்டது என்பதை நன்கு உணர்ந்தார் சுவாமிஜி. மறுநாள் பத்திரிகைகளில் சர்வமத மகாசபைபற்றியும், அதில் சுவாமிஜி யின் உரையும் முக்கியச் செய்தியாக இடம் பெற்றன. ‘சிகாகோ நகரையே தனது உரையால் கவர்ந்துவிட்டார்’ என்று பல பத்திரிகைகள் எழுதினாலும் சில பத்திரிகைகள் மற்ற பேச்சாளர் களுடன் அவரை ஒப்பிட்டு ஒருபடி தாழ்த்தியே எழுதின.

மேலை நாடுகளுக்கு சுவாமிஜியின் சில அற்புதச் செய்திகள்: சர்வமத மகாசபையில் மொத்தம் 6 சொற்பொழிவுகள் ஆற்றினார் சுவாமிஜி. அவற்றின் மூலம் அவர் இந்த உலகிற்கு தெரிவித்த அற்புதச் செய்திகளைப் பார்ப்போம்.

மனிதனைப்பற்றிய புதிய கண்ணோட்டம்

சர்வமத மகாசபையில் போஸ்டன் பாதிரி ஜோசப் குக் 'பாவம்' பற்றி எழுதி வெளியிட்ட கவிதையில் சொல்லப்பட்டிருந்த 'நான் பாவி; இழிந்தவன்; என்னை கிறிஸ்தவ மதம்மட்டுமே காப்பாற்றும்' என்ற கருத்துக்கள் கிறிஸ்தவ மதத்தினருக்கே அதிர்ச்சியை அளிக்கும்படி இருந்தது. இந்நிலையில் 'உங்களை 'பாவிகளே' என்று அழைக்க இந்து மதம் மறுக்கிறது. நாம் எல்லோரும் இறைவனின் குழந்தைகள்; பூரணமானவர்கள்; வையத்துள் வாழும் தெய்வங்கள்; அப்படியிருக்கையில் மனிதர் களை பாவிகள் என்று சொல்வது மனித இயல்புக்கே அழிக்க முடியாத கறை' என்ற சுவாமிஜியின் செய்தி கீழை நாடுகளின் அற்புதமான ஆன்மிகப் பொக்கிஷத்தை, மனிதனைப்பற்றிய புதிய கண்ணோட்டத்தை உலகத்துக்கு அறிவித்தது.

இந்து மதத்தைப்பற்றிய புதிய கண்ணோட்டம்

இந்துமதம் மூட நம்பிக்கைகள் நிறைந்தது; கல்லையும், மண்ணையும் கடவுளாக வழிபடுபவர்கள் என்ற மிஷனரிகளின் கூற்றை 'எந்த மதத்தையும் நாங்கள் வெறுக்கவில்லை; எல்லா மதங்களும் உண்மையை நோக்கியே நம்மை அழைத்துச் செல்லுகின்றன; எல்லா மதங்களும் ஒரே இறைவனைப்பற்றியே பேசுகின்றன. எல்லா மதங்களையும் தன்னுள் சேர்த்துக் கொண்டு கடவுளைப் போன்று முடிவில்லாததாக, பரந்த மனப் பான்மையுடன், மேலும் மேலும் வளர்ச்சியடைய எல்லையற்ற இடம் கொண்டதாக, மனித இனம் தன்னுள் இருக்கும் தெய்விகத் தன்மையை உணர உதவி செய்வதை தன் முதல் நோக்கமாக கொண்டதாக இருப்பதால் இந்து மதம் உலகம் தழுவிய மதம்' என்ற சுவாமிஜியின் செய்தி முறியடித்தது.

சமய சமரசம்

'எத்தனை மதங்களோ அத்தனை வழிகள்' என்ற ஸ்ரீராம கிருஷ்ணரின் அனுபவத்தை இங்கு வெளியிட்டார் சுவாமிஜி. 'கிறிஸ்தவ மதம் ஒன்றே உண்மை; ஏசுவைத் தவிர காப்பாளர் வேறு இல்லை' என்ற அமெரிக்காவின் ஆணித்தரமான கோட்பாட்டை சுவாமிஜியின் இந்த கருத்து உடைத்தது. 'எல்லா மதங்களும் தவறானவை என்பது சரியல்ல; பழைய நாட்களைப் போலில்லாமல் இந்தக் காலத்திற்கேற்ப எல்லா மதங்களையும்

ஏற்றுக்கொள்ளவேண்டும்' என்ற சுவாமிஜியின் கருத்து பரவலாக ஏற்றுக்கொள்ளப்பட்டாலும் செயல்முறையில் பல கிறிஸ்தவ மதத் தலைவர்கள் இதனை ஏற்க முன்வரவில்லை. இந்த சூழ்நிலையில் சுவாமிஜியின் சமய சமரசக் கருத்துக்கள் முக்கியத்துவம் பெறுகின்றன.

விஞ்ஞானம் - மதம் இரண்டுக்குமிடையில் சமரசம்

விஞ்ஞானம் மதம் இரண்டும் எதிரெதிரானவை அல்ல; ஒன்றுக் கொன்று துணை செய்பவை என்பதை தம் சொற்பொழிவுகள் மூலம் எடுத்துக் காட்டினார்.

செயல்முறை உணர்வே மதம்

இந்துமதம் வெறும் வார்த்தைகளிலும், கொள்கைகளிலும் வாழ் வதை விரும்பவில்லை. மதம் வெறும் நம்பிக்கை மட்டுமல்ல; உணர்தல், உணர்ந்து அதுவாக மாறுவதே இந்து மதம். கண்மூடித் தனமாக சில கொள்கைகளை நம்புவது அல்ல மதம். மதத்தின் கொள்கைகளை நம்பாவிட்டால் நரகம் என்ற போதனையை மட்டுமே கேட்டுப் பழகியவர்களுக்கு, 'நீங்களே முயன்று உண்மையை நேருக்கு நேர் சந்திக்கலாம்' என்ற சுவாமிஜியின் வார்த்தைகள் புதுமையாக இருந்தன.

மதம் இந்தியாவின் அவசரத் தேவையில்லை

சுவாமிஜி தனது நான்காவது சொற்பொழிவில் 'மதத்தையோ, ஆன்மிகத்தையோ பிறரிடமிருந்து இந்தியா கற்க வேண்டிய நிலையில் இல்லை. இந்தியாவுக்கு வேண்டியது உணவு. பட்டினி கிடக்கும் ஒருவனிடம் மதத்தைப்பற்றி பேசுவது அவனை அவமதிப்பது போல. முதலில் அவர்களை பட்டினி யிலிருந்து காப்பதுதான் மனித நேயம் என்ற செய்தியைக் கூறினார்.

இந்து மதத்தின் நிறைவே புத்தமதம்

இந்து மதம், புத்த மதம் இரண்டும் ஒன்றில்லாமல் மற்றொன்று வாழமுடியாது. இரண்டு மதங்களிலும் பல விஷயங்கள் பொதுவானவை. இந்து மதத்தின் நிறைவை புத்தமதத்தில் காணலாம் என்று தனது 5ஆம் நாள் சொற்பொழிவில் கூறினார்.

இந்து மதத்தின் காவலர்

சர்வமத மகாசபை நடைபெற்ற 17 நாட்களில் சுவாமிஜி பலமுறை அதில் பேசினார். அங்கு நடைபெற்ற கண்காட்சியின் விஞ்ஞானப்பிரிவிலும் பல தலைப்புகளில் பேசினார். அவை நமக்குக் கிடைக்கவில்லை. ஆனால் அவரது பேச்சுகள் மிகவும் வரவேற்கப்பட்டன. ஒரு விஷயம் நாம் நினைவில்கொள்ள வேண்டும்: சுவாமிஜி எப்போதுமே அவையினருக்குப் பிடித்த மான கருத்துகளையே சொல்லிக் கொண்டிருக்கவில்லை. கிறிஸ்தவ மிஷனரிகளுக்கு எதிரான கருத்துகளைத் தயங்காமல் சொன்னார். அவர்களது மதவெறியை கண்டித்தார். அதேபோல கிறிஸ்தவர்களின் கொள்கைகளைக் கேள்வி கேட்கவும் தயங்கிய தில்லை. இந்து மதத்துக்கு எதிரான கருத்துகளைக் கூறும் கிறிஸ்தவ தத்துவ அறிஞர்களை ஒருமுறை அவர் தன் பேச்சினூடே சாடினார்: 'நீங்கள் இந்து சாஸ்திரங்களைப் படித்திருக்கிறீர்களா? படிக்காம லேயே எங்களை இழிவாகப் பார்க்கிறீர்களே!' எப்போதும் அவர் இந்து மதத்தின் காவலராக இருந்தார்.

'கிறிஸ்தவ மதக் கொள்கைகளை பின்பற்றும் நாடுகள் செல்வம் மிகுந்த, ஆற்றல் வாய்ந்த நாடுகள். மிகவும் பழமையானதும், சிறந்ததுமான இந்து மதத்தைப் பின்பற்றும் இந்தியா ஏன் ஏழ்மையில் வாடுகிறது?' இந்தக் கேள்வி சுவாமிஜியிடம் பலமுறை கேட்கப்பட்டது. அவர் சொன்ன பதில்:

'ஐரோப்பாவின் செல்வம் சக மனிதர்களுடன் போரிட்டு, அவர் களைக் கொன்று அதனால் வந்தது. இத்தகைய செல்வத்தை இந்து விரும்புவதில்லை. இங்கிலாந்து நாட்டவர்களிடமிருந்து நாட்டை ஆள்வதுபற்றி அறிய விரும்புகிறோம். விஞ்ஞானம், விவசாயம்போன்றவற்றைத் திறமையாகச் செய்யும் நேர்த்தியை அமெரிக்கா எங்களுக்குக் கற்றுத் தரட்டும். ஆனால் ஆன்மிகத்தை நாங்கள் உலகிற்குக் கற்றுத் தருவோம்'.

சர்வமத மகாசபை சுவாமிஜி ஆற்றிய உரைகள் கீழை நாடுகளின் மதங்களைப்பற்றிய எண்ணங்களை வெகுவாக மாற்றியது. மாயமந்திரம், சித்துவேலைகளே கீழை நாடுகளின் மதங்கள் என்ற வாதத்தைத் தகர்த்து அவை மகோன்னதமானவை என்று மேலைநாடுகளுக்கு குறிப்பாக கிறிஸ்தவ மிஷனரிகளுக்குப் புரிய வைத்தது.

116

சர்வமத மகாசபையில் சுவாமிஜியின் பங்களிப்பு

இந்தியாவின் மதம், சமூக நிலை, பழக்க வழக்கங்கள் இவற்றைப்பற்றி மிஷனரிகள் மூலம் தவறான, மிகைப் படுத்தப்பட்ட செய்திகளைமட்டுமே அறிந்திருந்த அமெரிக்க நாடு சுவாமிஜியின் மூலம் உண்மைநிலையை அறிந்து கொண்டது. இதனால் மிஷனரிகளின் செல்வாக்கு குறையத் தொடங்கியது. பரந்த மனப்பான்மை கொண்டவர்கள் கீழை நாட்டு மதங்களின் மேன்மையை உணர தொடங்கினர். சுவாமிஜியின் மூலம் இந்துமதம் புத்துணர்வு பெற்றது. உண்மையான இந்து மதத்தை உலகம் அறிந்தது.

'இந்து மதக் கோட்பாடுகளைப்பற்றி பேச ஆரம்பித்த சுவாமிஜியின் சொற்பொழிவு நிறைவுற்றபோது இந்து மதம் உருவாக்கப்பட்டிருந்தது' என்கிறார் சகோதரி நிவேதிதை. இந்த சொற்பொழிவு உலக சிந்தனைக்கு சுவாமிஜியின் கொடை என்று சொல்லலாம்.

சுவாமிஜியின் சிகாகோ சொற்பொழிவுகள் இன்னொரு அற்புதத் தையும் செய்திருந்தன. அதுதான் சுவாமிஜியை இந்தியாவுக்கே அடையாளம் காட்டியது. தனி ஒருவராக இந்தியாவையும், இந்து மதத்தையும் புதிய கண்ணோட்டத்துடன் உலகுக்குக் காட்டினார். செல்வச் செழிப்பில் முன்னேறியிருந்த நாடுகளுக்கு உண்மையான இந்து மதத்தை அடையாளம் காட்டி, அதன் மதிப்பை உயர்த்திவிட்டார். சுவாமிஜியின் வார்த்தைகளில் சொல்வதானால் 'சிகாகோ சர்வமத மகாசபை இந்தியாவுக்கும், இந்திய சிந்தனைக்கும் கிடைத்த ஒரு மாபெரும் வெற்றி. அமெரிக்காவில் எழும் ஒரு அலை, இந்தியாவில் ஆயிரம் அலைகளை எழுப்பும். வேதாந்தத்தின் அலை உலகையே வலம் வர இந்த வெற்றி உதவியுள்ளது' என்று சொல்லவேண்டும்'.

அமெரிக்கப் பணிகள்

சர்வமத மகாசபை முடிந்ததிலிருந்து தொடர் பயணங்களும், சொற்பொழிவுகளும் சுவாமிஜியைக் களைப்புறச் செய்தன. தமது அமெரிக்கப் பணிகளை 3 கட்டங்களாக செய்தார் சுவாமிஜி. முதல் கட்டம் சர்வமத மகாசபை சொற்பொழிவு **கத்தேடகத்தேடக**ளிலிருந்து 1894 மார்ச்வரை என்றுகொள்ளலாம்.

அமெரிக்கப் பணியின் இரண்டாம் கட்டம்

ஜுலை 26 இல் கிரீனேக்கர் என்ற இடத்துக்கு வந்தார் சுவாமிஜி. இந்த இடத்தில் இருந்த அடர்ந்த காடும், பெரிய நதியும் சுவாமிஜியின் உள்ளத்தை நிறைத்தன. பரந்த மனப்பான்மை கொண்ட சிலர் சேர்ந்து மத அமைப்பு ஒன்றை இங்கு ஏற்படுத்தி யிருந்தனர். பல மதத்தினரும் அங்கு வந்து பேசினார்கள். சுவாமிஜி இரண்டு வாரங்கள் இங்கு தங்கி சொற்பொழிவாற்றினார். ஒரு நாளைக்கு ஏழு அல்லது எட்டு மணிநேர சொற்பொழிவுகள் இருந்தும், மனதுக்கு ஓய்வு அளித்த இந்த இடத்தில்தான் மிசஸ் சாரா புல் சுவாமிஜியை சந்தித்தார். சுவாமிஜியை சந்தித்த இன்னொரு முக்கியமானவர் டாக்டர் ஜி. ஜேன்ஸ். கிரீனேக்கர் நாட்கள் சுவாமிஜியின் பணித்திட்டத்தில் ஒரு முக்கிய திருப்பு முனையாக இருந்தது. சிகாகோ, நியூயார்க், ப்ரூக்ளின் என்று பம்பரமாகச் சுழன்று சொற்பொழிவுகள் நிகழ்த்தினார்.

1894 நவம்பரில் நியுயார்க்கில் 'வேதாந்த சொசைட்டி'யை நிறுவினார். டிசம்பர் 1894 இல் நியுயார்க் திரும்பி வகுப்புகள் தொடங்குவதற்கான திட்டங்களை வகுத்தார். 'மேடைச் சொற்பொழிவுகளும், பாராட்டுக்களும் ஒரு விஷயத்தை எனக்கு உணர்த்தின. அதாவது நான் எனக்காகமட்டுமே உழைத்தேன். என்னைத் தொடர்ந்து எனது பணிகளைஅ செய்ய சில ஆண்களையும் பெண்களையும் உருவாக்கவேண்டும். இனி இதை நோக்கமாகக் கொண்டு என் பணிகளைத் தொடர வேண்டும்' என்று சுவாமிஜி எழுதுகிறார்.

சீடர்களை உருவாக்குதல்

1895 ஜனவரியில் இதற்காக இரண்டு அறைகளை வாடகைக்கு எடுத்தார். சுமார் 10 மாதங்களுக்கு பலருக்குப் பயிற்சி அளித்தார். தனது பணிகளை தொடர்வதற்குத் தேவையான சீடர்களை இந்தியாவிலும் அமெரிக்காவிலும் உருவாக்குவதில் கவனம் செலுத்தினார். தன்னைத் தொடருபவர்களுக்கு செயல்முறை அத்வைத அறிவு பெறுவதற்கான பயிற்சிகளை அளித்து அவர் களை தயார் செய்ய ஆரம்பித்தார். இந்த வகுப்புகள் மூலம்தான் மெக்லவுட் சகோதரிகள், மிஸ் லாரா க்ளென் (சகோதரி தேவமாதா) மிஸ் எஸ்.இ.வால்டோ (சகோதரி ஹரிதாசி) ஆகியோர் சுவாமிஜிக்கு அறிமுகம் ஆகி அவரது வாழ்க்கையில் முக்கிய இடம் பெற்றனர்.

மூன்றாம் கட்டம் 1896 ஆண்டு டிசம்பர் 16 தேதி இந்தியா திரும்பும்வரை நீடித்தது. இந்தக் காலகட்டத்தில் மீண்டும் மேலைநாடுகளுக்குச் சென்றதையும் சேர்த்துக்கொள்ளலாம்.

சொற்பொழிவுகளைத் தவிர தாம் போகுமிடங்களிலெல்லாம் அமெரிக்கர்களின் வாழ்க்கை முறையைக் கூர்ந்து கவனித்து அதன் அடிப்படையை அறிய முற்பட்டார். அவரை வியப்பில் ஆழ்த்தியது அமெரிக்கர்களின் இயக்கரீதியாகச் செயல்படும் திறமைதான். அமெரிக்கப் பழக்கவழக்கங்களை ஆர்வத்துடன் கற்றுக் கொண்டார். சிகாகோவிலுள்ள மருத்துவமனைகள், பள்ளிகள், பல்கலைக்கழகங்கள், கண்காட்சி சாலைகள் என்று எல்லா இடங்களையும் பார்வையிட்டார்.

அமெரிக்க அறிஞர்களுடன் சந்திப்பு

உலகக் கண்காட்சிக்கு வந்திருந்த பல சிந்தனையாளர்களுடனும் அறிஞர்களுடனும் சுவாமிஜிக்கு அறிமுகம் ஏற்பட்டது. அவர்களுள் இங்கர்சாலும் ஒருவர். சுவாமிஜியின் பரந்த அறிவு எல்லோரையும் கவர்ந்ததைப் போலவே இவரையும் கவர்ந்தது. பிரபல பகுத்தறிவாளரும் சொற்பொழிவாளரும் ஆன இங்கர்சால் சுவாமிஜியுடன் கருத்துகளைப் பரிமாறிக் கொண்டாலும், கொள்கைகளில் அவருடன் வேறுபட்டிருந்தார். இங்கர்சால் மூலம் அமெரிக்கர்களின் மதவெறியையும் குறுகிய மனப்பான்மையையும் அறிந்த சுவாமிஜி அதிர்ந்து போனார். ஒருமுறை இங்கர்சால் சுவாமிஜியிடம் சொன்னார்: ‘இந்த வாழ்க்கை ஒன்றுதான் நமக்கு உறுதியாகத் தெரியும். இன்னொரு வாழ்க்கை இருக்கிறதோ, இல்லையோ தெரியாது. அதனால் ஒரு ஆரஞ்சு பழத்தை ஒட்டப் பிழிந்து சாறு எடுப்பது போல வாழ்க்கையை கடைசிவரை அனுபவித்து விடவேண்டும்’.

சுவாமிஜி சொன்னார்: ‘சாப்பிடுவது, குடிப்பது இவற்றுடன் கொஞ்சம் விஞ்ஞான அறிவு இருந்தால்போதுமென்று நீங்கள் நினைக்கிறீர்கள். நீங்கள் வாழ்க்கையின் வெளிபாட்டை ஆராய்ச்சி செய்கிறீர்கள். நானோ வாழ்க்கையையே ஆராய்கிறேன். நீங்கள் சொல்வதுபோல ஆரஞ்சுப் பழத்தை ஒட்ட பிழியவேண்டும் என்பதில் எனக்கும் உடன்பாடுதான். ஆனால் என் வழி வேறு. மனிதனை தெய்வமாக நினைத்துப் பாருங்கள். இந்த முறையில் ஆரஞ்சைப் பிழிந்து பாருங்கள். பலமடங்கு அதிகச் சாறு கிடைப்பதுடன், கடைசி சொட்டுவரை உங்களுக்குக் கிடைக்கும்’.

மரணமிலா நிலை

எம்மா கால்வே ஒரு புகழ் பெற்ற ஒபரா பாடகி. வாழ்வில் பல துயரங்களைக் கண்டவர். பல முறை தற்கொலைக்கு முயன்ற வர். சுவாமிஜியை சந்தித்தது அவரது வாழ்க்கையில் புதியதோர் ஒளியை காட்டியது.

ஒருமுறை சுவாமிஜி அவரிடம் மரணமிலா நிலையைப்பற்றிக் கூறினார். எம்மா மிகவும் பயந்து போய், 'என் தனித்துவத்தை இழக்க நான் விரும்பவில்லை; பிரபஞ்ச உணர்வும், எல்லையற்ற ஒருமை நிலையும் வேண்டாம்' என்றார். எப்படி ஓர் மழைத் துளியானது கடலில் விழுந்து கடலுடன் கலக்கிறதோ அதுபோல ஒருவன் தனது தனித்துவத்தை இழந்து பெரிய தனித்துவத்தை அடைவதுதான் மரணமிலா நிலை என்று புரிய வைத்தார்.

ராக்பெல்லர்

பல நண்பர்கள் மூலம் சுவாமிஜியைப்பற்றிக் கேள்விப்பட்ட ராக்பெல்லர் ஒருமுறை அவரை சந்திக்க வந்தார். 'உங்களிடம் இருக்கும் பணம் உங்களுடையது அல்ல; உலகுக்கு நன்மை செய்யவதற்காகவே கடவுள் உங்களுக்கு நிறைய செல்வம் அளித்திருக்கிறார். அதனால் அதை வைத்துக்கொண்டு உலகுக்கு நன்மை செய்யுங்கள் என்றார். தான் என்ன செய்யவேண்டும் என்று சுவாமிஜி கூறியது ராக்பெல்லருக்குப் பிடிக்கவில்லை. ஆனால் ஒரு வாரம் கழித்து ஒரு மிகப் பெரிய தொகையை ஒரு பொதுத்தொண்டு நிலையத்துக்கு நன்கொடையாக எழுதிக் கொண்டு வந்து கொடுத்துவிட்டு, 'எனக்கு நீங்கள் நன்றி சொல்ல வேண்டும்' என்றார். ராக்பெல்லர் அளித்த மிகப் பெரிய முதல் நன்கொடை அது. சுவாமிஜி அமைதியாகச் சொன்னார்: 'தர்மம் செய்ய உங்களுக்கு வாய்ப்பு கொடுத்ததற்கு நீங்கள்தான் நன்றி சொல்லவேண்டும். '

மகனாக, சகோதரனாக

சுவாமிஜி பிரபலமானவர்களைமட்டுமே கவர்ந்தாரா என்றால் இல்லை. ஏழை எளியமக்களையும், சிறுவர் சிறுமியரையும் தன் சொல்வன்மையால் கவர்ந்தார். தான் சந்தித்தவர்களுக்கும், தனக்கு தங்க இடம் கொடுத்தவர்களுக்கும், அங்கு தாம் சந்தித்த குழந்தைகளுக்கும் பல கடிதங்கள் எழுதினார். அவர் ஒரு துறவி. மனிதர்களுள் ஏற்றத்தாழ்வு பார்ப்பது என்பது துறவிக்கு

இருக்கக்கூடாத குணம். அவர் எல்லோரையும் நேசித்தார். தனது குடும்பத்தை விட்டு விலகி, உலகத்தை தனது குடும்பமாக ஏற்று தன்னை நேசித்தவர்களை புனிதமான உறவுகளாக ஏற்றுக் கொண்டார்.

அதேபோல அமெரிக்காவில் சுவாமிஜியைச் சந்தித்த பலரும் அவரைத் தங்கள் மகனாக, சகோதரனாக எண்ணினர். இந்தியா வில் இந்த உறவுமுறைகள் வழக்கத்தில் இருப்பவைதான். ஆனால், அமெரிக்காவில் மதவெறியும், இன வெறியும் உச்சக் கட்டத்தில் இருந்த சமயத்தில், அடிமை நாட்டிலிருந்து வந்த ஒருவரை சுலபமாக ஏற்றுக்கொண்டது எப்படி? எல்லோரிடமும் சுவாமிஜி காட்டிய ஏற்றத்தாழ்வு அற்ற அன்பு, அவர் கடைப் பிடித்த அஹிம்சை, அவரது எல்லை கடந்த ஆன்ம ஞானம் இவையே காரணம் என்று சொல்லலாம்.

சுவாமிஜி சந்தித்த எதிர்ப்புகள்

சுவாமிஜியின் அமெரிக்கப் பயணத்தின் அடிப்படைக் குறிக்கோள் இந்தியாவில் நற்பணிகள் செய்ய பணம் திரட்டுவதுதான். எனவே, தொடர் சொற்பொழிவுகள் செய்வது என்று தீர்மானித் தார். அதற்காக ஸ்லெய்டன் லைசியம் என்ற சொற்பொழிவு மையத்துடன் மூன்று வருடங்களுக்கு ஒப்பந்தம் செய்து கொண்டார். சிகாகோவிலிருந்து சுமார் 1000 மைல்களுக்குள் இருந்த விஸ்கான்சின், மின்னசோட்டா, அயோவா என்ற மூன்று மாநிலங்களில் சொற்பொழிவுகள் செய்தார்.

மிஷனரிகளும், ரமாபாய் வட்டங்களும் இந்தியாவை ஒரு கொடிய பூமியாக சித்தரித்திருந்தனர். தனது சொற்பொழிவுகள் அமெரிக்கர்களிடத்தில் நல்ல தாக்கங்களை ஏற்படுத்த வேண்டு மானால், முதலில் இந்த அவதூறுகளை மாற்றவேண்டும் என்று தீர்மானித்தார். டெட்ராய்ட் சொற்பொழிவுகளில் இதனைச் செய்தார் சுவாமிஜி. இங்குதான் மிகக் கடுமையான எதிர்ப்பு களைச் சந்தித்தார். அவர் எல்லோரையும் இந்து மதத்துக்கு மாற்றுகிறார் என்ற கட்டுக்கதை வேகமாகப் பரவியது.

மதமாற்றம்பற்றிய தனது கருத்துகளை சுவாமிஜி மிகவும் ஆணித்தரமாகக் கூறினார். அதுவே அவருக்கு எதிரிகளையும், நண்பர்களையும் உருவாக்கியது. சுவாமிஜி ஒரு சொற்பொழிவில் சொன்னார்: 'நாங்களும் மத வெறியர்கள்தான். எங்களை நாங்களே துன்புறுத்திக் கொள்ளுவோம்; உங்களைப் போல

பிறரை துன்புறுத்த மாட்டோம். உங்களை நீங்கள் நன்றாகப் பாதுகாத்துக்கொண்டு மற்றவர்களை துன்புறுத்துகிறீர்கள். மிஷனரிகளுக்கு பயிற்சி, கல்வி, துணிமணிகள், சம்பளம் கொடுத்து எங்கள் கோவில்களுக்கு அருகில் நின்று கொண்டு எங்கள் மதத்தை தூற்றச் சொல்லுகிறீர்கள். நாங்கள் நரகத்துக்குப் போவோம் என்கிறீர்கள். இதை இஸ்லாமியர்களிடம் சொல்லு வீர்களா? அவர்கள் வாளை உருவிக் கொண்டு வருவார்கள் என்பது உங்களுக்கு நன்றாகத் தெரியும்'. இந்தப் பதிலால் மிஷனரிகள் வாயடைத்துப் போனார்கள்.

இப்போது மிஷனரிகள் சுவாமிஜியை வேறு கோணத்தில் தாக்க ஆரம்பித்தனர். அவரது நடத்தையைப்பற்றி அவதூறுகள் கிளப்பினர். அதுவுமின்றி அவர் ஏதாவது சித்து வேலை செய்து தன்னை நிரூபிக்கவேண்டும் என்று சவால் விட்டார்கள். இந்த சவாலுக்கு சுவாமிஜியின் பதிலடியைப் பார்ப்போம்: ' சித்து வேலை செய்பவன் நான் அல்ல; எனது மதம் இந்த சித்துவேலை களை சார்ந்து நிற்கவில்லை. சான்றோர்கள் இதை செய்வ தில்லை. பணம் வேண்டி தெருவில் வித்தை காட்டுபவர்கள் மட்டுமே இவற்றை செய்கிறார்கள். நிஜத்தை அறிய ஆர்வமுள்ள வர்கள் இதை செய்ய விரும்புவதில்லை. உண்மையை அறிய உண்மையான ஆர்வமுள்ளவர்களுக்கே உண்மை புரியும்'.

வெளிநாட்டினர் மட்டுமல்ல; அமெரிக்காவுக்கு சென்றிருந்த சில இந்தியர்களும் சுவாமிஜிக்கு எதிரான பிரச்சாரத்தில் ஈடுபட்டது மிகவும் வருத்தமான செய்தி. சர்வமத மகாசபையில் சுவாமிஜி யுடன் பங்கேற்ற மஜூம்தார், நகர்கர் இருவரும், 'இந்த இளைஞர் போதிக்கும் இந்து மதம் பழமையானது இல்லை. இது ஏதோ புதிய மதம். வைதீக இந்து கடலைத் தாண்ட மாட்டான்; அசைவ உணவு சாப்பிடமாட்டான்; புகை பிடிக்க மாட்டான். இவர் இதையெல்லாம் செய்கிறார். இதையெல்லாம் எங்களால் சகிக்க முடியாது' என்று பத்திரிகைகளில் எழுதினர். ரமாபாய் வட்டங்களும், குமாரி கார்நீலியா சோப்ராஜி மற்றும் தியாசபிஸ்ட்களும் சுவாமிஜியைத் தூற்றுவதில் இணைந்தனர்.

இந்தியாவில் சென்னையில் முதன் முதலில் சுவாமிஜியின் செயலைப் பாராட்டி ஏப்ரல் 28 பச்சையப்பா ஹாலில் பொதுக் கூட்டம் நடந்தது. ராஜா சர் ராமசுவாமி முதலியார், திவான் பகதூர் எஸ். சுப்ரமணிய ஐயர்,போன்ற பிரமுகர்கள் சுவாமிஜியின் செயல்களைப் பாராட்டிப் புகழாரம் சூட்டினர்.

ராமநாதபுரம் மன்னரும் மற்றவர்களும் வாழ்த்துத் தந்தி அனுப்பி னர். இதைத் தொடர்ந்து கல்கத்தாவிலும், கும்பகோணம், பெங்களூர்போன்ற இடங்களிலும் ஒன்றன்பின் ஒன்றாக பல கூட்டங்கள் நடைபெற்றன. இந்தச் செய்திகள் அமெரிக்கப் பத்திரிக்கைகளில் வெளியானவுடன், எதிர்ப்புகள் சற்று அடங்கின.

இதே நேரத்தில் சுவாமிஜியுடன் சொற்பொழிவுகளுக்கான ஒப்பந்தம் செய்து கொண்ட அமைப்பின் அளவுக்கு மீறிய தலை யீட்டால் சுவாமிஜிக்கு பணம் வருவதும் குறைந்தது. அவர்களிட மிருந்து மிகுந்த பிரயாசைக்குப் பிறகு தன்னை விடுவித்துக் கொண்டார்.

1895-ல் சுவாமிஜி ஓய்வு ஒழிச்சல் இல்லாமல் மேடைச் சொற்பொழிவுகள், சமயச் சொற்பொழிவுகள், எதிர்ப்புக்களை சமாளிப்பது என்று கடுமையாக உழைத்தார். இந்த நாட்களில் தான் 'நான்கு யோகங்கள்'பற்றிய வகுப்புகளை நடத்தினார். 'வெவ்வேறு பாதைகளின் மூலம் நாம் ஒரே குறிக்கோளை அடையமுடியும். இந்தப் பாதைகளை நான் கர்மம், பக்தி, தியானம், ஞானம் என்று நான்கு யோகங்களாகப் பிரித்திருக் கிறேன். இந்தப் பிரிவுகளை துல்லியமாக பிரித்துக் காட்ட இயலாது. இவை தனித்தனியானவை அல்ல; ஒன்றோடொன்று கலந்தவை. இந்தக் கலவையில் கர்மத்தின் அடையாளம் அதிகம் காணப்பட்டால் அதை கர்மயோகம் என்கிறோம். இது போலவே எந்த அடையாளம் அதிகமாகக் காணப்படுகிறதோ அந்தப் பெயரில் ஒவ்வொரு யோகத்தையும் அழைக்கிறோம்' என்று சுவாமிஜி இந்த யோகங்களைப்பற்றி விளக்குகிறார்.

நியூயார்க்கிலிருந்து 300 மைல் தொலைவில் செயின்ட் லாரன்ஸ் நதிக்கரையில் அமைந்துள்ள ஆயிரம் தீவுப் பூங்காவுக்கு, 1895 ஜூன் தனது சிஷ்யை மிஸ் மெரி எலிசபெத் டட்சரின் அழைப்பின் பேரில் சென்றார். வனப்பகுதியும் அருகில் ஓடிய நதியும் அவருக்கு தட்சிணேசுவர் நினைவை கொடுத்திருக்கும். இங்கு சுவாமிஜி நடத்திய வகுப்புகளில் மொத்த மாணவ மாணவியர் பன்னிரண்டு பேர். இந்த நாட்களில்தான் 'சந்நியாசி கீதம்' என்ற கவிதையை எழுதினர் சுவாமிஜி. துறவின் பெருமை யையும், ஆன்மிக நிலையின் அறுதி மகிமையையும்பற்றி 13 பாடல்கள் கொண்டது இந்த சந்நியாசி கீதம்.

‘எனது வகுப்புகளில் கூட்டம் கூட்ட விரும்பவில்லை. உண்மை யான ஆன்மிக லட்சியம் உள்ள ஒருவர் வந்தால்கூடபோதும். இத்தகையவர்கள்தான் என் பணிக்கு வெற்றி தரமுடியும். என் முயற்சியின் பலனாக ஒரே ஒருவர் முக்தி பாதையில் செல்ல நான் உதவமுடியும் என்றால்கூட நான் வெற்றி பெற்றவன் ஆவேன்’ என்று கருதினார் சுவாமிஜி. ஆயிரம் தீவு பூங்காவில் சுமார் 7 வாரங்கள் இருந்து விட்டு ஆகஸ்ட் 7 ஆம் தேதி நியூயார்க் புறப்பட்டார்.

இங்கிலாந்தில் சுவாமிஜியின் பணிகள்

இந்தியாவிலிருந்து புறப்பட்ட போதே இங்கிலாந்துக்கும் செல்ல எண்ணியிருந்தார் சுவாமிஜி. அதற்கான வாய்ப்புக்கள் கிடைக்கவே 1895 ஆகஸ்ட் 17 ஆம் தேதி நியூயார்க்கிலிருந்து புறப்பட்டு 24 ஆம் தேதி பாரிஸ் சென்றார் சுவாமிஜி. இரண்டு வாரங்கள் பாரிஸில் தங்கிவிட்டு செப்டெம்பரில் லண்டன் போய்ச் சேர்ந்தார்.

இங்கிலாந்தில் சுவாமிஜி யாதொரு திட்டத்துடனும் வரவில்லை. தொடர்ந்து செய்துவரும் அமெரிக்கப் பணியிலிருந்து சிறிது ஓய்வு பெறவே இங்கிலாந்து வந்தார். ஸ்டார்டி என்ற இளைஞரும் மிஸ் முல்லர் என்பவரும் சுவாமிஜிக்கு இங்கு அறிமுகம் ஆனார்கள். ஆனால் சுவாமிஜியின் இந்த வருகைக்கும் ஒரு காரணம் இருந்தது என்றே சொல்லவேண்டும். இங்குதான் மிஸ் மார்கரெட் எலிசபெத் நோபிள் சுவாமிஜியை சந்தித்து பிற் காலத்தில் சகோதரி நிவேதிதையாக மாறினார். இங்கிலாந்துப் பணிகளைத் தொடர இந்தியாவிலிருந்து சாரதானந்தரை இங்கி லாந்து வருமாறு கடிதம் எழுதினர் சுவாமிஜி. இங்கிலாந்துப் பணிகளின் பொறுப்பை ஸ்டார்டியிடம் ஒப்படைத்தார். 14 வாரங்கள் இங்கிலாந்தில் தங்கிவிட்டு நவம்பரில் நியூயார்க் திரும்பினார்.

நியூயார்க்கில் சொற்பொழிவுகள் தொடர்ந்தன. சுவாமிஜியின் சீடர்கள் அபயானந்தரும் (மேரி லூயி), கிருபானந்தரும் (லியான் லாண்ட்ஸ்பர்க்) பலவிடங்களில் வகுப்புகள் நடத்தினர். சுவாமிஜி பலருக்கு மந்திர தீட்சை அளித்தார்.

1896 மார்ச் மாதம் 25 ஆம் தேதி போஸ்டன் ஹார்வர்ட் பல்கலைக்கழகத்தில் ‘வேதாந்த தத்துவம்’ என்ற பெயரில் உரை நிகழ்த்தினார். சுவாமிஜியின் உரைகளில் இது மிகச்சிறந்த

ஒன்றாகக் கருதப்படுகிறது. இந்தப் பல்கலைக்கழகம் சுவாமிஜிக்கு 'கிழக்கத்திய தத்துவத்துறை தலைமைப் பதவி' என்ற பட்டத்தை அளிக்க முன்வந்தது. ஆனால், 'என்னைப் போன்ற துறவிக்கு இதுபோன்ற பட்டங்களும் பதவிகளும் பெருமையை அளிக்காது' என்று கூறி அதனை ஏற்க மறுத்து விட்டார் சுவாமிஜி.

சுவாமிஜியின் நூல்கள்

அமெரிக்காவில் இருந்தபோது தாம் ஆற்றிய சொற்பொழிவு களைத் தொகுத்து நூல்களாக வெளியிட்டார் சுவாமிஜி. அவரது சொற்பொழிவுகள் பலரின் வாழ்க்கையை அடியோடு மாற்றின. தாம் சில பாட நூல்களை எழுத விரும்புவதாகவும், தனக்குப் பிறகு நடக்க வேண்டிய பணிகளுக்கு இந்த நூல்கள் வழி காட்டியாக இருக்கும் என்றும் சுவாமிஜி எண்ணினார். அதன் படியே அவரது நூல்கள் வெளிவரத் தொடங்கின. 1896 பிப்ரவரியில் கர்மயோகம் தயாராகியது. ஜூலையில் ராஜயோகம் லண்டனில் வெளியிடப்பட்டது. சென்னை யிலிருந்து வெளிவந்து கொண்டிருந்த 'பிரம்மவாதின்' பத்திரிகையில் பக்தியோகம் தொடராக வர ஆரம்பித்தது. நவம்பரில் அது நூலாக வெளியிடப்பட்டது. சுவாமி சாரதானந்தர் அமெரிக்காவில் 'ஞான யோகா' சொற்பொழிவுகளை வெளி யிட்டார். சுவாமிஜி எழுதிய முழுமையான நூல் அவர் இரண்டாம் முறையாக மேலை நாடுகளுக்குச் சென்றபோது எழுதிய பயண நூல் 'எனது பயணம்'. இராமகிருஷ்ண மடத்தின் வங்க மொழிப் பத்திரிகை 'உத்போதன்' - இல் தொடராக வந்தது.

இரண்டாம் முறையாக இங்கிலாந்துப் பயணம்

1896 ஏப்ரலில் இரண்டாம் முறையாக லண்டன் சென்றார் சுவாமிஜி. அவரது அழைப்பின்படி இங்கு வந்திருந்த சாரதானந்த ரைச் சந்தித்து ஆலம்பஜார் மடத்து விவரங்கள் அறிந்தார். இந்தியாவிலும்தான் நினைத்தபடியே பணிகள் நடந்து வருவதை அறிந்து மகிழ்ந்தார். லண்டனில் இந்து அசோசியேஷனில் பேசியபோது தாதாபாய் நௌரோஜியும் உடனிருந்தார். அன்னிபெசன்ட் அம்மையார் சுவாமிஜியை அழைத்துப் பேசச் சொன்னார்.

சுவாமிஜியின் தினசரி வாழ்க்கை எங்கிருந்தாலும் ஒரேமாதிரி தான் இருந்தது. சொற்பொழிவுகள், வகுப்பு சொற்பொழிவுகள் என்று வெளியே இருந்தாலும் உள்ளே இறையுணர்வில் ஆழ்ந் திருந்தார். இங்கிலாந்திலும் சுவாமிஜியின் சொற்பொழிவு களுக்கு பெரும் வரவேற்பு இருந்தது. அவரது பேச்சாற்றல், ஆழ்ந்த அறிவு, புதிய கருத்துகளை பத்திரிகைகளும் பாராட்டின. ஞானயோக சொற்பொழிவுகள் லண்டனில் நடைபெற்றபோது கேப்டன் சேவியரும், அவரது மனைவியும் சுவாமிஜியைச் சந்தித்து அவரது சீடர்களானார்கள்.

ஆங்கலீகன் சர்ச்சைச் சேர்ந்த கேனன் ஹாவீஸ் என்பவர் சுவாமிஜி யின் பல கருத்துகளைப் பாராட்டியதுடன், சுவாமிஜியின் கருத்துகள் ஏசுநாதரின் போதனைகளுக்கு இசைவாக இருக் கின்றன; பக்தி-பக்தன் என்ற சுவாமிஜியின் கருத்துகளை ஏற்றுக் கொள்வதால் கிறிஸ்தவ மதத்துக்கு நன்மை ஏற்படும் என்றும் கூறினார்.

ஸ்ரீராமகிருஷ்ணரின்மேல் அளவிடமுடியாத நேசம் கொண் டிருந்த மாக்ஸ்முல்லரை அவரது வீட்டில் சந்தித்தார் சுவாமிஜி. ‘சந்திப்பு என்று சொல்வதைவிட மாக்ஸ்முல்லரை வணங்கச் சென்றேன். ஸ்ரீராமகிருஷ்ணரின்மேல் பிரியம் வைத்துள்ள அவரை சென்று பார்ப்பதை ஒரு புனித யாத்திரையாகவே நினைக்கிறேன்’ என்று இந்த சந்திப்பைபற்றி பிரம்மவாதின் பத்திரிகையில் எழுதினர் சுவாமிஜி.

இங்கிலாந்தில் இருந்த சமயம் ஒருநாள் பிற்பகல் அவருக்கு மாரடைப்பு ஏற்பட்டது. அவரது உடல்நிலை சீர் கெட்டிருப்பது நன்றாகவே தெரிந்தது. சிறிது நாட்கள் ஓய்வெடுக்க சுவாமிஜியை ஸ்விட்சர்லாந்துக்கு அழைத்துச் செல்ல அவரது சீடர்கள் தீர்மானித்தனர். இந்தியப் பணிகள் நடைபெற்றுக் கொண்டிருந்தாலும், பெண்களுக்காக சுவாமிஜி செய்ய வேண்டிய பணிகளை எடுத்து செய்ய மார்கரெட் நோபிள் முடிவு செய்தார். சுவாமிஜிக்கு இந்த அவரது முடிவு எல்லையற்ற மகிழ்ச்சியைக் கொடுத்தது.

ஐரோப்பாவில் சுவாமிஜி

1896 ஜுலை 19 லண்டனிலிருந்து ஸ்விட்சர்லாந்து புறப்பட்டார் சுவாமிஜி. ஆல்ப்ஸ் மலைகளின் நடுவே ஆல்பைன் கிராமத்தில்

ஓய்வெடுத்தார் சுவாமிஜி. அந்த அழகிய சூழ்நிலை உடலுக்கு ஓய்வு கொடுத்தாலும் மனதுக்கு தேவையான ஓய்வைக் கொடுக்கவில்லை என்றே சொல்லவேண்டும். ‘பண உதவி போதுமான அளவுக்குக் கிடைக்காததால், பிரம்மவாதின் பத்திரிகையை நடத்துவது சிரமமாக இருக்கிறது என்று அளசிங்கரிடமிருந்து கடிதம் வந்தது. ஆயிரம் தீவு பூங்காவில் சுவாமியிடமிருந்து தீட்சை பெற்ற கிருபானந்தர் சுவாமிஜியிட மிருந்து விலக ஆரம்பித்தது அவருக்கு மன வேதனையை அளித்தது.

ஸ்விட்சர்லாந்திலிருந்து ஜெர்மனி சென்றார் சுவாமிஜி. கீல் நகரத்தில் பேராசிரியர் பால்தாசனைச் சந்தித்தார். இருவரும் தமது கருத்துகளைப் பரிமாறிக் கொண்டனர். இருவருக்கு கிடையில் நல்ல நட்புறவு உருவாகியது. இரண்டு மாதங்களை ஐரோப்பாவில் கழித்துவிட்டு இங்கிலாந்து திரும்பினார் சுவாமிஜி. அமெரிக்கப் பணிகளைத் தொடர இந்தியாவிலிருந்து அபேதானந்தர் வரப்போகும் செய்தி அவருக்கு மகிழ்ச்சியைத் தந்தது.

இங்கிலாந்து பணிகள் விரைந்து நடக்க வேண்டுமானால்தான் லண்டனில் இருப்பது அவசியம் என்று சுவாமிஜிக்குத் தெரிந் திருந்தது. ஆனாலும் திடீரென ஒருநாள் அவர்தான் தாயகம் திரும்பப் போவதாக அறிவித்தார். அவருடன் சேவியர் தம்பதிகள், குட்வின் ஆகியோரும் இந்தியா வந்தனர்.

8

தாயகம் அழைக்கிறது

இங்கிலாந்தில் சுவாமிஜியின் பணிகளுக்கு மிகவும் சாதகமான சூழ்நிலை நிலவும் காலகட்டத்தில் திடீரென அவர் இந்தியா திரும்ப நினைத்ததற்கு காரணம் ‘இறைவனின் திருவுள்ளம்’ என்று சுவாமிஜியின் சொற்களில் சொல்லலாம். நான்கு வருடங்கள் மேலை நாடுகளின் ஆடம்பரமும், செல்வ செழிப் பையும் பார்த்தவர், இந்தியாவைப்பற்றி என்ன நினைக்கிறார் என்று கேட்டபோது அவர் சொன்னார்: ‘இங்கு வருமுன் இந்தியாவை நேசித்தேன். இப்போது அதன் தூசி, காற்று எல்லாமே புனிதமாகத் தெரிகிறது. இந்தியா ஒரு புண்ணிய பூமி; அது ஒரு தீர்த்தத் தலம்’ என்றார் கண்களில் மகிழ்ச்சியும் முகத்தில் ஆனந்தமும் பொங்க.

கடிதங்கள் மூலம் இந்தியாவை எழுப்புதல்

சுவாமிஜியின் மேலைநாட்டுப் பணிகளின் வெற்றி இந்தியா விலும் எதிரொலித்தது. இந்தியாவில் தாம் செய்ய விரும்பிய பணிகளைப்பற்றி சுவாமிஜி கடிதங்கள் மூலம் சென்னைக்கும் கல்கத்தாவுக்கும் தெரிவித்தபடியே இருந்தார். சுவாமிஜியின் சொற்பொழிவுகள் இந்தியாவுக்கு அவரை அடையாளம் காட்டிய துடன், இந்தியர்களைத் தட்டி எழுப்பவும் செய்தன. இந்தியர் களுக்கு அவர்கள் மறந்துவிட்ட ஆன்மிகப் பெருமைகளை உணர்த்தி, அவர்களை ஆழ்ந்த உறக்கத்திலிருந்து எழச் செய்தார். தூக்கம் கலைந்த இந்தியர்களுக்கு சரியான பாதையைக் காலத்தால் அழியாத தனது கடிதங்கள் மூலம் அமைத்துக் கொடுத்தார்.

சுவாமிஜியின் கடிதங்கள் எல்லாம் அவர் கையாலேயே எழுதப் பட்டவை. மிகவும் பரபரப்பாக இருந்த போதிலும் கிட்டத்தட்ட

778 கடிதங்கள் (நமக்குக் கிடைத்தவை) எழுதியிருக்கிறார்
என்பது வியப்புக்குரிய செய்தி. இக்கடிதங்களின் மூலம் இந்திய
பணிகளை மூன்று அம்சத் திட்டமாக பிரிக்கிறார். இந்த மூன்று
அம்சங்களையும் அவரது சொற்களிலேயே காண்போம்:

1. *எழுச்சி:* பல காலமாக அடிமைப்பட்டு தங்கள் பழம்
பெருமைகளை மறந்து, 'நீங்கள் அடிமைகள். ஒன்றுக்கும்
உதவாதவர்கள்' என்ற அந்நியனின் சொற்களை நம்பி, மயங்கிக்
கிடக்கும் இந்தியர்களை எழுப்புவது முதல் அம்சம். 'எழுமின்!
விழிமின்! காலம் கனிந்துவிட்டது. இப்போது நமக்கு வேண்டு
வது உற்சாகம், அன்பு, எல்லையற்ற நம்பிக்கை இவைதான்.
பாவங்களுள் மிகப் பெரிய பாவம் பயம். இது வேண்டாம்'.

2. *விழிப்புணர்வு:* 'எழுந்தவர்களுக்கு விழிப்புணர்வை கல்வி
மூலம் ஊட்டவேண்டும். ஏழை மக்கள் நாம் பணமிருப்ப
வனுக்கு அடிமைப்படவே பிறந்துள்ளோம் என்று எண்ணி
தங்கள் ஆண்மையை, தனித்துவத்தை இழந்துவிட்டார்கள்.
இழந்ததை மீண்டும் பெற இவர்களுக்குக் கல்வி கொடுக்கப்
படவேண்டும். கல்வியைத் தேடி அவர்கள் வர வேண்டாம்.
கல்வி அவர்களைத் தேடி போகவேண்டும். நம் நாட்டில் உள்ள
படித்தவர்கள், சுயநலமற்றவர்கள், நல்லவர்கள் கிராமம்
கிராமமாகப் போய் மதத்துடன், கல்வியையும் இல்லந்தோறும்
சேர்க்கட்டும்.' விதவைகளை ஒன்றுகூட்டி பெண்களுக்குக் கல்வி
தரவும் சுவாமிஜி முயன்றார்.

மத உணர்வை விலக்காத கல்வியை சுவாமிஜி ஆதரித்தார்.
'மேலைநாட்டினரிடம் காணப்படும் சமத்துவம், சுதந்திரம்,
செயல்திறன், ஆற்றல் ஆகியவற்றுடன், மதப் பண்பாட்டிலும்,
இயல்புணர்ச்சியிலும் முழுமையான இந்துவாக இருந்து பாமர
மக்களை உயர்த்தவேண்டும். இந்தச் செயல்களை செய்ய ஒரு
அமைப்புவேண்டும். இந்த அமைப்புக்கு மிகவும் பிரபலமாக
இருப்பவர்கள் தலைவர்களாக இருக்கவேண்டும். வெகு
விரைவில் பணிகளை ஆரம்பியுங்கள். நானும் வந்து உங்களுடன்
சேர்ந்து கொள்ளுகிறேன்'.

3. *ஸ்ரீராமகிருஷ்ணர்:* 'இந்த பணிகள் எல்லாம் ஸ்ரீராமகிருஷ்ணரின்
திருபெயரில் அவரை மையமாக வைத்து நடக்கட்டும். முதலில்
ஒவ்வொரு மாவட்டத்திலும் ஒரு குடிசைக் கோவிலை அமைக்க
வேண்டும். அதில் ஸ்ரீகுருமகராஜ் வழிபடு தெய்வமாக இருக்க

வேண்டும். கடவுளே ஸ்ரீராமகிருஷ்ணராக அவதரித்துள்ளார். அவரது திருவடிகளில் அமர்வதன் மூலமே இந்தியா வளர்ச்சி காணமுடியும். ஸ்ரீராமகிருஷ்ணர் என்கிற கலங்கரை விளக்கத்தின் ஒளியில் இந்து மதத்தின் முழு பரிமாணத்தையும் உண்மையாக அறிந்து உணரமுடியும்'.

ஸ்ரீராமகிருஷ்ண வழிபாடு ஏன்?

ஸ்ரீராமகிருஷ்ணரை ஒரு உதாரண புருஷராக - தனி நபராக அல்ல - அவரது தத்துவத்தின் மூலம் நம்முன் வைக்கிறார் சுவாமிஜி. 'அவரது பெயரை மக்கள் ஏற்கிறார்களா என்பதுபற்றி கவலை யில்லை. ஆனால் அவரது உபதேசமும், வாழ்வும் உலகெங்கும் பரவவேண்டும்' என்று தனது நோக்கத்தை வெளியிடுகிறார் சுவாமிஜி.

மேலைநாடுகளில் தனக்கு ஏற்பட்ட அனுபவங்களின் பின்னணியில் தனது இந்தியப் பணிகளிலும் மாற்றம் கொண்டு வந்தார் சுவாமிஜி. ஏழைமக்களின் கல்விக்கான தனது திட்டத்தை சற்று தள்ளி வைத்துவிட்டு பிரச்சாரகர் கூட்டம் ஒன்றைத் தயார் செய்ய விரும்பினார். சென்னையில் மத சம்பந்த மான கல்லூரி ஒன்றை ஆரம்பிக்கவும், அதில் ஒரு அங்கமாக ஆங்கிலத்திலும் வட்டார மொழியிலும் ஒரு பத்திரிகையும் தொடங்கவேண்டும் என்ற ஆசையை வெளியிட்டார்.

பிரம்மவாதின் பத்திரிகை

சுவாமிஜியின் உத்தரவுப்படி, சென்னையில் அளசிங்கர் முதலானோர் இராமகிருஷ்ண சங்கம் ஒன்றை ஏற்படுத்தி செயல்பட ஆரம்பித்தனர். அளசிங்கரை ஆசிரியராகக் கொண்டு 1895 செப்டம்பர் 15 பிரம்மவாதின் ஆங்கிலப் பத்திரிகையின் முதல் இதழ் அச்சானது. அளசிங்கரின் பெயர் அந்தப் பத்திரிகை யில் எங்குமே காணப்படவில்லை. தமது சொந்தப் பிரச்னை களை தூர வைத்துவிட்டு சுவாமிஜியின் ஆசிகளை மனதில் கொண்டு பணியாற்றனார் அளசிங்கர். ஸ்ரீராமகிருஷ்ணரின் துறவிச் சீடர்கள், தர்மபாலர், மாக்ஸ்முல்லர் ஆகியோரின் கட்டுரைகளைத் தாங்கி வெளிவந்தது பிரம்மவாதின். ஆயிரம் தீவுப் பூங்காவில் தாம் இருந்தபோது எழுதிய சந்நியாசி கீதத்தை தமது முதல் படைப்பாக பிரம்மவாதினுக்கு அனுப்பினார். மேலை நாட்டுத் தத்துவ அறிஞர்களின் படைப்புகள், சங்கரர், ராமானுஜர் பதஞ்சலி, சதாசிவ பிரம்மேந்திரர் போன்றோரின்

130

நூல்களின் மொழிபெயர்ப்புகள் பிரம்மவாதின் பத்திரிகையில் வெளிவந்தன. இளைஞர்கள் மிகவும் உற்சாகமாக அளசிங்கருடன் சேர்ந்து பணியாற்றினார்கள்.

சுவாமிஜியின் கருத்துகள் சாதாரண மக்களை அடைவதற்கு பி.ஆர். ராஜம் ஐயரை ஆசிரியராகக் கொண்டு 'பிரபுத்த பாரதம்' என்ற பத்திரிக்கை ஆரம்பிக்கப்பட்டது. டாக்டர் நஞ்சுண்டராவ் குழந்தைகளுக்காக ஒரு பத்திரிகை தொடங்க விரும்பினார். சுவாமிஜியும் அதற்கு உற்சாகம் அளித்தார். சுவாமிஜியின் கருத்துகள் முதன்முதலாக செயல்வடிவம் பெற்றது சென்னை யில்தான். அவரது சொற்பொழிவுகள் பல தமிழ் பத்திரிகைகளில் வெளிவந்தன. வாணியம்பாடியைச் சேர்ந்த வெங்கடசாமி சுவாமிஜியின் கருத்துகளைப் பரப்ப புதுமுறையைக் கண்டுபிடித் தார். சுவாமிஜி போலவே உடையணிந்து, பத்திரிகைகளில் வரும் சுவாமிஜியின் சொற்பொழிவுகளின் தமிழாக்கத்தை அப்படியே பேசி, கடைசியில் 'இப்படி விவேகானந்தர் பேசினார்' என்று முடிப்பார். சுவாமிஜியின் கருத்துகளைப் பரப்ப, அவர் கூறியபடி மக்களுக்கு சேவை செய்ய 'விவேகானந்த வேதாந்த சங்கம்' ஒன்றை ஆரம்பித்தார்.

'ராமகிருஷ்ண மடங்களை மையமாகக் கொண்டு பணிகள் நடைபெறவேண்டும். 1. படிப்பு, பிரச்சாரம், 2. சேவை, 3. ஆன்மிக சாதனைகள் இந்த மூன்று துறைகளில் கவனம் செலுத்த வேண்டும். இந்த மடங்கள் நாடு முழுவதிலும் ஏற்படுத்த வேண்டும்' என்றார் சுவாமிஜி. இப்படியாக இந்தியா தனது நீண்ட தூக்கத்திலிருந்து விழித்துக்கொண்டு சுவாமிஜியின் வரவை எதிர்பார்த்துக் கொண்டிருந்தது. தனது செய்தியாகிற விதையைத் தூவ நிலம் தயாராக இருக்கிறது என்ற மனத்திருப்தி யுடன் சுவாமிஜி தாயகம் நோக்கி வந்து கொண்டிருந்தார்.

தாய் நாட்டை நோக்கி

குருதேவரால் தமக்கு இடப்பட்ட பணிகளை இயன்ற வரையில் நன்றாகச் செய்திருக்கிறோம் என்ற மனநிறைவுடன் தாய் நாட்டுக்குத் திரும்பிக் கொண்டிருந்தார் சுவாமிஜி. 1897 ஜனவரி 15 கொழும்பு வந்தார் சுவாமிஜி. அங்கு அவருக்கு மிகப்பெரிய வரவேற்பு கொடுக்கப்பட்டது. சுவாமிஜியைப் பாராட்டி சமஸ்கிருதக் கவிதை படிக்கப்பட்டது. கொழும்பில் நான்கு நாட்கள் தங்கினார். அங்கிருந்து கண்டி வழியே அனுராதபுரம்

சென்று அங்குள்ள புராதனக் கோவில்களையும், புத்த ஸ்தூபி
களையும் பார்த்தார். அங்கிருந்து யாழ்பாணம் சென்றார்.
யாழ்பாணத்தில் அவருக்கு அளிக்கப்பட்ட வரவேற்பு இதுவரை
வேறு யாருக்கும் அளிக்கப்படவில்லை என்று சொல்லலாம்.
சுமார் 15,000 பேர் கைகளில் தீபங்களை ஏந்தி அவரை
அழைத்துச் சென்றனர். இலங்கை விஜயத்தை முடித்துக்
கொண்டு ஜனவரி 26 தமிழ் நாட்டுக்கு வந்தார்.

திரும்பவும் தமிழகத்தில்

சுவாமிஜியிடம் இருந்த அசாதாரண ஆற்றலை முதலில் அங்கீ
கரித்தது தமிழ்நாடு என்றால் மிகையாகாது. அவர் மேலைநாடு
போக உதவுவதிலும் சென்னை இளைஞர்கள் முதல் இடத்தில்
இருந்தார்கள். ஜனவரி 26 செவ்வாய் யாழ்பாணத்திலிருந்து
புறப்பட்டு பாம்பனை அடைந்தார். அவரை வரவேற்க
ராமநாதபுரம் அரசர் பாஸ்கர சேதுபதி வந்திருந்தார். மன்னரும்
சுவாமிஜியும் மிகவும் உணர்ச்சி வயப்பட்டனர் என்று சொல்ல
வேண்டும். மன்னரும் அவருடன் வந்தவர்களும் சுவாமிஜியின்
பாதங்களுக்கு சாஷ்டாங்க நமஸ்காரம் செய்தனர். வரவேற்
புரையை ஏற்று சுவாமிஜி உரை நிகழ்த்தினார். பின்னர்
அங்கிருந்த மாளிகை ஒன்றில் தங்க வைக்கப்பட்டார். அந்த
மாளிகை இப்போது 'விவேகானந்த பாஸ்கரம்' என்று அழைக்கப்
படுகிறது.

சுவாமிஜி தனது திருப்பாதங்களை தன் நாட்டில் பதித்ததற்காக
நாற்பது அடி நினைவுத் தூண் ஒன்றை நிறுவினார் மன்னர்.
சுவாமிஜியின் ராமநாதபுர வருகையை கொண்டாட சென்னை
பஞ்ச நிவாரண பணிக்காக பொதுமக்கள் நன்கொடை திட்டம்
ஒன்றை தொடங்கினார் மன்னர். மன்னருக்கு 'ராஜரிஷி' என்ற
பட்டத்தை அளித்தார் சுவாமிஜி. சென்னைக்குப் போகும்
வழியில் பரமக்குடி, மானாமதுரை, மதுரை கும்பகோணம்
ஆகிய இடங்களுக்கு சென்றார். சுவாமிஜி வரும் வழியில் எல்லா
இடங்களிலும் ஆயிரக்கணக்கான மக்கள் கூடி நின்றனர்.
கும்பகோணத்திலிருந்து பிப்ரவரி 5 ஆம் தேதி சென்னைக்குக்
கிளம்பினார். ரயில் செங்கல்பட்டை அடைந்தபோது தி
மெட்ராஸ் மெயில், தி ஹிந்து பத்திரிகை நிருபர்கள் சுவாமிஜி
இருந்த ரயில் பெட்டியில் ஏறிக்கொண்டு அவரை பேட்டி கண்டு
அதை தம் பத்திரிகைகளில் வெளியிட்டனர்.

சென்னையும் சுவாமிஜியை வரவேற்கத் தன்னைத் தயார் செய்து கொண்டது. அவர் தங்குவதற்காக சென்னை மெரீனா கடற்கரையில் உள்ள 'கேஸில் கெர்னன்' தயார் செய்யப்பட்டது. எழும்பூரிலிருந்து 'கேஸில் கெர்னன்' (தற்போதைய விவேகானந்தர் இல்லம்) வரை அலங்கார வளைவுகள் தோரணங்கள் அமைக்கப் பட்டன. சுவாமிஜி ரயில் பெட்டியிலிருந்து இறங்கியவுடனே 'ஜெய் விவேகானந்தா' என்ற கோஷம் எழுந்தது.

சுவாமிஜி சென்னையில் 9 நாட்கள் தங்கினார். 'எனது போர் முறை', 'இந்திய ரிஷிகள்', 'வேதாந்தமும் செயல்முறை வாழ்க்கையும்', 'இந்தியாவின் எதிர்காலம்' என்ற நான்கு தலைப்புகளில் பேசினார் சுவாமிஜி. தினமும் சுவாமிஜியின் சொற்பொழிவு, பேட்டி என்று பரபரப்பாக இருந்தன அந்நாட்கள். இந்த சொற்பொழிவுகளில் சென்னை இளைஞர்களிடம்தான் வைத்திருக்கும் நம்பிக்கையை வெளிப்படுத்தினார். இந்த நாட்கள் சென்னையின் நவராத்திரி என்று அறியப்படுகின்றன.

இடைவிடாத பயணம், ஓய்வில்லாத சொற்பொழிவுகள் சுவாமிஜியை மிகவும் பாதித்தன. இந்தியாவிலும்தான் செய்ய வேண்டிய பணிகள் நிறைய இருக்கின்றன என்று சுவாமிஜிக்கு நன்றாகவே தெரிந்திருந்தது. ஆனாலும் அவருடைய மனித உடல் ரொம்பவும் களைத்துப்போனது. சென்னையில் நிரந்தர மையம் ஒன்று அமைக்கவேண்டும்; சுவாமிஜி ஒவ்வொரு வருடமும் சென்னை வரவேண்டும் என்ற இரண்டு கோரிக்கைகளை வைத்தனர் சென்னை அன்பர்கள். முதல் கோரிக்கையை ஏற்றுக்கொண்டு ஒரு சகோதர துறவியை அனுப்பி வைப்பதாகச் சொன்னார். சிறிது ஓய்வு கிடைக்கும் என்பதால் கல்கத்தாவுக்கு கப்பலில் புறப்பட்டார் சுவாமிஜி. கனத்த இதயத்துடனும், கண்களில் வழியும் நீருடனும் சுவாமிஜிக்கு பிரியாவிடை கொடுத்தனர் தமிழன்பர்கள்.

கல்கத்தாவில்

தமிழ்நாட்டில் கிடைத்த அனுபவத்துக்கு நேரெதிரான அனுபவம் கல்கத்தாவில் காத்திருந்தது சுவாமிஜிக்கு. வரவேற்புக் குழு அமைக்கும்போதே எதிர்ப்பாளர்கள் தோன்றிவிட்டனர். பிராம்மணர் அல்லாதவர் சந்நியாசி ஆக முடியாது; இந்து கடல் தாண்டிப் போகக்கூடாது; வைதீக இந்து உண்ணக்கூடாத உணவுகளை சாப்பிடுகிறார் என்ற காரணங்கள் கூறி பழமைவாதிகளும்,

'வங்கவாஸி' பத்திரிகையும் அவரை வரவேற்க எதிர்ப்பு தெரிவித்தனர். ஆனால் இந்த எதிர்ப்புகளை மீறி சுவாமிஜியை வரவேற்க சுமார் 20,000 பேர் கூடியிருந்தனர்.

பழைய நண்பர்களை மறுபடியும் பார்த்ததில் மிகவும் மகிழ்ந்தார் சுவாமிஜி. அவர்களிடம், 'நான் பழைய நரேன்தான். வங்க மொழி எனக்கு மறக்கவில்லை' என்றார். 'இந்த வெற்றிகளுக்குக் காரணம் குருதேவர்தான். அவர்தான் என்னை அனுப்பினார். அன்னையின் ஆசியால் தடைகள் எல்லாம் நீங்கி மேலைநாடு களுக்குப் போக முடிந்தது. மேலை நாட்டின் செல்வங்களைப் பார்க்கும்போது நம் நாட்டின் ஏழ்மை என் நினைவுக்கு வரும். இந்த ஏழைகளுக்கு சேவை செய்வதே இந்தியாவுக்குத் தேவை யான மதம். மேலைநாடு போகங்களின் பூமி. அவர்களுக்கு ஆன்மிகம் தேவை. நமக்கோ அங்கிருக்கும் விஞ்ஞான கல்வி, சமுதாய சுதந்திரம், உயர்ந்த சிந்தனைகள் இவை தேவை. இதை யெல்லாம் ஆன்மிக அடிப்படையில் பிரசாரம் செய்யவேண்டும். குருதேவரின் கருணையால் நான் எந்தவிதக் கவர்ச்சிக்கும் ஆட்படவில்லை. அங்கு பெண்களை தாயாகவே கண்டேன். அவர்களும் என்னை அதே ரீதியில் கண்டு சேவை செய்தனர்' என்று தனது அனுபவங்களைப் பகிர்ந்து கொண்டார்.

மார்ச் 7 ஆம் நாள் தட்சிணேசுவரத்தில் ஸ்ரீராமகிருஷ்ணரின் பிறந்த நாள் கொண்டாடப்பட்டது. அப்போது ஒருமுறையும், டார்ஜிலிங்கிலிருந்து திரும்பி வந்தபின் கேத்ரி மன்னருடன் ஒருமுறையும் தட்சிணேசுவரம் சென்றார் சுவாமிஜி. கோயில் தர்மகர்த்தா திரைலோக்ய பாபு சுவாமிஜியை வரவேற்க வராததுடன், மேலைநாடுகளுக்கு சென்று வந்த பின்னும், தன்னை ஒரு இந்து என்று சொல்லிக் கொள்ளுகிறவர் இனி தட்சிணேசுவரத்துக்கு வரக் கூடாது என்று தடையும் விதித்தார். தம் வாழ்வுடனும், குருதேவரின் வாழ்வுடனும் ஒன்றாகிப் பின்னிப் பிணைக்கப்பட்ட இடத்துக்கு வருவதற்குத் தடை விதிக்கப் பட்டது சுவாமிஜியை மிகவும் வருத்தத்துக்கு ஆளாக்கியது. எல்லாவற்றையும் குருதேவரிடம் ஒப்படைத்தார் சுவாமிஜி.

குருதேவரின் பாதையிலிருந்து விலகுகிறாரா?

மேலைநாடுகளுக்கு சுவாமிஜி செல்லும்போது வராகநகரில் இயங்கி வந்த இராமகிருஷ்ண மடம் தற்போது ஆலம்பஜாரில் செயல்பட்டுக் கொண்டிருந்தது. சுவாமிஜி அமெரிக்காவிலிருந்து

எழுதிய கடிதங்கள் இளம் துறவியருக்கு உற்சாகத்தை அளித் தாலும், சிலருக்கு அவர் குருதேவரின் கருத்துகளிலிருந்து விலகுகிறாரோ என்ற சந்தேகத்தையும் உண்டுபண்ணியது.

அதற்கு அவர்கள் கூறிய காரணங்கள்:

● தகுதி வாய்ந்த சிலருக்குமட்டுமே அத்வைதம் என்று குருதேவர் கூறியிருந்தபோதும், மேலைநாடுகளில் சுவாமிஜி அனைவருக்கும் அத்வைத வேதாந்தத்தைப் போதித்தார்.

● தனது சொற்பொழிவுகளில் குருதேவரைப்பற்றியோ அன்னையைப்பற்றியோ பேசுவதில்லை.

● மனிதர்களுக்கு சேவை செய்யவேண்டும் என்று சொல்வது பாரம்பரிய துறவு நெறிக்கு எதிரானது.

தனது புதிய கருத்துகளை இளம் துறவிகள் ஏற்றுக் கொள்ளும் படி செய்வது சுவாமிஜிக்கு சற்று கடினமாகவே இருந்தது. ஆனால் காலப்போக்கில் அவர்கள் புரிந்துகொள்ள ஆரம் பித்தனர்.

தாயின் மடியில்

சுவாமிஜி ஒருநாள் தனது தாயைக் காணச் சென்றார். அவரது மடியில் தலையை வைத்து சிறிது நேரம் படுத்திருந்தார். அந்த சில நிமிடங்கள்தான் அடைந்திருந்த பெருமைகளையெல்லாம் ஒதுக்கிவிட்டு அந்த தாயின் மகனாகமட்டுமே இருந்தார் சுவாமிஜி. அவரது தந்தையின் மறைவுக்குப் பிறகு அவரது தாயார் சுவாமிஜியையே பெரிதும் நம்பியிருந்தார். நரேன் சம்பாதித்து தன்னை காப்பாற்றுவான் என்றிருந்த வேளையில் அவரை இந்த நாட்டுக்கே அர்ப்பணித்த அந்தத் தாயின் மகத்தான தியாகத்தை விவரிக்க வார்த்தைகள் ஏது?

சுவாமிஜியின் உடல்நலம் குன்றுதல்

கல்கத்தாவில் சொற்பொழிவுகளை ஆற்ற பலரும் சுவாமிஜியை அழைத்தவண்ணம் இருந்தனர். ஆனால் சுவாமிஜிக்கு ஆஸ்த்மா, நீர்க்கட்டு, சர்க்கரை வியாதி இருப்பது கண்டுபிடிக்கப்பட்டது. அவருக்கு பரிபூரண ஓய்வு தேவை என்று டார்ஜிலிங்குக்கு அவரை அனுப்ப ஏற்பாடு செய்யப்பட்டது. உணவுக் கட்டுப்பாடு, உடலுக்கும் மூளைக்கும் பரிபூரண ஓய்வு இவை அவசியம் என்று மருத்துவர்கள் கூறினார்.

ஓய்வு என்றாலும் பலருக்குக் கடிதங்கள் எழுதினர் சுவாமிஜி. இராமகிருஷ்ண இயக்கத்துக்கு முழு வடிவம் கொடுப்பதுபற்றி தீவிரமாக ஆலோசித்து ஒரு ஆரம்ப திட்டத்தையும் வகுத்தார்.

சேவை என்னும் தாரக மந்திரம்

சுவாமிஜி தனது சொற்பொழிவுகள் எல்லாவற்றிலும் தொடர்ந்து சொன்ன ஒரு கருத்து 'மனிதகுல சேவை'. மனிதனின் முன்னேற்றத்துக்கு உதவாத எதையுமே சுவாமிஜி ஏற்றுக்கொள்ள மறுத்தார். மதம், ஆன்மிகம், விஞ்ஞானம், அரசியல், எது வானாலும் மனிதனின் முன்னேற்றம் அதில் இல்லையென்றால் பயனில்லை என்று எண்ணி சேவை என்பதை தாரக மந்திரமாக வைத்தார். பலநாடுகளுக்கு பயணம் செய்ததில் தனது குறிக் கோளை அடைய இயக்கரீதியான அமைப்புவேண்டும் என்று சுவாமிஜி நினைத்தார். இராமகிருஷ்ண மடங்களை நிறுவ இதுவே அடிப்படையாக அமைந்தது. அன்னை சாரதாதேவியின் அருளாசியைப் பெற்றார். 1897 மே மாதம் ஒன்றாம் தேதி ஏழை மக்களின் உயர்வுக்காகப் பாடுபடுகிற இயக்கம் ஒன்றை சுவாமிஜி ஆரம்பித்தார்.

ராமகிருஷ்ண மிஷன்

இயக்கத்தை ஆரம்பித்த சுவாமிஜி தனது உரையில் கூறினார்: 'அவரது பெயரால் நாம் துறவியானோம். அவரை லட்சியமாகக் கொண்டு இல்லறத்தார்கள் குடும்ப வாழ்க்கையில் ஈடுபட்டிருக் கிறார்கள். அவர் மறைந்த பன்னிரண்டு வருடங்களுக்குள் அவரது பெயர் உலகெங்கும் பரவி இருக்கிறது. அவரது பெயரால் இந்த இயக்கத்தை அழைப்போம். அதுவே 'ராமகிருஷ்ண மிஷன்.'

சகோதரத் துறவிகள் இவையெல்லாம் ஸ்ரீராமகிருஷ்ணரின் கருத்துகளுக்கு ஏற்புடையதா என்று சந்தேகம் கொண்டபோது சுவாமிஜி கூறினார்: 'அவரது கருத்துகளை ஒரு எல்லைக்குள் அடைக்கப் பார்க்காதீர்கள். கையில் காசு இல்லாமல் மேலை நாடுகளுக்குப் போக நான் துணிந்தது அவரது அருளாலே. இத்தனை புகழ் பெற்ற பிறகும் என்னால் சலனமில்லாமல் வாழ முடிகிறது என்றால் அது அவரது அருளே. அவரது அருளாலே நான் போன இடத்தில் எல்லாம் வெற்றி கிடைத்தது. இப்போது நான் என் தாய் நாட்டுக்காக ஏதாவது செய்ய நினைக்கிறேன்.

உங்கள் சந்தேகங்களை மூட்டை கட்டி வைத்துவிட்டு எனக்கு இந்த நற்பணியில் உதவுங்கள். அவரது பேரருள் நம்மை வழி நடத்தும்'.

சங்க ஜனனி

இந்த இயக்கங்களைத் தோற்றுவித்தவராக அன்னையை 'சங்க ஜனனி' என்று சுவாமிஜி குறிப்பிடுகிறார். 1890 இல் அன்னை புத்தகயைக்குச் சென்றார். அங்கு சிறந்த வசதிகளுடன் இருந்த ஒரு மடத்தைக் கண்டார். ' ஸ்ரீராமகிருஷ்ணருக்காக வீட்டைத் துறந்து வருபவர்கள் அலைந்து திரிவதை என்னால் தாங்க முடிய வில்லை. அவர்களுக்கு சாதாரண உணவும் உடையும் கிடைக்கவேண்டும். இவர்கள் எல்லோரும் ஓரிடத்தில் கூடி ஸ்ரீராமகிருஷ்ணரின் உபதேசங்களை, துன்புற்ற மக்களுக்குச் சொல்லி ஆறுதல் தரவேண்டும்' என்று குருதேவரைப் பிரார்த்தித்தார். குருதேவர் இளம் துறவிகளை யாசகம் பெற்று வரும்படி கூறியபோது அவர்களுக்கு பிச்சையிட்டு ஆரம்பித்து வைத்தது அன்னை சாரதா தேவிதான். அவர் இப்போது தமது பிரார்த்தனை மூலம் சங்கத்துக்கு வழி வகுத்தார்.

அல்மோரா

இமயமலையில் ஒரு மடம் அமைக்கவேண்டும் என்பதற்காக சுவாமிஜி 1897 ஆம் ஆண்டு மே 6 ஆம் தேதி அல்மோரா சென்றார். அங்கு ஒரு வியாபாரியின் தோட்டத்தில் தங்கினார் சுவாமிஜி. இமயத்தின் பனிச்சிகரங்கள் சூரிய ஒளியில் மின்னு வதைப் பார்த்தார். அந்த இயற்கை அழகில் மனம் லயித்தார். சரியான உணவு, நிறைய உடற்பயிற்சி, சுத்தமான காற்று இவற்றினால் சற்று உடல்நிலை தேறினார். அங்கும் சுவாமிஜிக்கு எதிர்ப்புகள் தோன்றின. இரண்டரை மாதங்கள் தங்கியும் மடத்துக்கான இடத்தைக் கண்டுபிடிக்க முடியவில்லை.

அல்மோராவிலிருந்து புறப்பட்டு காஷ்மீரை வந்தடைந்தார். காஷ்மீர் மன்னரான ராஜா ராம்சிங்கை சந்தித்தார். மன்னர் சுவாமிஜியால் ஈர்க்கப்பட்டு அவரது பணிகளுக்கு உதவி செய்வதாக கூறினார். அங்கு ஒரு மாதம் தங்கினார். காஷ்மீரை ரொம்பவும் ரசித்தார் சுவாமிஜி. ஆனாலும் நீண்ட நாட்கள் அங்கு தங்க முடியவில்லை. அங்கிருந்து ஜம்முவுக்குச் சென்று அங்கிருந்து பஞ்சாபிலிருந்த லாகூரை அடைந்தார். லாகூரின் பரபரப்பு வாழ்க்கை சுவாமிஜியின் ஆரோக்கியத்தைப் பாதித்தது.

ஆஸ்த்மா, சர்க்கரை வியாதியுடன், சிறுநீரகக் கோளாறும் சேர்ந்து கொண்டது. தமது ஆயுள் குறைவு என்று அவ்வப்போது சொல்லுவார் சுவாமிஜி. நோய்கள் அவரை மிகுந்த நெருக்கடிக்கு உள்ளாக்கின. குருதேவருக்கு ஒரு நிலையான இடம் ஒன்றை ஏற்படுத்திவிடவேண்டும் என்று தீவிரமாக நினைக்கத் தொடங்கினார். அவர் வெளிநாடுகளிலிருந்து ஏராளமான பணம் கொண்டு வந்திருப்பதாக எண்ணிய இந்தியர்கள் நன்கொடை அளிக்கத் தயங்கினர். இதுவும் சுவாமிஜியை வருத்தத்துக்கு உள்ளாக்கியது.

இந்தக் காரணங்களால் தனது பல பயணங்களையும் தள்ளி வைத்துவிட்டு டேராடூன் சென்றார். அங்கிருந்து ஆல்வாரை அடைந்தார். ஆல்வாரில் ஓரிரு நாட்கள் தங்கிவிட்டு ஜெய்பூர் சென்று அங்கு கேத்ரி மன்னரின் அரண்மனையில் தங்கினார். ஜெய்பூரில் இருந்து சுமார் 90 மைல் பாலைவனத்தில் பிரயாணம் செய்து கேத்ரியை அடையவேண்டும். பாலைவனப் பயணம் சுவாமிஜியின் உடல்நிலையை பாதித்தது. 1898 ஜனவரி இறுதியில் கல்கத்தாவை அடைந்தார்.

நீலாம்பர் மடம்

தனது முதல் மேலைநாட்டுப் பயணத்தை முடித்துக் கொண்டு 1897 பிப்ரவரியில் கல்கத்தா வந்த சுவாமிஜி சுமார் இரண்டு வருடங்கள் அங்கிருந்தார். இந்த நாட்களில் இளம் துறவியரைத் தயார்படுத்துவதில் ஈடுபட்டார். அவர்களுடன் நீண்ட நேரம் செலவிட்டார். கீதை, உபநிஷதங்கள், வரலாறு, விஞ்ஞான வகுப்புகளை நடத்தினார். கேள்வி-பதில் பகுதிகளிலும், சொற்பொழிவுகளில் அவர்களைப் பங்கேற்குமாறு செய்தார். இராமகிருஷ்ண மிஷனின் வாராந்திரக் கூட்டங்களில் கலந்து கொண்டார். நிறைய கடிதங்கள் எழுதினார்.

ஸ்ரீராமகிருஷ்ணரின் சீடர்களில் ஒருவரான நவகோபால் கோஷ் மற்றும் அவரது மனைவி நிஸ்தாரிணி இருவரும் தங்கள் வீட்டில் குருதேவரை எழுந்தருளப் பண்ணவேண்டும் என்ற விருப்பத்தை சுவாமிஜியிடம் தெரிவித்தனர். சுவாமிஜியும் அவர்களது விருப்பத்தை நிறைவேற்றி வைத்தார். அப்போது அவரது தியானத்திலிருந்து வந்த ஸ்ரீராமகிருஷ்ணரின் வழிபாட்டுப் பாடல்:

ஓம் ஸ்தாபகாய ச தர்மஸ்ய சர்வ தர்ம ஸ்வரூபிணே |
அவதார வரிஷ்டாய ராமக்ருஷ்ணாய தே நாம: ||

'(சத்திய) யுக தர்மத்தை நிலைநாட்டியவரே, எல்லா தர்மங்களின் வடிவானவரே அவதாரங்களில் தலை சிறந்தவரே, ஸ்ரீராமகிருஷ்ண தேவரே, உம்மை வணங்குகிறேன்'

ஆலம்பஜார் மடம் ஏற்கனவே சிதிலமடைந்து 'பேய் வீடு' என்று எல்லோராலும் அழைக்கப்பட்டுவந்தது. 1898 ஜூன் 12ஆம் தேதி ஏற்பட்ட நிலநடுக்கத்தில் நிலைமை இன்னும் மோச மாகியது. பேலூரில் நிரந்தரமான மடம் கட்டுவதற்கென வாங்கிய நிலத்தின் அருகே தங்குவது மடாலயப் பணிகளைச் செய்ய சாதகமாக இருக்கும் என்று நினைத்தனர். அதனால் நீலாம்பர் முகர்ஜியின் வீட்டில் மடம் தற்காலிகமாக இடமாற்றம் செய்யப்பட்டது.

மீண்டும் வட இந்தியாவில்

கல்கத்தாவில் பிளேக் நோய் கண்டபோது துறவியர்களையும், சீடர்களையும் நிவாரணப்பணியில் ஈடுபடுத்தினார். 'நோய் வாய்ப்பட்ட மக்களிடம் அன்பையும், பரிவையும் காட்டுங்கள். பெயரும் புகழும் தேடாதீர்கள்' என்றார் சுவாமிஜி. கல்கத்தாவில் பிளேக் நோயின் தீவிரம் சற்றுக் குறைந்தவுடன், மறுபடி வட இந்தியாவுக்கும், காஷ்மீருக்கும் சென்றார் சுவாமிஜி. அல்மொரா வில் ஒரு மாதம் தங்கினார். பொதுமக்களும் பிரபலமானவர் களும் வந்து அவரைச் சந்தித்தனர். அன்னிபெசன்ட் அம்மையார் சுவாமிஜியை இருமுறை சந்தித்தார்.

மூன்று இழப்புகள்

மரணம் என்பது எல்லோரையும் அசைத்துவிடும். சுவாமிஜியும் இதற்கு விலக்கல்ல. ஸ்ரீராமகிருஷ்ணருக்கு அடுத்தபடியாக சுவாமிஜி வணங்கும் பவஹாரி பாபா கடைசியாகத் தாம் வளர்த்த ஹோமத்தில் தன் உடலையே ஆஹூதியாகக் கொடுத் தார். அவரது நினைவுக்காகத் தாம் எழுதிய பவஹாரி பாபாபற்றிய கட்டுரையை சமர்ப்பித்தார்.

அமெரிக்காவில் இருந்தபோது சுவாமிஜி ஆற்றும் சொற்பொழிவு களை குறிப்பெடுத்து எழுதி வந்தவர் குட்வின். சுவாமிஜி இந்தியா திரும்பியபோது அவருடனேயே இந்தியா வந்தவர். சுவாமிஜியின் விருப்பப்படியும், அளசிங்கரின் உதவியுடனும் ஒரு ஆங்கில தினசரி தொடங்கவும், பிரம்மவாதின் பத்திரிகை பணியில் அளசிங்கருக்கு உதவவும் 1897 ஜூலை மாதம்

சுவாமிஜி அவரை சென்னைக்கு அனுப்பியிருந்தார். ஊட்டி சென்றிருந்த அவர் டைபாய்ட் காய்ச்சலால் தாக்கப்பட்டு இறந்தார். கடைசிவரை சுவாமிஜியின் நினைவுடனேயே இருந்தார் குட்வின். 'எனது வலது கை ஒடிந்தது. எனது இழப்பு ஈடு செய்ய முடியாதது' என்று சொல்லிக் கலங்கினார் சுவாமிஜி.

இராமாயணம் என்ற பொக்கிஷம் கிடைக்க வால்மீகி காரணம். வியாசரால் மகாபாரதம் என்ற பொக்கிஷம் கிடைக்கப் பெற்றோம். அதேபோல சுவாமிஜியின் சொற்பொழிவுகள் என்னும் பொக்கிஷத்தை நமக்கு எழுதித் தந்த குட்வின் நமது நன்றிக்கும் வணக்கத்துக்கும் உரியவர். சுவாமிஜியின் ஒவ்வொரு வார்த்தையும் குட்வினின் சலிக்காத, தன்னலம் கருதாத, அயராத உழைப்பினால் நமக்குக் கிடைத்திருக்கிறது. குட்வினுக்கு அப்போது 30 வயது. கிறிஸ்தவ முறைப்படி அவரது உடல் ஊட்டி செயின்ட் தாமஸ் சர்ச் கல்லறைத் தோட்டத்தில் நல்லடக்கம் செய்யப்பட்டது.

அடுத்த இழப்பு சென்னையில் 'பிரபுத்த பாரதம்' பத்திரிகையின் ஆசிரியர் ராஜம் ஐயர் தன் 26 வயதில் மறைந்தது. சுவாமிஜியிடம் மிகுந்த ஈடுபாடும் வேதாந்தத்தில் ஆர்வமும் கொண்டவர். இவரது மரணத்துக்குப் பிறகு அந்தப் பத்திரிகையும் நின்று போனது. தற்சமயம் அந்தப் பத்திரிகை அல்மோராவுக்கு அருகிலுள்ள மாயாவதி அத்வைத ஆசிரமத்திலிருந்து வெளிவருகிறது.

அமர்நாத் யாத்திரை

இமயமலைத் தொடரில் பனிமலைகளுக்கு நடுவில் வருடம் முழுவதும் பனியில் உறைந்து கிடக்கும் அமரநாத் கோவில் ஆடி மாத பௌர்ணமி (குருபௌர்ணமி) யிலிருந்து ஆவணி பௌர்ணமிவரை பக்தர்களின் தரிசனத்துக்காகத் திறக்கப்படும். 1898 ஆண்டு ஜூலை 26 ஆம் தேதி அமர்நாத் செல்லுகின்ற 3000 யாத்திரிகர்களுடன் சேர்ந்து சுவாமிஜியும் புறப்பட்டார்.

இந்த யாத்திரையில் சுவாமிஜி ஒரு எளிய பக்தராக, சாதாரணத் துறவியாகக் கலந்துகொண்டார். நிவேதிதைமட்டும் சுவாமிஜி யுடன் அமர்நாத் சென்றார். அமர்நாத் பிரயாணம் மிகவும் அபாயகரமானது. சுற்றிலும் பனிப்பாறைகள். கவனம் சிறிது விலகினாலும் மரணம்தான். சுவாமிஜி குளித்துவிட்டு உடம் பெங்கும் திருநீறு பூசிக் கொண்டு, கௌபீனம்மட்டுமே அணிந்து

தன்னை மறந்த நிலையில் அமர்நாத் குகைக்குள் சென்றார். அமர்நாத்தில் சுவாமிஜி உன்னதமான ஆன்மிக அனுபவத்தைப் பெற்றார்.

'அமர்நாத் சென்று வந்ததிலிருந்து என் மனம் அமைதிக்கு ஏங்குகிறது. மௌனமாக ஏதாவது குகைகளுக்குச் சென்று தங்கிவிட மாட்டோமா என்று இருக்கிறது. அமரநாதனாகிய சிவபெருமான் என் தலைமேல் எட்டு பகல்களும் எட்டு இரவுகளும் அமர்ந்திருந்தார்' என்று ஒருவரிடம் கூறினார். இன்னொருவரிடம் சாட்சாத் சிவபெருமானே தன் முன் தோன்றி தனக்கு இச்சா ம்ருத்யு - விரும்பும்போது இந்த உடலைத் துறக்கலாம் என்ற வரத்தைக் கொடுத்ததாகச் சொன்னார். அமர்நாத்திலிருந்து திரும்பி வந்து ஸ்ரீநகரில் செப்டம்பர் இறுதிவரை தங்கினார். அக்டோபரில் கல்கத்தா திரும்பினார். ஆனால் அவரது உடல்நிலை இன்னும் சீர் குலைந்திருந்தது. சர்க்கரை வியாதியும் தூக்கமின்மையும் அவரை பாதித்தன. ஆஸ்த்மாவும் அவருக்கு மிகுந்த தொந்திரவு கொடுத்தது.

காளியை சரண் அடைந்தார்

அமர்நாத் யாத்திரையிலிருந்து திரும்பி வந்ததிலிருந்து சுவாமிஜி காளியின் நினைவாகவே, எப்போதும் அவள் திருபெயரை உச்சரித்தபடியே இருந்தார். க்ஷீர்பவானி சென்று ஒருவார காலம் அங்கிருந்தார். ஒருநாள் மாலை வேளையில் காளி அவர் முன் தோன்றினாள். அந்த இறையனுபூதியுடனேயே தன்னுள் உறைந்த காளியின் தரிசனத்தைக் கவிதையாக வடித்தார். 'இனி எல்லாமே அம்மா, அம்மாதான்' என்றார்.

பெண்கல்வி

பெண்கல்விவேண்டும் என்று குரல் கொடுத்தவர்களுள் சுவாமிஜி ஒருவர். தனது சகோதர துறவிகளிடம் சுவாமிஜி சொல்லுவார்: 'நம் நாடு எல்லாவற்றிலும் கடைசியாக இருப்பது ஏன் தெரியுமா? சக்தி இங்கு அவமதிக்கப்படுகிறாள். மகா சக்தியை உயிர்ப்பிக்கவே அன்னை தோன்றியுள்ளார். அவரை ஆதாரமாகக் கொண்டு மீண்டும் கார்க்கிகளும், மைத்ரேயிகளும் தோன்றுவார்கள்'.

தர்ம சாஸ்திரங்களின் வழியில், தேசிய நீரோட்டத்தின் வழியில் ஒரு பள்ளி அதுவும் கல்கத்தாவிலேயே நடைபெறுகிறது என்று

கேள்விப்பட்டு சுவாமிஜி அங்கு சென்றார். தபஸ்வினி மாதாஜி என்பவரால் 'மகாகாளி பாடசாலை' நடத்தப்பட்டு வந்தது. 'என் மாணவிகளை சாட்சாத் தேவியாகவே பார்க்கிறேன். புகழுக் காகவோ, பெயருக்காகவோ இந்தப் பள்ளியை நடத்தவில்லை' என்று தபஸ்வினி மாதாஜி சொன்னது சுவாமிஜிக்கு மிகவும் மகிழ்ச்சி அளித்தது.

நவம்பர் 13 ஆம் நாள் காளி பூஜை தினத்தன்று வரலாற்று முக்கியத்துவம் வாய்ந்த நிகழ்ச்சியாக பெண்கள் பள்ளி திறக்கப் பட்டது. அன்னை நேரில் வந்து தொடங்கி வைத்தார். நிவேதிதை தங்கியிருந்த வீட்டிலேயே பள்ளி தொடங்கப்பட்டது. சுவாமிஜியும் நிவேதிதைக்கு ஆலோசனைகள் வழங்கினார். தமது சகோதரத் துறவிகளை நிவேதிதைக்கு வழி காட்டுமாறும் செய்து, பெண்கள் கல்விப்பணி வளர வழி செய்தார்.

பேலூர் மடம்

ஸ்ரீராமகிருஷ்ணரின் அஸ்தியைவைத்துப் பூஜிப்பதற்கும், ஸ்ரீராம கிருஷ்ண மடத்துக்கு ஒரு நிலையான இடம் வேண்டுமென்றும் பல இடங்களில் நிலங்களை வாங்க விலை பேசினார்கள். கடைசியில் பேலூரில் 10 ஏக்கர் நிலம் மிஸ் முல்லர் அளித்த நன்கொடை மூலம் வாங்கப்பட்டது. டிசம்பர் 9 வெள்ளிக் கிழமையன்று சுவாமிஜி பேலூர் மடத்தில் குருதேவரை எழுந்தருளச் செய்தார். 'பன்னிரண்டு ஆண்டுகளாக என் மனதில் இருந்த கவலை இன்று நீங்கியது' என்று இந்தப் பணியைப் பற்றிக் கூறுகிறார் சுவாமிஜி.

ராமகிருஷ்ண துறவியர் பரம்பரை:

ராமகிருஷ்ண துறவு நெறியைக் காலத்தின் தேவைக்கேற்ப வாழ்க்கை முறையாலும் செயல்பாடுகளாலும் தனித்துவம் வாய்ந்ததாக அமைத்தார் சுவாமிஜி.

துறவு நெறியின் அடிப்படைகள்: யஜனம் (வேள்வி), விரஜா (புனிதம்), ப்ரவ்ரஜனம் (பற்றின்மை)

வேள்வி: பழைய காலத்தில், இயற்கை சக்திகள் ஒவ்வொன்றும் ஒரு தேவதையாகக் கருதப்பட்டன. அவர்களுக்கு வேள்விகள் மூலம் நெய் முதலானவற்றை சமர்ப்பித்தனர். அவர்கள் இதனால் திருப்தி அடைந்து மழை முதலானவற்றைக் கொடுத்தனர்.

சுவாமிஜி கூறிய மாற்றுக் கருத்து: 'மக்கள்தான் தெய்வங்கள். அவர்களுக்குத் தொண்டு புரிவதையே ஒரு வழிபாடாகச் செய்வதன் மூலம் வாழ்க்கையையே வேள்வியாகச் செய்யுங்கள்.'

புனிதம்: துறவியின் புனித வாழ்க்கையைக் குறிக்க விரஜா ஹோமம் செய்யப்படுகிறது. ஹோமத்தின் முன்னிலையில் சில உறுதி மொழிகள் எடுத்துக் கொள்ளுகிறான்.

சுவாமிஜி கூறிய மாற்றுக் கருத்து: காமத்தையும் பணத்தாசையை யும் அடியோடு துறப்பதன் மூலம் ஒரு துறவி புனிதனாகிறான். காமினீ-காஞ்சன தியாகம் என்பது இராமகிருஷ்ண துறவியின் முக்கிய விரதம்.

பற்றின்மை: துறவியானவன் எதன் மேலும் பற்று வைக்கக் கூடாது. எதாவது ஓரிடத்தில் தங்கினால் அந்த இடத்தின்மீதும் பொருட்கள்மீதும் பற்று வந்துவிடும் என்பதால் மூன்று நாட்களுக்குமேல் ஓரிடத்தில் தங்கக் கூடாது.

சுவாமிஜி கூறிய மாற்றுக் கருத்து: மனிதன்தான் பிறந்த சமுதாயத் துக்கு ஆற்ற வேண்டிய கடமை ஒன்று இருக்கிறது. அவன் பிறந்த சமுதாயத்திலிருந்து பல நன்மைகளைப் பெறுகிறான். அந்த சமுதாயத்துக்கு அந்த நன்மைகளை திருப்பித் தருவதன் மூலம் மக்கள் நலமடைகிறார்கள். ஓரிடத்திலே தங்கி சுயநலமற்ற பணிகளில் ஈடுபடுவதே கர்மயோகம். கர்மயோகத்தால் துறவிக்கும் சமுதாயத்துக்கும் இடையில் நல்ல உறவு மலர்கிறது.

ஜாதி, மதம், இனம், மொழி, நாடு என்ற எந்தவிதமான பாகு பாடுமின்றி அனைவரையும் சமநோக்கில் ஏற்றுக்கொள்ளுதல் இந்தப் புதிய துறவுப் பாதையில் ஒரு முக்கிய அம்சமாகும்.

ஸ்ரீராமகிருஷ்ணர் கோவில்:

'ஸ்ரீராமகிருஷ்ணர் எல்லா மதங்களுக்கும் எல்லாவிதமான எண்ணங்களுக்கும் இருப்பிடமாக இருந்தார். ஆகவே அவருக்காக அமையப் போகும் கோவில் உலகிலுள்ள எல்லா சிறந்த கட்டடக் கலைகளும் சங்கமிக்கும் இடமாக இருக்க வேண்டும். ஆயிரம் பேர் உட்கார்ந்து தியானம் செய்யும் அளவு பெரிய மண்டபம்; பல தூண்களுடன் கூடிய பிரார்த்தனை மண்டபம்; அதன் சுவர்களில் நூற்றுக்கணக்கான மலர்ந்த தாமரைகள் செதுக்கப்பட்டிருக்கும். தொலைவிலிருந்து

பார்ப்பவர்களுக்கு கோவிலும் பிரார்த்தனை மண்டபமும் சேர்ந்து 'ஓம்' என்ற வடிவில் தெரியுமாறு கட்டவேண்டும். கோவிலுக்குள் ஸ்ரீராமகிருஷ்ணரின் திருவுருவம் அன்னத்தின் மேல் அமர்ந்திருப்பதுபோல இருக்கும். கதவின் இரண்டு பக்கமும் சிங்கமும், ஆடும் ஒன்றை ஒன்று அன்போடு வருடிக் கொடுக்கும் சித்திரங்கள் காணப்படும். சிங்கத்தின் பேராற்றலும், ஆட்டின் மென்மையும் அன்பால் இணையமுடியும் என்பதை இது குறிக்கும்' என்று தனது கருத்தைத் தெரிவித்தார் சுவாமிஜி.

சுவாமிஜியின் ஆணைப்படி மடத்துக்கான சட்டதிட்டங்கள் வரையறுக்கப்பட்டன. மனிதர்களின் நன்மைக்காக, ஸ்ரீராம கிருஷ்ணரின் உபதேசங்களைப் பரப்பவே சுவாமிஜி இந்த நியதிகளை வகுத்தார். பேலூர் மடத்தை நிறுவியதன் மூலம், தமது வாழ்க்கை பணிகளின் முக்கியமான ஒன்றை நிறைவு செய்தார் சுவாமிஜி.

9

மேலைநாடுகள் - இரண்டாம் பயணம்

இரண்டு காரணங்களுக்காக சுவாமிஜி இரண்டாம் முறை மேலைநாடுகளுக்குச் சென்றார். முதலாவது காரணம் தன் ஆரோக்கியத்தை செம்மைப்படுத்திக்கொள்ள; இரண்டாவது காரணம் இந்தியப் பணிகளுக்கு தேவையான பணம் திரட்ட.

பேலூர் மடம் அமைக்கப்பட்டு சுமார் 6 மாதங்கள் சுவாமிஜி கல்கத்தாவில் இருந்தார். சுவாமிஜியின் விருப்பப்படி முக்கியப் பணிகள் ஒவ்வொன்றாக நிறைவேறின. ஸ்ரீராமகிருஷ்ணரின் பணிகள் சிறப்பாக நடைபெறுவது அவரது உள்ளத்துக்குப் பெரு மகிழ்ச்சியை அளித்தபோதிலும் அவரது ஆஸ்த்மா தீவிர மடைந்தது. உடல்நிலையைத் தேற்றிக்கொள்ளாலாம் என்று சுவாமிஜி தேவ்கர் என்ற இடத்துக்குச் சென்றார். தேவ்கரில் உடல்நிலை சற்று சீராகியது. ஆனால் திடீரென்று அவரது ஆஸ்த்மா தீவிரமடைந்து, மூச்சு விடவே திணறினார். சுமார் 8 நாட்கள் மரணத்தின் விளிம்புக்கே சென்று மீண்டார் என்று சொல்லவேண்டும்.

சுவாமிஜியின் உடல்நிலை சீர்குலைந்ததை அடுத்து, அமெரிக்கா விலிருந்து சாரதானந்தர் திரும்பி வந்து மடத்தில் நிர்வாகப் பணியை ஏற்றுக்கொண்டார். துரியானந்தர் சம்ஸ்க்ருதம், கீழை மற்றும் மேலை நாடுகளின் தத்துவம், கேள்வி-பதில் ஆகிய வகுப்புகளை நடத்தினார். தியான வகுப்புகள் நாள்தோறும் நடந்தன. மடத்தின் தினசரி நடவடிக்கைகளை இளம் துறவி யர்கள் ஏற்று நடத்தினர். தங்களுக்குள் ஒரு தலைவரைத் தேர்ந் தெடுத்து, மாதந்தோறும் கூடி பணிகள்பற்றி விவாதித்தனர். காலம் தவறாமை, தூய்மைபோன்றவை கடைபிடிக்கப்பட்டன.

சுவாமிஜியின் நிதர்சனமான வாழ்க்கையிலிருந்து 'பிறருக்கு சேவையும் சொந்த முக்தியும் நமது லட்சியம்' என்பதை இளம் துறவிகள் கற்றனர். சுவாமிஜி அவர்களை நாட்டின் பல பகுதிகளுக்கும் அனுப்பி வைத்தார்.

தமிழ் மொழிபெயர்ப்பு - ஞானத் திரட்டு

அடுத்ததாக ஸ்ரீராமகிருஷ்ணரின் செய்தியும், தமது கருத்துகளும் சாதாரண மக்களைச் சென்றடையவேண்டும் என்ற சுவாமிஜியின் ஆசையை தமிழ்நாடு நிறைவேற்றியது. ஆன்மிகத்திலும், சமூக முனேற்றத்திலும் அக்கறை கொண்ட வி. நடராஜ ஐயரை ஆசிரியராகக் கொண்டு 'லோகாபகாரி' என்ற தமிழ் பத்திரிகை வெளிவந்து கொண்டிருந்தது. சுவாமிஜியின் சொற்பொழிவுகள், கர்ம, ஞான, ராஜ, பக்தி யோகங்கள், செயல்முறை வேதாந்தம் ஆகியவற்றிலிருந்து சில பகுதிகள் மொழிபெயர்ப்பு செய்யப் பட்டு இந்தப் பத்திரிகையில் வெளிவந்தன. இவற்றை தொகுத்து 'ஞான திரட்டு' முதல் பகுதி 1898 ஏப்ரல் முதல் நாள் வெளி வந்தது. இரண்டாம், மூன்றாம் பகுதிகளும் விரைவில் வரும் என்றும் அதில் குறிப்பிடப்பட்டிருந்தது.

இந்த புத்தகத்துடன் சுவாமிஜி படம் ஒன்றும் இலவசமாகக் கொடுக்கப்பட்டது. இந்த நூலின் ஒரு பிரதியை சுவாமிஜிக்கும் அனுப்பினார் நடராஜ ஐயர். சுவாமிஜியின் மகிழ்ச்சிக்கு அளவே இல்லை. 'நீங்கள் மிகப்பெரிய சேவை செய்திருக்கிறீர்கள். எனது கருத்துகளை எல்லா மாநில மொழிகளிலும் மொழி பெயர்ப்பு செய்வதற்கு ஒரு முன்னோடியாக இந்த நூல் அமைந்திருக்கிறது. உங்கள் முயற்சியில் எல்லா வெற்றிகளும் கிடைக்க வாழ்த்துகிறேன்' என்று சுவாமிஜி பதில் கடிதம் அனுப்பியிருந்தார்.

சுவாமிஜியின் கருத்துகள் முதன்முதல் தமிழில்தான் கட்டுரை களாகவும், நூல் வடிவிலும் வந்தன என்று நாம் பெருமை கொள்ளலாம். மிஸ் மெக்லவுட் நன்கொடையாகக் கொடுத்த பணத்தில் உத்போதன் என்ற வங்கமொழிப் பத்திரிகை திரிகுணாதீதரை ஆசிரியராகக் கொண்டு தொடங்கப்பட்டது.

இரு விருப்பங்கள்

1899 ஜனவரியில் சுவாமிஜியின் இரு விருப்பங்கள் நிறைவேறின. சுவாமிஜி தட்சிணேசுவரத்துக்கு வரக் கூடாது என்று தடை

விதித்தபிறகு முதல் முறையாக பேலூரில் ஸ்ரீராமகிருஷ்ண ஜெயந்தி கொண்டாடப்பட்டது.

இரண்டாவதாக இமயமலையில் ஒரு ஆசிரமம் அமைப்பது சுவாமிஜியின் வெகு நாளைய ஆசை. அல்மொராவில் 6800 அடி உயரத்தில் மாயாவதி என்ற இடத்தில் அவரது விருப்பப்படியே அத்வைத ஆசிரமம் அமைந்தது. ஆங்கில மாத இதழ் பிரபுத்த பாரதத்தின் அலுவலகமும் அச்சுக்கூடமும் அங்கு மாற்றப் பட்டது. சுவாமிஜியின் சீடர் சுவரூபானந்தர் ஆசிரியர். அத்வைத ஆசிரமம் அமைய முக்கியக் காரணமாக இருந்த சேவியர் அதான் பதிப்பாளர் ஆனார்.

மார்ச் மாதத்தில் மறுபடியும் கல்கத்தாவில் பிளேக் நோய் பரவியது. நிவேதிதையை தலைவராகக் கொண்டு நிவாரணப் பணிகள் தொடங்கின. சுவாமிஜியின் உடல்நிலை மிகவும் சீர்குலைந்தது. அந்தநிலையிலும் பிளேக் பரவியிருந்த குடிசைப் பகுதிகளில் சென்று தங்கினார். இந்தச் செய்கை மக்களின் அநாவசிய பயங்களைப் போக்கும் என்று எண்ணினார்.

மே மாதத்தில் காளிகாட்டில் உள்ள காளி கோயிலுக்குச் சென் றார். தேவியின் திருமுன் அமர்ந்து கண்களில் இருந்து நீர்வழிய சந்தனத்தில் தோய்ந்த செம்பருத்தி பூக்களை தேவிக்கு அர்ப்பணித்தார்.

1899 ஆண்டு ஜுன் 20 ஆம் தேதி கல்கத்தா துறைமுகத்திலிருந்து புறப்பட்ட எஸ். எஸ். கோல் கொண்டா என்ற கப்பலில் துரியானந்தருடனும், நிவேதிதையுடனும் தனது இரண்டாவது வெளிநாட்டுப் பயணத்தை தொடங்கினார் சுவாமிஜி. இந்தப் பயணம் சுமார் 40 நாட்களுக்கு நீடித்தது. வங்கப் பத்திரிகை உத்போதனின் ஆசிரியர் திரிகுணாதீதர் கேட்டுக் கொண்டதற்கு இணங்க இந்த பயண அனுபவத்தைத் தொடராக எழுத இசைந்தார் சுவாமிஜி. இலக்கிய நடையில் இல்லாமல் பேச்சு மொழியில் எழுதப்பட்ட இந்தப் புத்தகத்தை ரவீந்திரநாத் தாகூர் மிகவும் பாராட்டினார்.

சுவாமிஜியின் கப்பல் ஜுன் 24ஆம் தேதி சென்னை வந்தது. கல்கத்தாவில் பிளேக் நோய் பரவியிருந்த காரணத்தால் கப்பலில் இருக்கும் இந்தியர்கள் எவரும் சென்னை துறை முகத்தில் இறங்கக்கூடாது என்று எச்சரிக்கை செய்திருந்தனர்.

சுவாமிஜியை தரிசிக்கச் சென்றிருந்த அனைவருக்கும் இது பெருத்த ஏமாற்றத்தை அளித்தது. சுவாமிஜி கப்பல் தளத்தின் மேலிருந்தவாறே அவர்களுடன் பேசினார்.

சுவாமிஜியிடம் பிரம்மவாதின் பத்திரிகைபற்றி ஆலோசனை கேட்கவும், அவருடன் பேசும் வாய்ப்பை இழந்துவிடக்கூடாது என்றும் நினைத்து ஜாதிக் கட்டுப்பாடுகளை மீறி அளசிங்கர் கொழும்புவுக்குப் பயணசீட்டு எடுத்துக் கொண்டு பயணி போல அதே கப்பலில் கொழும்புவரை பயணம் செய்தார்.

அளசிங்கரின்மேல் சுவாமிஜியின் அன்பு

அளசிங்கர் வைதீக பிராம்மண குடும்பத்தில் பிறந்தவர். நெற்றியில் தென்கலை திருமண், குடுமி, பஞ்சகச்சம் என்று எல்லோருடைய கவனத்தையும் தனது வித்தியாசமான உருவத்தால் கவர்ந்தார். வெளியில் எதையும் சாப்பிடக்கூடாது என்பதால் கடல் பயணத்தின்போதுதான் கொண்டுவந்திருந்த பொரி, கடலைபோன்றவற்றைக் கொறித்துக்கொண்டு வந்தார். சுவாமிஜியின்மேல் அளசிங்கர் அளவற்ற பக்தியும், ஈடுபாடும் கொண்டிருந்தார். சுவாமிஜிக்கும் அவர்மேல் அளவு கடந்த அன்பு. தனது அமெரிக்கப் பயணத்துக்கு அளசிங்கர் வீடுவீடாக பணம் சேர்த்ததையும், தமது விருப்பத்துக்கேற்ப சென்னையில் பிரம்மவாதின் பத்திரிகையைத் தொடங்கி பல கஷ்டங்களுக்கு நடுவிலும் அதை நடத்தி வந்தது எல்லாம் சுவாமிஜிக்கு அவர் மேல் பிரியம் வைக்க காரணமாக இருந்தது.

ஜுன் 28 கப்பல் கொழும்பு துறைமுகத்தை அடைந்தது. ஒரு நாள் முழுவதும் அங்கு இருந்தார். தமது பயணக் குறிப்பில், ‘வெகுநாட்களுக்குப் பிறகு மிளகுத் தண்ணி (ரசம்), இளநீர் சாப்பிட்டேன்’ என்று எழுதுகிறார்.

42 நாட்கள் கழித்து கப்பல் லண்டனை அடைந்தது. அவரை வரவேற்க நிவேதிதையின் தாய், சகோதரி என்று மிகச் சிலரே வந்திருந்தனர். ஸ்டர்டி வராதது லண்டனில் சுவாமிஜியின் பணிகள் சரிவர நடைபெறாமலிருந்ததைச் சொல்லாமல் சொல்லியது. இது சுவாமிஜியின் மனத்தை மிகவும் பாதித்தது. உடல்நிலையும் சீர்குலைந்தது. நிவேதிதையின் தாயும், சகோதரியும், சகோதரனும் சுவாமிஜியை நன்கு கவனித்துக் கொண்டனர்.

சுமார் 15 நாட்கள் லண்டனில் தங்கிவிட்டு ஆகஸ்ட் 16 அமெரிக்காவுக்குப் புறப்பட்டார் சுவாமிஜி. தங்கையின் திருமணத்துக்காக விம்பிள்டனில் தங்கிவிட்டார் நிவேதிதை. ஆகஸ்ட் 28 ஆம் தேதி நியூயார்க் சென்று சேர்ந்தார். அங்கு லெக்கட்டின் வீடான ரிஜ்லிமேனரில் தங்கினார். சுவாமிஜி தங்கியதன் காரணமாக அது 'சுவாமிஜியின் வீடு' என்று அழைக்கப்பட்ட இந்த வீட்டில் தற்போது இராமகிருஷ்ண வேதாந்த மையத்தின் கிளையாக இயங்கிவருகிறது. இங்கு சுவாமிஜி இரண்டரை மாதங்கள் தங்கினார். சுவாமிஜிக்கு நிறைய ஓய்வு கிடைத்தது. நியூயார்க்கில் மடத்துக்கென சொந்த மாக இடமும் கட்டடமும் அமைந்தது என அபேதானந்தர் கூறியது சுவாமிஜியின் மகிழ்ச்சியை அதிகப்படுத்தியது.

சுவாமிஜியின் துயரங்கள்

ஒரு துறவியாக எல்லா இன்ப துன்பங்களைக் கடந்தவராகவே இருந்தார் சுவாமிஜி. ஆன்மிகப் பேருணர்வில் திளைத்தவர்களின் மனது மிகவும் மென்மையாக ஆகிவிடுகிறது. சாதாரண மனித மன ஆனந்தங்களைவிட மேலான தெய்விக ஆனந்தங்களை உணரும் அளவுக்கு மனமும் மாறுகிறது. சுவாமிஜியும் அதிர்ச்சி களைச் சந்தித்தார்; துயரங்களை அனுபவித்தார். இதுபற்றி நிவேதிதை எழுதுகிறார்: 'இந்தியப் பணிகளில் ஏற்பட்ட பிரச்னைகள், லண்டன் பணியில் ஸ்டார்டியின் விலகலால் ஏற்பட்ட தொய்வு, சீடர்களிடையே கருத்து வேற்றுமை என்று எல்லாவற்றையும் தாங்கிக் கொண்டார். ஆனால் அவருக்கு நெருக்கமாக இருந்தவர்கள் ஏமாற்றியபோது துவண்டார்; அவர்கள் பிரிந்தபோது தவித்தார். தனது துயரங்களை வெளிக் காட்டாமல் மறைத்துக் கொள்வார். ஆனாலும் தனக்கு நெருங்கியவர்களிடம் அவற்றை பேசுவார்'. ஸ்டார்டி, லியான் லாண்ட்ஸ்பர்க் (கிருபானந்தர்) இவர்கள் தம்மிடமிருந்து விலகுவது சுவாமிஜிக்கு மிகுந்த மனவருத்தத்தைக் கொடுத்தது என்று சொல்லலாம்.

உலக நன்மைக்காக தம் ஆற்றலையும் அன்பையும் வெளிக் காட்டினார். அதே அளவுக்கு மனிதரோடு மனிதராக வாழ்ந்து அவர்களைப் போல துன்புற்றார். சுவாமிஜியின் ஆழ்மனம் எப்போதுமே ஏகாந்த வாழ்க்கைக்கு ஏங்கிக் கொண்டிருந்தது. ஆனால் சக மனிதர்களின் துன்பங்களைப் போக்குவது தன்

தலையாய கடமை என்று நினைத்ததால் அவர் விரும்பிய நீண்ட அமைதி அவருக்குக் கடைசிவரை கிடைக்கவே இல்லை.

அமெரிக்காவில் சுவாமிஜியின் பணிகள்

பொதுவாக அமெரிக்கப் பணிகள் நல்ல முறையில் நடைபெற்று வந்தன. சுவாமிஜி இந்தியாவுக்குத் திரும்பியபின் அவரது பணி களை சாரதானந்தர், அபேதானந்தர், அபயானந்தர், மிஸ் வால்டோ ஆகியோர் தொடர்ந்து செய்தனர். சாரதானந்தர் 1898 ஜனவரியில் இந்தியா திரும்பியதும் அபேதானந்தரும் அபயானந்தரும் தொடர்ந்து அந்தப் பணிகளை மேற்கொண்ட னர். 6 வருடங்களுக்கு முன் அமெரிக்கா வந்து சுவாமிஜி ஆரம் பித்த பணிகள் இப்போது அமெரிக்காவின் பல இடங்களிலும் வேரூன்றத் தொடங்கியிருந்தது.

சுவாமிஜியைப்பற்றிய நாடகம்

அப்போது தென் கலிபோர்னியாவில் இந்த நூற்றாண்டின் மிகச்சிறந்த நகைச்சுவை நாடகம் என்று விளம்பரப்படுத்தப் பட்ட, 'இந்தியாவிலிருந்து வந்துள்ள எனது நண்பன்' என்ற நாடகம் ஒன்று நடைபெற்று வந்தது. சுவாமிஜி இந்த நாடகத் தைப் பார்த்து வயிறு வலிக்கச் சிரித்து மகிழ்ந்தார். இதனிடையே சுவாமிஜியின் உடல்நிலை குறித்து இந்தியாவில் பல வதந்திகள் எழுந்தன. அவர் இறந்துவிட்டதாகக்கூட வதந்தி பரவியது.

சொற்பொழிவுகள்

லாஸ் ஏஞ்சலஸிலும் தெற்கு பாஸடேனாவிலும் சுமார் 38 சொற்பொழிவுகள் ஆற்றினார் சுவாமிஜி. இத்தனை சொற்பொழிவுகளிலும் எல்லோரையும் அதிசயிக்க வைத்தது சுவாமிஜி இவற்றுக்கான குறிப்புகள் எதையும் எழுதி வைத்துக் கொள்ளாததுதான். கூட்டத்துக்கு வந்த பின்னர்தான் தலைப்பு களைத் தேர்ந்தெடுப்பார்; சில நொடிகளில் அந்தத் தலைப்பில் பேசத் தயாராகிவிடுவார்.

சுவாமிஜியின் போராட்டங்கள் எல்லாம் அவரது முதல் பயணத் திலேயே முடிந்துவிட்டன என்று சொல்லவேண்டும். எல்லா சொற்பொழிவுகளிலும் இந்தியாவில் நிலவி வந்த பால்ய விவாகம், குழந்தைகளை முதலைகளுக்கு இரையாக்குவது போன்ற கேள்விகளையே திரும்பத்திரும்ப கேட்கிறவர்களை

மிகவும் பொறுமையாகக் கையாண்டார். திருமணம்பற்றிய தனது கருத்துகளை ஏற்காமல் ஒரு பெண் மறுபடி மறுபடி கேள்வி கேட்டபோது பொறுமை மிஞ்சிப் போய்விடவே மேஜையில் தமது கைகளை ஓங்கி அடித்து தனது கோபத்தைக் காட்டினார்.

மிஷனரிகள் சுவாமிஜியைப்பற்றி அவதூறு கிளப்புவதை வழக்கமாகக் கொண்டிருந்தன. அதைப்பற்றிய பேச்சு வந்தபோது 'நான் யார் என்பதை என் முகத்திலிருந்து புரிந்துகொள்ள உங்களால் முடியவில்லை என்றால் நஷ்டம் எனக்கல்ல; உங்களுக்குத்தான்' என்று கூறி அவர்களின் வாயை அடைத்தார்.

மீட் சகோதரிகள்

1900ஆம் ஆண்டு பிப்ரவரி 22 ஆம் நாள் சான்பிரான்சிஸ்கோ சென்றார் சுவாமிஜி. சுவாமிஜியின் முதல் சொற்பொழிவின் போது அவரை சந்தித்தவர்களே மீட் சகோதரிகள். மிசஸ் கேரி மீட் வைக்காஃப், மிசஸ் ஆலிஸ் மீட் ஹேன்ஸ்ப்ரோ, மிஸ் ஹெலன் மீட் ஆகிய மூவரும் சுவாமிஜியின் கர்மயோகம், ராஜயோகம் ஆகிய புத்தகங்களைப் படித்திருந்தனர். அவரது கருத்துகளால் மிகவும் கவரப்பட்ட சகோதரிகள் அவருடன் நெருங்கிப் பழகினர். 'சகோதரிகள் மூவரும் என் மனதின் ஓர் அங்கம்' என்று சுவாமிஜி குறிப்பிடுகிறார். மீட் சகோதரிகளில் ஒருவரான ஹேன்ஸ்ப்ரோ சுவாமிஜியின் சொற்பொழிவு ஏற்பாடுகளைக் கவனித்துக் கொண்டார். பொதுவாக சொற்பொழிவு முடிந்தவுடன் கேள்வி-பதில் நிகழ்ச்சி இருக்கும். நேர்மையான கேள்விகளுக்கு நேர்மையான பதில்கள், கேலியான கேள்விகளுக்கு கேலியான பதில் என்று அருமையாக பதில் சொல்வார் சுவாமிஜி.

சான்பிரான்சிஸ்கோவில் சுமார் 61 சொற்பொழிவுகள் ஆற்றியிருந்ததாக தெரியவந்தாலும், சுமார் 16 சொற்பொழிவுகளே நமக்குக் கிடைத்துள்ளன. சுவாமிஜியின் சொற்பொழிவுகளைக் கேட்ட பலர் அவரிடம் தனியாகக் கற்றுக்கொள்ளவும் அறிவுரை பெறவும் விரும்பினார்கள். அதற்காக வகுப்புச் சொற்பொழிவுகளையும் தொடங்கினார் சுவாமிஜி. இந்த வகுப்புகள் சுவாமிஜி தங்கிய வீட்டிலேயே நடந்தன.

சுவாமிஜி கட்டிலிலோ சோபாவிலோ பத்மாசனத்தில் அமர்ந்து பேசுவார். அப்படி தரையில் உட்கார முடியாதவர்களை தம் பக்கத்திலேயே உட்கார வைத்துக் கொள்ளுவார். 'எப்படி

உட்காருகிறோம் என்பது முக்கியமில்லை. உடம்பு நேராக இருக்கவேண்டும். வசதியாக உட்காரவேண்டும். உங்கள் உடம்பு ஒளிமிக்கதாக, ஒளிர்வதாக நினைத்துக்கொள்ளுங்கள்' என்று கூறிவிட்டு தனது சொற்பொழிகளை தொடங்குவார். சுவாமிஜி இந்த நாட்களில் ராஜயோகம்பற்றியே வகுப்புகள் எடுத்தார். இதன் செயல்முறைப் பகுதி மிகவும் கடினமானது. 'இறைவன் என்கிற லட்சியத்துக்கு நம்மை அழைத்துச் சொல்வதற்கான ஒரு வழியே ராஜயோகம். இளம் வயதிலேயே கடவுளை நினைக்க ஆரம்பியுங்கள். வயதான பின் அவரை நினைப்பது கடினம். இளம் வயதில்தான் அதற்கான ஆற்றல் இருக்கும்' என்று தன் மாணவர்களுக்குச் சொல்லுவார் சுவாமிஜி.

தியான நிலையில் சுவாமிஜியின் தோற்றம்

தமது மாணவர்கள் தியானம் செய்வதைப் பார்ப்பது சுவாமிஜிக்குப் பிடித்தமான ஒன்று. சுவாமிஜி தியானம் செய்யும் அழகை ரொடீமல் என்பவர் வர்ணிப்பதைப் பார்ப்போமா?

'காவிநிற உடை அணிந்து பத்மாசனத்தில் அமர்ந்து கைகளை ஒன்றன்மேல் ஒன்றாக மடிமேல் வைத்துக்கொண்டு, பாதி விழிகள் மூடியபடி அவர் தியானத்தில் ஆழ்ந்திருப்பதைப் பார்க்கும்போது செப்புச்சிலை போலத் தோன்றும்'.

சொற்பொழிவில் வெடிகுண்டு

தமது சொற்பொழிவுகள் வெறும் உரைகள் அல்ல; கேட்பவர்களுக்கு ஏதோ ஒன்றை உணரவைக்கவே என்று சுவாமிஜி சொல்லுவார். கேட்பவர்களும் அதை உணர்ந்தார்கள் என்றே சொல்லவேண்டும். மார்ச் மாதத்திலிருந்து சுவாமிஜி செய்த சொற்பொழிவுகள் மனம், மனஇயல் சம்பந்தப்பட்டவை. ஒரு முறை கூறினார்: 'நாளை மனம்: ஆற்றல்களும் சாத்தியக் கூறுகளும் என்பதுபற்றிப் பேசப் போகிறேன். அதில் ஒரு வெடிகுண்டு வீசப் போகிறேன். அது உங்களுக்கு நன்மை செய்யும்' என்றார்.

கற்பு, நல்லொழுக்கம், தூய்மை, புனிதம் என்ற வெடிகுண்டுகளை சுவாமிஜி தனது சொற்பொழிவுகளில் வீசிக் கொண்டே இருந்தார். இவற்றின் முழுபரிமாணத்தை மேலைநாட்டினர் அறிந்திருக்கவில்லை. காம ஆற்றலை முழுவதுமாகக் கட்டுப் படுத்தமுடியும் என்பதை அவர்கள் ஒப்புக்கொள்ளவில்லை.

அதுபோலவே அவர் பேசிய ‘இயற்கையும், மனிதனும்’, ‘ஆன்மாவும் கடவுளும்’, ‘நான் அந்த நானே’, ‘லட்சியம்’ போன்ற சொற்பொழிவுகள் மேலை நாட்டுத் தத்துவங்களை அடியோடு அசைத்தன.

‘பாவம்’ என்பது கிறிஸ்தவ மதத்தில் ஒரு முக்கியக் கருத்து. மனிதன் பாவி என்ற கருத்தை வலியுறுத்துகிறது கிறிஸ்தவ மதம். சுவாமிஜியின் ‘மனிதன் தெய்விகமானவன், பாவமும் புண்ணியமும் மனித வாழ்வின் அங்கங்கள். பாவத்தின் மூலமே புண்ணியத்தை அறிந்தேன். நான் இன்று இந்த நிலையில் இருப்பதற்கு எனது பாவங்களும் புண்ணியங்களுமே காரணம். மனிதனின் பலவீனத்தை நான் ஏன் போதிக்கவேண்டும்? பெரிய மகான்களிடம் இல்லாத சில நற்பண்புகள் தீயவர்களிடம் இருக்கிறது. ஒரே ஆற்றல்தான் நன்மையாகவும் தீமையாகவும் வெளிப்படுகிறது. கடவுளும் சாத்தானும் ஒரே ஆறுதான். தண்ணீர்மட்டும் எதிரெதிர் திசைகளில் பாய்கின்றது’ என்ற சுவாமிஜியின் கருத்து பலருக்கு அதிர்ச்சியை அளித்தது.

சூறாவளித் துறவி

இரண்டாம் தடவை மேலைநாடுகளுக்குச் சென்றபோது அதிக சொற்பொழிவுகளை ஆற்றவில்லை சுவாமிஜி. ஆனால் அவரது சொற்பொழிவுகளின் வேகம், ஆற்றல் காரணமாக இந்தப் பெயர் அவருக்கு வந்தது. ஒருநாள் தமது உரையை ஆரம்பிக்குமுன் அவையினரைப் பார்த்து திடீரென, ‘எழுந்திருங்கள், விழித் திருங்கள், லட்சியம் கூடும்வரை நில்லாது செல்லுங்கள்’ என்றார். இதுதான் சான்பிரான்சிஸ்கோவில் அவரது கடைசி சொற்பொழிவு.

நிதிநிலைமை

பணத்துக்காக சொற்பொழிவு செய்யும் இந்த நிலை என்றைக்கு முடியும் என்று சுவாமிஜி எண்ணியதுண்டு. மடத்துக்காகவும் பணிகளுக்காகவும் பணம் தேவைப்பட்டது. பேலூர் மடத்தின் பணப்பற்றாக்குறைபற்றி சுவாமிஜி மூலம் அறிந்த மெகலவுட் உடனடியாக 800 டாலர் அளித்தார். அதேபோல மீட் சகோதரிகள் ஏற்பாடு செய்த சொற்பொழிவுகள் மூலமும் பணம் கிடைத்தது. சான்பிரான்சிஸ்கோவிலிருந்து கிளம்பும்முன் வேதாந்த சொசைட்டி ஒன்றைத் தொடங்கினார்.

மிஸ் மின்னி புக் என்பவர் வேதாந்த இயக்கத்துக்காக தனது 160 ஏக்கர் நிலத்தை அளித்தார். இதுவே பின்னால் 'சாந்தி ஆசிரமம்' ஆக உருவாகியது. கலிபோர்னியாவிலிருந்து சிகாகோ வந்து அங்கிருந்து ஜூலை 7 ஆம் நாள் நியூயார்க்கை அடைந்தார். அங்கிருந்து டெட்ராய்ட் சென்றார். சுவாமிஜி மிகவும் மெலிந்திருந்ததாக அவரைப் பார்த்தவர்கள் கூறினார்கள்.

ராமகிருஷ்ண மடத்தின் சின்னம்

மறுபடியும் நியூயார்க் வந்த சுவாமிஜி வேதாந்த சங்கத்தின் கட்டிடத்தில் தங்கினார். அங்கு ஒரு அறிக்கை தயார் செய்ய நினைத்தவர், இராமகிருஷ்ண மிஷனுக்கு ஒரு சின்னம் வேண்டுமென விரும்பினார். தானாகவே ஒரு சின்னத்தை வரைந்தார். பின்னர் அதனை ஹென்றி வான் ஹாகன் என்ற தனது பிரம்மச்சாரி சீடரிடம் கொடுத்து பூர்த்தி செய்யச் சொன்னார். அதுவே இன்று இராமகிருஷ்ண மடம், மற்றும் மிஷனின் சின்னமாக விளங்குகிறது.

1900 ஆம் ஆண்டு 26 ஆம் நாள் சுவாமிஜியின் அமெரிக்க நாட்கள் நிறைவுபெற்று நியுயார்க்கிலிருந்து பாரிஸ் புறப்பட்டார். பாரிஸில் நடைபெற்ற சமய வரலாற்று மாநாட்டில் செப்டெம்பர் 7 ஆம் நாள் இரண்டு முறை பேசினார். முதல் சொற்பொழிவில் சிவலிங்கம், சாளகிராமம்போன்றவற்றின் புனிதம்பற்றிப் பேசினார். அடுத்த நாள் இந்தியாவின் சமயக் கருத்துகளின் பரிணாமம்பற்றிப் பேசினார். பாரிஸில் புகழ் பெற்ற பாடகி எம்மா கால்வேயைச் சந்தித்தார். பாரிஸிலிருந்து புறப்பட்ட போது எகிப்து முதலான இடங்களைப் பார்த்துவிட்டு மறுபடியும் பாரிஸுக்கு வர எண்ணியிருந்தார் சுவாமிஜி. ஆனால் கெய்ரோவில் இருந்தபோது உடல்நிலை சரியில்லாமல் போய் மாரடைப்பும் ஏற்பட்டது. எம்மாவிடம் 'மரணம் என்னை அழைக்கிறது; ஜூலை 4 ஆம் நாள் எனது இறுதி நாளாக இருக்கும்' என்று சொன்னார்.

மேலைநாட்டுப் பணிகள்

'மேலைநாடுகளில் எனது பணி அதிகமாக இருக்கும்; அதன் எதிரொலி இந்தியாவில் கேட்கும்' என்று துரியானந்தரிடம் ஒரு முறை கூறினார் சுவாமிஜி. மிகவும் உண்மை இது. சுமார் ஐந்து வருடங்கள் ஓய்வில்லாமல் உழைத்தார். ஒலிபெருக்கிகள்

எதுவும் இல்லாத நாட்கள் அவை. கூடியிருக்கும் அனைவருக்கும் கேட்கும் அளவுக்கு சத்தமாகப் பேசவேண்டும். இத்தனை கடுமையாக உழைத்த உழைப்புக்குப் பலன் இல்லாமல் போகுமா? மேலைநாடுகளில் சுவாமிஜியின் தாக்கம் பற்றிப் பார்க்கலாம்.

அமெரிக்காவில்

'அமெரிக்காவில் ஆழமான ஆற்றல் மிக்க ஆன்மிக விழிப்புணர்வை ஏற்படுத்தினார். மேலை நாட்டு தத்துவ அறிஞர்களின் பெயர்களுடன் கூடவே சங்கரர், ராமானுஜர் ஆகியோரின் பெயரும் பிரபலமாகின. மக்களுக்கும் இவைபற்றிய விழிப்புணர்வு ஏற்பட்டிருக்கிறது. பத்திரிகைகளில் ஆன்மாபோன்ற வார்த்தைகள் வெளிவர ஆரம்பித்தன. இந்திய நூல்கள் மட்டுமல்ல, இந்தியாவைப்பற்றிய குறிப்புகள் அடங்கிய நூல்களையும் கூட நூலகங்கள் போட்டிபோட்டு வாங்குகின்றன' என்று ஹெலன் ஹண்டிங்டன் பிரம்மவாதின் பத்திரிகைக்கு கடிதம் எழுதினர். 'இப்பொழுதே விவேகானந்தர் எங்கள் நாட்டவர்' என்று இந்தியா உரிமை கோரவேண்டும். இல்லையெனில் அவரை உலகின் பலநாடுகளும் சொந்தம் கொண்டாட ஆரம்பித்துவிடும்' என்று மேலும் எழுதினர் ஹெலன்.

இங்கிலாந்தில்

'இங்கிலாந்தில் விவேகானந்தர் பெரிய தாக்கம் எதையும் ஏற்படுத்தவில்லை என்று இந்தியாவில் சிலர் பேசுகிறார்கள். எனக்கும், அவருக்கும் கருத்து வேற்றுமைகள் உண்டு; நான் அவரது மதத்தைச் சேர்ந்தவனும் இல்லை. ஆனாலும் இங்கிலாந்தில் அவரது தாக்கத்தை அதிகம் உணருகிறேன். சாதாரண மக்கள்கூட இந்து மதம்பற்றி அவர் கூறும் ஆன்மிக உண்மைகளை நம்புகிறார்கள். நான் அணிந்திருந்த காவித் தலைப்பாகையைப் பார்த்துவிட்டு ஒரு பெண் 'அதோ பார்! சுவாமி விவேகானந்தர்' என்கிறார். இதற்கும் மேலாக அவர் இங்கிலாந்துக்கும் இந்தியாவுக்கும் இடையில் ஒரு மிகச்சிறந்த தொடர்பை உருவாக்குவதிலும் வெற்றி பெற்றுள்ளார்!' என்று பிரம்ம சமாஜத்தில் தலைவர் பி.ஸி. பால் கூறினார்.

இந்தத் தாக்கங்களை ஏற்படுத்த சுவாமிஜி 5 அம்சப் பணிகளை மேற்கொண்டார்: சொற்பொழிவுகள், வகுப்பு சொற்பொழிவுகள், கலந்துரையாடல்கள், அந்தர்யோகங்கள், தனிநபர் வழிகாட்டல்.

'இந்தியச் சிந்தனையில் ஒரு பண்பு மௌனம்; அமைதி. வன்முறையில் வெளிப்படுத்த முடியாத பெரும் ஆற்றல் இதன் பின்னே இருக்கிறது. மௌனத்தை யாரும் அறிய முடியாது; ஆனால் விளைவுகளை ஏற்படுத்துவதில் அதை யாரும் வெல்ல முடியாது. இந்திய சிந்தனையாளர்கள் தங்களை யாரென்று தெரிவித்துக்கொள்ளாமல் நூல்களை எழுதி அடுத்த தலை முறைக்கு விட்டுச் சென்றிருக்கிறார்கள். 'கடமையைச் செய், பலனை எதிர்பார்க்காதே' என்ற கீதையின் வார்த்தைகளை உண்மையாகப் பின்பற்றுபவர்கள் இந்திய அறிஞர்கள்' என்று இந்திய சிந்தனையாளர்கள்பற்றிக் குறிப்பிட்டார் சுவாமிஜி.

உலகக்கலாசாரம் என்ற இன்றைய சிந்தனைக்கு அன்றே விதை விதைத்தவர் சுவாமிஜி.

மேலைநாட்டு சீடர்கள்

பொதுமக்களிடையே எழுச்சியை உண்டு பண்ண சொற் பொழிவுகள்; தத்துவங்களை ஆழ்ந்து கற்க விரும்புவர்களுக்கு சமயச் சொற்பொழிவுகள். ஆன்மிக வாழ்வை ஏற்றுக்கொண்டு இறையனுபூதி பெற விரும்பும் தகுதி வாய்ந்த சிலருக்கு வழிகாட்டுவதை முக்கியப் பணியாகச் செய்தார்.

சீடர்களாக விரும்புபவர்களுக்கு சுவாமிஜி சில நியமங்கள் வைத்திருந்தார். சீடராகவேண்டும் என்ற ஆசையுடன் கூட, ஆன்மிக வாழ்க்கையைப் பின்பற்றத் தயாராகவும் இருக்க வேண்டும் என்று சுவாமிஜி எதிர்பார்த்தார். நண்பர்களுக்கும் சீடர்களுக்கும் இடையே சுவாமிஜியின் தொடர்பு வேறுபட்டு இருந்தது. சீடர்களின் வாழ்க்கைக்குத்தான் பொறுப்பு என்று நினைப்பார். அவர்களது தவறுகளையும் பலவீனங்களையும் திருத்துவார். கண்டிப்பார்.

சுவாமிஜியின் மேலைநாட்டு சீடர்களில் மிக முக்கியமானவர் சகோதரி நிவேதிதை.

மிஸ் நோபிள் சுவாமிஜியின் கருத்துகளால் ஈர்க்கப்பட்டு அவருடன்கூட இந்தியா வர முடிவு செய்தபோது, இந்தியாவின் சமுதாய சூழ்நிலை, காலநிலை ஆகியவற்றைக் கூறி எச்சரிக்கை செய்தார் சுவாமிஜி. எல்லாவற்றுக்கும் தயாராக இருப்பதாகவும், இந்தியாவில் பெண்களின் முன்னேற்றத்துக்கான பணியைச் செய்யவேண்டும் என்ற தனது விருப்பத்தையும் மிஸ் நோபிள்

கூறவே அவரை ஏற்றுக்கொண்டார் சுவாமிஜி. 1897 பிப்ரவரியில் ஸ்ரீராமகிருஷ்ண ஜெயந்தி பொதுவிழாவாகக் கொண்டாடப் பட்டது. அதில் மிஸ் முல்லர், மிசஸ் சாரா, மிஸ் மெக்லவுட், மிஸ் நோபிள் ஆகியோர் கலந்துகொண்டனர்.

மார்ச் மாதம் 11 ஆம் தேதி ஸ்டார் தியேட்டரில் நடந்த கூட்டத்தில் மிஸ் நோபிள் 'இங்கிலாந்தில் இந்தியாவின் ஆன்மிகக் கருத்துகளின் தாக்கம்' என்ற தலைப்பில் பேசும் முன், சுவாமிஜி அவரை 'இந்தியாவுக்கு இங்கிலாந்தின் இன்னொரு கொடை' என்று அறிமுகம் செய்துவைத்தார். அன்னிபெசன்ட் அம்மையாரும், மிஸ் முல்லரும் ஏற்கனவே இந்தியப் பணியில் தம்மை இணைத்துக் கொண்டிருந்தனர்.

தனது பணிகளைத் தொடங்குமுன் அன்னையின் ஆசிகளைப் பெற்றார் மிஸ் நோபிள். மார்ச் 25 ஆம் நாள் அவருக்கு பிரம்மச்சரிய தீட்சை அளித்து அவருக்கு 'சகோதரி நிவேதிதை' என்ற பெயரும் அளித்தார். 1899 மார்ச் மாதம் அவருக்கு 'நைஷ்டிக பிரம்மச்சாரிணி' தீட்சை அளித்தார் சுவாமிஜி. சந்நியாச தீட்சை கேட்டபோது 'நீ இப்படியே இரு' என்று கூறிவிட்டார் சுவாமிஜி. நிவேதிதையை தனது மகள் என்றே குறிப்பிடுவார் சுவாமிஜி. 'The Master as I Saw Him' என்ற புத்தகத்தில் சுவாமிஜியுடனான தன் அனுபவங்களை எழுதினர்.

ஜோசையா ஜான் குட்வின்

'சுவாமிஜியின் கணபதி' என்று இவரைக் குறிப்பிடுகிறார் பிரேமானந்தர். சுவாமிஜியின் சொற்பொழிவுகளைக் குறிப் பெடுக்க ஒரு சுருக்கெழுத்தாளர்வேண்டும் என்ற விளம்பரத்தின் மூலம் சுவாமிஜியிடம் வந்து சேர்ந்தவர் குட்வின். 1896 பிப்ரவரியில் குட்வினுக்கு பிரம்மச்சரிய தீட்சை அளித்தார் சுவாமிஜி. சுவாமிஜி இந்தியா வந்தபோது அவருடனேயே குட்வின்னும் வந்தார். பிரம்மவாதின் பத்திரிகை வேலை களுக்காக சென்னை வந்தவர் ஊட்டியில் ஒரு மழைநாளில் கிரிக்கெட் போட்டியைக் காணச் சென்றார். அதன் விளைவாக ஜுரம் கண்டு உயிரைத் துறந்தார். கடைசி நிமிடங்களிலும் சுவாமிஜிபற்றிய நினைவுடனேயே இருந்தார். இவரது பிரிவு சுவாமிஜியை மிகவும் பாதித்தது.

1896 பிப்ரவரியில் குட்வினுக்கு பிரம்மச்சரிய தீட்சை அளித்தார் சுவாமிஜி. சுவாமிஜியின் சொற்பொழிவுகளை 7 நோட்டுப்

புத்தகங்களில் குறிப்பெடுத்தார். சுவாமிஜியின் சீடராக இருந்த போதும், தனது தேசத்தின்மீதும், ராணியின் குடும்பத்தின்மீதும் அளவுகடந்த பக்தி மிக்கவராகவே இருந்தார்.

ஹேல் குடும்பம்

சுவாமிஜியின் முதல் அமெரிக்க பயணத்தின்போது இந்தக் குடும்பத்தினர் சுவாமிஜிக்கு மிகவும் உதவி செய்தனர். மிசஸ் ஹேல் ஒரு தாய் போலவே சுவாமிஜியை கவனித்துக்கொண் டார். சுவாமிஜிக்கு உதவி செய்பவர்களாக இருப்பதிலேயே நிறைவு கண்டனர் இவர்கள். இடைவிடாத சொற்பொழிவுகள், தொடர்ந்த பயணங்கள் என்று களைத்து வந்த சுவாமிஜிக்கு வேண்டிய ஓய்வை அளித்தனர். குடும்பத் தலைவர் ஜார்ஜ் ஹேலை சுவாமிஜி, 'ஃபாதர் போப்' என்றும் மிசஸ் ஹேலை 'மதர் சர்ச்' என்றும் அழைப்பார். ஹேல் சகோதரிகள் சுவாமிஜியை தங்களது மூத்த சகோதரனாகவே பாவித்தனர்.

மிஸ் ஜோசபைன் மெக்லவுட்

சுவாமிஜியின் எல்லையற்ற தன்மையால் ஈர்க்கப்பட்டவர் இவர். சுவாமிஜியைப் பார்த்த நாளன்றுதான்தான் பிறந்ததாகக் கூறுவார். தனக்கு முக்தி கொடுக்கவே சுவாமிஜி பிறந்துள்ளதாகச் சொல்லு வார். சுவாமிஜியின் மறைவுக்குப் பிறகும் பேலூர் மடத்தின் பணிகள் பலவற்றுக்கும் பண உதவி செய்தார் மெக்லவுட்.

மிசஸ் சாரா புல்

சுவாமிஜியால் 'புனிதர்' என்று போற்றப்பட்டவர், சுவாமிஜி இவருக்கு 'தீர மாதா' (உறுதி மிக்க தாய்) என்று பெயர் அளித் திருந்தார். சுவாமிஜியை சந்திக்கும் முன்பே பகவத் கீதையை முறையாகக் கற்றிருந்தார். இந்திய தத்துவங்கள்பற்றிய அறிமுகம் இவருக்கு இருந்தது. சுவாமிஜி இவரை தன் தாயாகவே நினைத்தார். சாராவும் சுவாமிஜியைத் தன் மகனாகவே எண்ணி எல்லாவகையிலும் சுவாமிஜிக்கு உறுதுணையாக நின்றார்.

சிஸ்டர் கிறிஸ்டைன்

ஆயிரம் தீவுப் பூங்காவில் சுவாமிஜியுடன் தங்கும் பாக்கியம் பெற்றவர் இவர். இந்தியாவுக்குவந்து நிவேதிதையுடன் சேர்ந்து இந்தியப் பெண்களுக்கான பணியில் ஈடுபட்டார். இவர்கள்

இருவரும் தங்கியிருந்த வீட்டிற்கு 'சகோதரிகள் இல்லம்' என்று பெயர். இந்தியாவையும், இந்திய மக்களையும் மிகவும் நேசித்த இவர் மென்மையானவராகவும், தெய்விகத் தோற்றம் கொண்ட வராகவும் இருந்தார். சுவாமிஜி இவருக்கென்றே 'காலத்துக்கு முன் மலர்ந்த நீல மலருக்கு' என்ற கவிதையும் எழுதினர்.

மிஸ் சாரா எலன் வால்டோ

சுவாமிஜியைச் சந்திக்கும் முன்பே மாக்ஸ்முல்லரின் நூல்களைப் படித்து இந்திய தத்துவத்தின்மேல் மிகுந்த நாட்டம் கொண்டவர் வால்டோ. 1894 -இல் ப்ரூக்ளினில் சுவாமிஜி பேசியபோது இவரைக் கண்டார். அன்றிலிருந்து சுவாமிஜியின் நெருங்கிய சிஷ்யை ஆனார். குட்வின் வருவதற்கு முன் சுவாமிஜியின் சொற்பொழிவுகளைக் குறிப்பெடுத்தவர் இவரே. சுவாமிஜி ஆயிரம் தீவுப் பூங்காவில் ஆற்றிய சொற்பொழிவுகளின் குறிப்பு இவர் மூலமே நமக்குக் கிடைத்தது. சுவாமிஜி பதஞ்சலி யோக சூத்திரங்களுக்கு விளக்கவுரை சொன்னபோது அதை எழுதியவர் வால்டோதான். குறிப்பு எடுப்பதுடன், சுவாமிஜிக்கு உணவு தயாரிக்கும் வேலைகளையும் மேற்கொண்டார் வால்டோ. இவருக்கு ஹரிதாஸி என்ற பெயரை சுவாமிஜி அளித்திருந்தார்.

சேவியர் தம்பதிகள்

லண்டனில் சுவாமிஜி நிகழ்த்திய ஞான யோகச் சொற்பொழி வால் கவரப்பட்டவர்கள் இந்த தம்பதி. ஆல்ப்ஸ் மலைச் சிகரங்களைப் பார்த்து அவற்றின் அழகிலும் அமைதியிலும் மயங்கிய சுவாமிஜி, இமய மலைத்தொடரில் ஒரு அத்வைத ஆஸ்ரமம் அமைக்க வேண்டுமென்று விருப்பப்பட்டார். சுவாமிஜியுடன் இந்தியா வந்து மாயாவதியில் அத்வைத ஆசிரமம் அமைத்தவர்கள் சேவியர் தம்பதிகள். சேவியரை எல்லோரும் பிதாஜி என்றே அழைத்தனர்.

10

எழுச்சி மந்திரம்

பாரிஸிலிருந்து விடைபெற்றவர், அப்படியே உலக அரங்குக்கும் விடை கொடுத்தார் என்றே சொல்லவேண்டும். கெய்ரோவில் இருந்தபோது சுவாமிஜிக்கு மாரடைப்பு வந்து, உடல்நிலை சரியில்லாமல் போனது. அதனால் இந்தியா திரும்பவேண்டும் என்று அவருக்குத் தோன்றியிருக்கலாம். இன்னொரு காரணம் மாயாவதியிலிருந்து, சேவியருக்கு உடல்நிலை சரியில்லை என்ற செய்தி வந்திருந்தது. இமய மலையில் ஒரு அத்வைத ஆசிரமம் அமைக்கவேண்டும் என்ற தன் விருப்பத்தை நிறைவேற்றி வைத்த சேவியரை காண சுவாமிஜிக்கு ஒரு உள்ளுந்துதல் இருந்திருக்கலாம்.

1900 ஆம் ஆண்டு நவம்பர் 26 ஆம் நாள் கெய்ரோவிலிருந்து புறப்பட்டு, டிசம்பர் 6 ஆம் நாள் இந்தியா வந்து சேர்ந்தார். அவர் வருவது பேலூர் மடத்தில் யாருக்கும் தெரியாது. அவரைக் கண்ட மடத்துத் துறவிகள் மகிழ்ச்சி ஆரவாரம் செய்தனர். சுவாமிஜி கல்கத்தா வந்தவுடன் ஆஸ்த்மாவும் வந்து சேர்ந்து கொண்டது. அதைப்பற்றிச் சிறிதும் கவலைப்பட நேரமில்லை சுவாமிஜிக்கு. புதிய பிரம்மச்சாரிகளுக்கும், துறவிகளுக்கும் வகுப்புகள் எடுத்தல், சகோதரத் துறவிகளுடன் அவ்வப்போது பழைய நினைவுகளில் மூழ்குதல் என்று காலத்தைக் கழித்தார். இளைஞர்கள் உடற்பயிற்சியில் வகுப்புகளுக்கும் ஏற்பாடு செய்தார்.

மாயாவதிப் பயணம்

சேவியரின் மரணம் கேள்விப்பட்டு மிகுந்த துயரத்தில் ஆழ்ந்தார். ‘இந்துக்களுக்காக சிறந்த ஆங்கிலேயர்கள் இருவர் -

குட்வின், சேவியர் - தங்கள் உயிரைக் கொடுத்தனர்' என்று வருத்தப்பட்டார். சேவியரின் மனைவிக்கு ஆறுதல் சொல்ல உடனே மாயாவதிக்கு செல்ல விரும்பினார் சுவாமிஜி. மிகவும் சிரமமான அந்தப் பயணப் பொறுப்பு முழுவதும் விரஜானந்தரின் பொறுப்பில் விடப்பட்டது. பல்லக்கிலும், சிறிது தூரம் நடந்தும் சிறிது தூரம் குதிரை மேலும் பயணம் செய்து மாயாவதியை அடைந்தார்கள் சுவாமிஜியும் அவருடன் வந்த குழுவினரும். சுவாமிஜியால் அதிக நேரம் நடக்க முடிய வில்லை. 'பலவீனனாகவும், முதியவனாகவும் ஆகிவிட்டேன். அதிக நாட்கள் வாழ மாட்டேன் என்று தோன்றுகிறது' என்றார் சுவாமிஜி.

சுவாமிஜியை வரவேற்க ஆசிரமம் மிக நேர்த்தியாக அலங்கரிக்கப் பட்டிருந்தது. மிசஸ் சேவியர், சுவரூபானந்தர், சச்சிசானந்தர் விமலானந்தர், அமிருதானந்தர் என்று அழைக்கப்பட்ட சார்லஸ் ஜான்ஸ்டன் ஆகியோர் அங்கு இருந்தனர். சுமார் இரண்டு வாரங்கள் அங்கு தங்கினார் சுவாமிஜி. கடிதங்கள் எழுதுவது, விவாதங்கள், உரையாடல்கள் என்று நாட்கள் கழிந்தன. மாயவதியில் இருந்த சிறிய ஏரி ஒன்றை மிகவும் ரசித்தார் சுவாமிஜி. 'இந்த ஏரிக்கரையில் எனது இறுதி நாட்களை நூல்கள் எழுதுவதிலும், பிடித்த பாடல்களைப் பாடுவதுமாக ஒரு குழந்தையைப் போல கழிக்க விரும்புகிறேன்' என்றார்.

மாயாவதி ஆசிரமம் மிக உயர்ந்த ஆன்மிக சாதனைகளைப் பயிலு வதற்கு ஏற்ற இடமாக இருக்கவேண்டும் என்பது சுவாமிஜியின் விருப்பம். இங்கு நடந்த ஸ்ரீராமகிருஷ்ண வழிபாடு அவருக்கு வருத்தத்தை அளித்ததில் வியப்புஇல்லை. அத்வைத சித்தாந்தத் தில் ஆரம்ப நிலைதான் வழிபாடு முதலானவை. தனது ஆன்மாவை உணரும் அந்த உயர்ந்த நிலையில் சிலராவது மாயாவதியில் இருக்கவேண்டும் என்பது சுவாமிஜியின் விருப்ப மாக இருந்தது.

சுவாமிஜியின் காலத்துக்குப் பிறகும் மாயாவதியில் வழிபாடு வேண்டுமா என்பதில் வேறுபட்ட கருத்துகள் நிலவி வந்தன. அன்னை சாரதாதேவி, 'சாதாரண சடங்குகளிலிருந்து உயர்ந்த நிலையில் வாழ பக்குவப்பட்டவர்களே ஸ்ரீராமகிருஷ்ண துறவிகள்' என்று கூறியபின் இங்கு வழிபாடு எதுவும் கூடாது என்ற முடிவு எடுக்கப்பட்டது. 1903 இல் மிசஸ் சேவியர் சந்நியாச தீட்சைக்குரிய விரஜா ஹோமம் தவிர வேறு எந்த

வழிபாடுகளோ, சடங்குகளோ மாயாவதியில் நடக்கக்கூடாது என்பதை சட்டபூர்வமான நியதி ஆக்கினார்.

கல்கத்தா வரும்வழியில் செய்தித்தாள்களின் மூலம் கேத்ரி மன்னரின் மரணச் செய்தியை அறிந்தார் சுவாமிஜி. தமது அருமைச்சீடரின் மரணத்துக்குப் பிறகு 'எங்கும் இருள் சூழ்ந்துள்ளதாக' எழுதினர் சுவாமிஜி. 1901 ஆம் ஆண்டு ஜனவரி 24ஆம் நாள் பேலூர் மடத்துக்குத் திரும்பினார் சுவாமிஜி. அங்கிருந்த பள்ளி ஒன்றின் பரிசளிப்பு விழாவில் கலந்துகொண்டு பேசினார். அவரது பேச்சுக்கள் இன்றைய காலகட்டத்துக்கும் பொருந்துபவை.

மாணவர்களுக்கு

'கல்வி மாணவர்களுக்கு சிந்திக்கக் கற்றுக் கொடுக்கவேண்டும். செயல்முறை அறிவு வளரவேண்டும். கைத்தொழில்கள் கற்றுத் தரப்படவேண்டும். மாணவர்களின் பசியைப் போக்க வழி கண்டாகவேண்டும். ஆரோக்கியமான உணவு மூலமே ஆரோக்கிய மான வருங்கால சந்ததிகளை உருவாகமுடியும். குழந்தைகள் பண்புநலன்களையும், பண்பையும் விட்டுவிட்டார்கள். பெரியவர் களிடம் மரியாதை, இதமாக இனிமையாகப் பேசுவது எல்லா வற்றையும் மாணவர்கள் மறந்துவிட்டார்கள். ஆனாலும் நான் நம்பிக்கை இழக்கவில்லை. இந்திய இனத்துக்கு ஓர் ஒளிமய மான எதிர்காலம் இருப்பதை என் மனக்கண்களில் பார்க் கிறேன்'.

இயக்க ரீதியாக பேலூர் மடம்

சுவாமிஜியின் மனதில் பல திட்டங்கள் உருவாகிக் கொண் டிருந்தன. தமது குருநாதர் தமக்குப் பணித்த பணியை செய்தாகி விட்டது என்ற நிறைவு அவருள் இருந்தது. இன்னும் சில பணிகள் பாக்கியிருந்தன. பேலூர் மடத்துக்கு ஒரு இயக்க ரீதியான வடிவம் கொடுக்க விரும்பினார். அதன்படி 1901 ஜனவரி 30 நாள் நிர்வாகிகள் குழு ஒன்று அமைக்கப்பட்டு பிப்ரவரி 6 ஆம் நாள் பதிவு செய்யப்பட்டது. தம்மை அனைத்துப் பொறுப்புகளிலிருந்தும் விடுவித்துக்கொண்டார்.

கிழக்கு வங்காளம், அசாம் பயணம்

பேலூர் மடத்துக்கு பாலி நகராட்சி விதித்த வரியை உயர்நீதி மன்றம் தள்ளுபடி செய்தது. கிழக்கு வங்காளத்துக்கும்,

அசாமுக்கும் செல்ல முடிவு செய்தார். அவரது தாயார், அத்தை, சகோதரி ஆகியோரும் இந்த தீர்த்த யாத்திரையில் சேர்ந்து கொண்டனர். கிழக்கு வங்காளத்தில் லங்கல் பந்த், சந்திர நாத், ஆசாமில் காமாக்யா ஆகிய மூன்று புனிதத் தளங்களுக்கு சுவாமிஜி சென்றார். அங்கிருந்து மலைவாசஸ்தலமான ஷில்லாங் சென்றார். சுவாமிஜியின் ஆஸ்த்மா இங்கு தீவிரமாகியது. சிறுநீரகக் கோளாறு, நீரிழிவு, இதயக் கோளாறு, உடம்பு வீக்கம், ஆஸ்த்மா என்று பல்வேறு நோய்களுடன் போராடினார். இந்தப் பயணம்தான் சுவாமிஜியின் கடைசிப்பயணம். 1901 ஆம் ஆண்டு 12 நாள் அனைவரும் கல்கத்தா திரும்பினர்.

மேலைநாட்டுப் பணியும், இந்தியப்பணியும்

சுவாமிஜியின் மேலைநாட்டு பணிகளிலிருந்து இந்தியப் பணிகள் முற்றிலும் வேறுபட்டது. விதை விதைப்பதற்கு முன் நிலத்தை தயார் செய்யவேண்டும். ஐரோப்பா, அமெரிக்காவில் நிலம் வளமாக, ஏற்கெனவே தயாராக இருந்தது. மேலைநாட்டு மக்கள் புலனின்பங்களை அனுபவித்து அதில் உச்சநிலையைக் கண்டு, இதற்குப்பின் என்ன என்ற கேள்வியுடன் இருந்தனர். போகங்களை அனுபவித்த பின்தான் யோகங்களில் நாட்டம் வரும். இதனால் அவர்களுக்கு அதற்கு அடுத்தகட்டமான ஆன்ம அனுபூதியை உடனடி மற்றும் அறுதி லட்சியமாக வைத்தார். அந்த ஆன்ம அனுபூதியை அடைய ஞான யோகம், கர்ம யோகம், ராஜ யோகம், பக்தியோகம் செயல்முறை வேதாந்தம் ஆகிய வழிமுறைகளைத் தனது சொற்பொழிவுகள் மூலம் அவர்களுக்கு அளித்தார்.

இந்தியாவில் சேவை தர்மத்தை முதல் லட்சியமாக வைத்தார். இறைவனுக்கு சமமாக ஏழைகளையும், தாழ்த்தப்பட்டவர் களையும் எண்ணி அவர்களுக்கு சேவை செய்யச் சொன்னார். இந்த சேவை-தர்மம் இருவகைப் பயன்களை கொடுக்கிறது. சேவை செய்பவனுக்கு மனத்தூய்மை ஏற்பட்டு இறைவனை நெருங்குகிறான். அதே சமயம் ஏழைகளுக்கும் சமுதாயத்துக்கும் நன்மை கிடைக்கிறது. இந்த 'சொந்த முக்தி மற்றும் உலக நன்மை' ஆகிய இருவகைப்பலன்களுடன் கூடிய லட்சியத்தை இராமகிருஷ்ண மடம், இராமகிருஷ்ண மிஷன் அமைப்புகளின் நோக்கமாகவும் அமைத்தார் சுவாமிஜி.

சுவாமிஜியின் எழுச்சி மந்திரம்

தனது இந்தியப்பணிகளை சுவாமிஜி மேலைநாடுகளில் இருக்கும் போதே தனது கடிதங்கள் மூலம் தொடங்கிவிட்டார். இந்தியா திரும்பியதும் பல்வேறு இடங்களிலும் சொற்பொழிவுகள் ஆற்றி னார். ஆனால் அவைமட்டும் போதாது என்று சுவாமிஜி எண்ணி னார். தங்கள் பாரம்பரியத்தை மறந்து அடிமை மோகத்தில் ஆழ்ந்து கிடக்கும் இந்தியர்களை எழுப்புவதையே தனது முதல் பணியாகச் செய்தார் சுவாமிஜி. இதற்கு வெறும் சொற் பொழிவுகள் போதாது. ஒரு மகா மந்திரம்வேண்டும். அந்த மகா மந்திரம்: 'எழுந்திருங்கள், விழித்திருங்கள், எடுத்த லட்சியம் கைகூடும்வரை சலியாமல் உழையுங்கள்'.

மேலைநாடுகளைப் போலில்லாமல் இந்தியாவில் அடிப்படை யிலிருந்து எல்லாவற்றையும் தயார் செய்ய வேண்டியிருந்தது. சுவாமிஜி சொன்னார்: 'சொற்பொழிவுகளை எல்லோரும் கேட்டு, கைதட்டி ரசிப்பார்கள்; ஆனால் வீட்டுக்குப் போனதும் அனைத் தையும் மறந்துவிடுவார்கள். இந்தக் கருத்துகளைத் தங்கள் வாழ்க்கையில் நடத்திக்காட்டும் சில உதாரண புருஷர்கள் வேண்டும். தன் நாட்டுக்காக எல்லாவற்றையும், தன் சொந்த வாழ்க்கையையும் துறக்க தயாராக இருக்கும் சில இளைஞர்கள் தேவை. இப்படிப்பட்ட இளைஞர்கள் மூலமே நமது சில பணிகள் நடக்கும்.'

சுவாமிஜியின் தேசபக்தி

சுவாமிஜி இந்தியாவை எத்தனை தூரம் நேசித்தார் என்று அவரது சீடர் அகண்டானந்தர் கூறுகிறார்: 'சுவாமிஜிக்கு இருந்தது தேசாத்ம போதம் - அதாவது தேசத்தையே தன் உடம்பாகப் பார்ப்பது. மேலைநாடுகளின் சுகபோகத்திலும் அவரது நினைவில் தமது நாட்டின் ஏழை மக்களே தோன்றி னர். அவர்களது கஷ்ட நஷ்டங்கள், அவர்களது கடந்தகாலம் நிகழ் காலம், எதிர்காலங்களே அவரது எண்ணத்தில் நிறைந்து இருந்தது'.

சுதந்திரப் போராட்டத்தில் சுவாமிஜியின் பங்கு

சுவாமிஜியின் மகாமந்திரம் சுதந்திரப் போராட்டத்துக்கும் உதவியது. அஹிம்சை முறையில் சுதந்திரம் அடைய விரும்பிய மகாத்மா காந்தி, கோகலே போன்றவர்கள், மிதவாதம்

சுதந்திரம் கொண்டுவராது என்று சொன்ன சுபாஷ் சந்திர போஸ்போன்றவர்கள், பாரதியார், வ.வே.சு. ஐயர், சுப்பிர மணிய சிவா, முத்துராமலிங்கத் தேவர் என்று அனைவருக்கும் சுவாமிஜியின் கருத்துகள் தூண்டுகோலாக இருந்தன. அவரது கருத்துகளைப் படித்த பல தலைவர்கள் பேலூர் மடத்துக்கு வந்து சுவாமிஜியுடன் பேசிக்கொண்டிருப்பார்கள். திலகரும் சுவாமிஜியும் பல்வேறு விஷயங்களைப் பேசியபடியே கங்கைக் கரையில் உலவியிருக்கிறார்கள்.

ஆனால் சுவாமிஜி நேரடியாக சுதந்திரப் போராட்டத்தில் கலந்து கொள்ளவில்லை. சுதந்திரம்வேண்டும்தான்; ஆனால், அதைக் கட்டிக் காப்பாற்றவது அதைவிட முக்கியம். அதற்கு தகுதியான மனிதர்கள் இந்தியாவில் இல்லை என்று கருதினார் சுவாமிஜி.

மனிதர்களை உருவாக்கும் கல்வி

'நமக்குக் கிடைக்கும் சுதந்திரத்தைப் பத்திரமாகக் காப்பாற்றிக் கொள்ள தகுதியான ஆட்களை தயார் செய்யும் கல்வியே இப்போது நமக்குத் தேவை. அது பல்கலைக்கழகங்கள் கொடுக்கும் கல்வி இல்லை; மனிதனை உருவாக்கும் கல்வி வேண்டும்' என்று தமது சொற்பொழிவுகளில் முழங்கினார். சுவாமிஜியைப் பொறுத்தவரை கல்வி என்பது

- சராசரி மனிதர்களை வாழ்க்கைப் போராட்டத்துக்கு தயார் செய்வது;

- ஒழுக்கத்தைக் கற்றுத் தருவது;

- சிங்கம்போன்ற தைரியத்தைக் கொடுப்பது

- தன் சொந்தக்காலில் நிற்க செய்யவது

மதம்

சமயச் சின்னங்களை அணிவது, சம்பிரதாயங்களைப் பின்பற்று வது, கோவில், தேவாலயம், மசூதிக்குச் செல்வது அல்ல மதம். மதம் என்பது மனிதனின் இதயத்தைத் திறக்கச் செய்யவேண்டும். கடவுளை மனிதன் உணரவில்லை என்றால் புறச்சின்னங்களை அணிவது, கோவிலுக்குச் செல்வது எல்லாம் வீண்.

மதம் என்றால் ஆன்மிகம். ஆன்மா என்ற சொல்லில் இருந்து வந்தது ஆன்மிகம். எல்லா ஆன்மாக்களும் பரமாத்மாவில்

ஒன்றாக இருப்பவை. இதை உணர்ந்து ஒவ்வொரு மனிதனும் தன் ஆன்மாவை விழித்தெழச் செய்யவேண்டும். ஆன்மா விழிப்புற்ற நிலையில் செய்யும் செயல்கள் சிறப்பாக அமையும். தனிமனித முன்னேற்றம் நாட்டின் முன்னேற்றத்துக்கும் வழிகோலும். 'நமது தாய்நாட்டின் அடிப்படையாகவும் முதுகெலும்பாகவும் அதன் தேசிய வாழ்க்கை முழுவதும் கட்டப்படுவதற்கான உறுதியான அடித்தளப் பாறையாகவும் மதமே உள்ளது' என்பது சுவாமிஜியின் மதம்பற்றிய கருத்து.

ஏழைகள் முன்னேறவேண்டும்

சுவாமிஜிக்கு வெறும் ஆன்மிகத்தில் மட்டுமல்ல; சரித்திரத்திலும் ஆழ்ந்த அறிவு இருந்தது. 'நாடுகளின் சரித்திரங்களைப் பார்த்தால் ஒவ்வொரு காலகட்டத்தில் ஒவ்வொரு பிரிவினர் சுழற்சி முறையில் ஆண்டு வந்திருக்கின்றனர். இப்போது உழைப்பாளிகளின் காலம். எல்லா நாடுகளிலும் உழைக்கும் வர்க்கத்தவர்கள் எழுச்சி பெற்று வருகிறார்கள். இந்தியா மற்ற நாடுகளுடன் போட்டி போட்டு முன்னேறவேண்டும் என்றால் ஏழைகளுக்கும் பாமரர்களுக்கும் கல்வி அளிக்கவேண்டும். இந்தக் கல்வி அவர்களை மதத்திலிருந்து விலக்கக்கூடாது. மேலைநாடுகளின் தொழில்நுட்பத்தை ஏற்றுக் கொள்ளும் கல்வி தேவை' என்பார் சுவாமிஜி.

பொதுவாழ்க்கைக்கு முடிவு

கிழக்கு வங்காளத்திலிருந்து பேலூர் மடத்துக்குத் திரும்பி வந்ததுடன் சுவாமிஜியின் பொதுவாழ்க்கை முடிவுக்கு வந்தது. அதற்குப்பிறகு ஒரு முறை காசிக்குப் போய்வந்தார். அவ்வப் போது கல்கத்தா செல்வதைத் தவிர பேலூர் மடத்திலேயே இருந்தார் சுவாமிஜி. சுவாமிஜியின் உடல்நிலை மிகவும் குன்றி யது. கால்களும் உடம்பும் வீங்கி தோல் மென்மையாகிவிட்டது. நடப்பதற்கே சிரமப்பட்டார். சாதாரண தொடுதல்கூட அவருக்கு வேதனையைக் கொடுத்தது. தூக்கம் என்பதே இல்லாமல் போய்விட்டது. கண்களிலுள்ள ரத்த நாளங்கள் கெட்டுவிட்ட தால் பார்வையும் மங்கியது.

தியானத்தின் சிறப்பு

தியானத்தின் மூலம் மன ஆற்றல்களை சிறப்பாக வெளிப்படுத்த முடியும் என்பதால் தியானத்தை எல்லோரும் செய்யவேண்டு மென்று மிகவும் கட்டாயப்படுத்துவார் சுவாமிஜி. ஆன்மிக

வாழ்க்கையில் தியானத்துக்கு மிக முக்கிய இடத்தை அளித்தார் சுவாமிஜி. உடல்நிலை சரியில்லாதபோதும் தியானத்தை விட வில்லை சுவாமிஜி. சூரிய கிரகணம் முதலிய நாட்களில் தியானத்தில் அதிக நேரம் செலவழிப்பார். இறுதி நாள்வரை ஜபதியானத்தை விடவில்லை சுவாமிஜி.

தூய்மை என்பது தெய்விகத்துக்கு முதல் படி

தாய் சொன்ன அகத்தூய்மையுடன், புறத்தூய்மையையும், துப்புரவையும் மடத்திலும், துறவிகளிடமும் வலியுறுத்தினார். சுவாமிஜி. மடத்துக் கட்டடங்களிலும், துறவியரின் அறை களிலும் எங்காவது துளி அழுக்கைக் கண்டாலும் அதைத்தானே துடைப்பார். அதேபோல பொருட்கள் அந்தந்த இடங்களில் இருக்கவேண்டும்; படுக்கைகளைத் தினமும் வெய்யிலில் உலர்த்தி எடுத்து வைக்கவேண்டும். 'மடம் என்று ஆரம்பித்து விட்டோம். அதைத் தூய்மையாக வைக்கவேண்டும். அது முடியவில்லையென்றால் மரத்தடியில் வாழ்வது நல்லது!' என்பார் சுவாமிஜி. நகத்தை வெட்டாமல் இருப்பது, கையலம்பி விட்டு உடையில் துடைத்துக் கொள்வது, சிறுநீர் கழித்துவிட்டு கையலம்பாமல் இருப்பது எல்லாம் சுவாமிஜிக்குப் பிடிக்காத விஷயங்கள்.

துர்கா பூஜை

மடத்தில் துர்கா பூஜை செய்ய வேண்டுமென்று சுவாமிஜிக்கு தோன்றியது. இதற்கு இரண்டு காரணங்கள்: முதலாவதாக சுவாமிஜிக்கு தோன்றிய தெய்விக காட்சி. உணவு, உடை, பழக்கவழக்கங்கள் முதலியவற்றில் இராமகிருஷ்ண துறவிகள், பாரம்பரியத் துறவிகளிலிருந்து மாறுபட்டு இருந்ததால் மக்கள் ஏற்றுக்கொள்ளத் தயங்கினர். மக்களிடம் நிலவி வந்த இந்த தவறான கருத்துகளைப் போக்குவதற்கு இந்தப் பூஜை வழி வகுக்கும் என்று சுவாமிஜி நினைத்தது இரண்டாவது காரணம்.

துர்கா பூஜையை அடுத்து லட்சுமி பூஜை காளி பூஜை, ஜகத்தாத்ரி பூஜை ஆகியவற்றையும் செய்தார் சுவாமிஜி. தனது தாயார் தனது சிறு வயதில் செய்துகொண்ட வேண்டுதலையும், தனது உடல் நலம் குன்றியிருந்த போதிலும் செய்து முடித்தார். ஆதி கங்கை யில் குளித்து ஈரத் துணியுடன் காளி கோயிலுக்கு சென்று மூன்று முறை அங்கப் பிரதட்சணம் செய்து ஹோமங்கள் செய்தார்.

167

ஜப்பான் நாட்டுக்கு வருமாறு அழைப்பு

மெக்லவுட்டின் நண்பர் காகுஸோ ஓகாகுரா சுவாமிஜியை ஜப்பானுக்கு அழைத்தார். தன் உடல்நிலை காரணமாக அந்த அழைப்பை ச்வாமிஜியால் ஏற்க முடியவில்லை. அதனால் ஓகாகுராவுடன் காசி, கயா ஆகிய இடங்களுக்குச் சென்றார். ஸ்ரீராமகிருஷ்ணரின் கருத்துகளாலும், சுவாமிஜி சொல்லும் சேவை-தர்மம் என்ற கருத்தாலும் கவரப்பட்ட சில இளை ஞர்கள் காசியில் ஏழைகள் நிவாரண சங்கம் என்ற அமைப்பை நடத்தி வந்தனர்.

சுவாமிஜிக்கு இந்த செயல் மனமகிழ்வைத் தந்தாலும் அவர் களிடம் சொன்னார்: 'கடவுளைத் தவிர வேறு யாராலும் யாருக்கும் நிவாரணம் அளிக்க முடியாது. அதனால் உங்கள் அமைப்பின் பெயரை 'சேவை இல்லம்' என்று மாற்றுங்கள்'. சுவாமிஜியின் காலத்திலேயே அவரது கருத்துகள் ஏற்கப்பட்டு வெற்றிகரமாக செயல்பட ஆரம்பித்தது சுவாமிஜிக்கு மிகுந்த மனநிறைவைக் கொடுத்தது.

காசியில் சுவாமிஜியின் உடல்நிலை சற்று தேறியது என்று சொல்லலாம். ஓகாகுரா சுவாமிஜியை எப்படியாவது ஜப்பானுக்கு அழைத்துப் போகவேண்டும் என்று அவருடனேயே தங்கி யிருந்தார். சுவாமிஜி மார்ச் 8 ஆம் தேதி பேலூர் திரும்பினார். அவரது உடல்நிலை கவலைக்கிடமாகியது.

உடல்நிலை காரணமாக தூக்கமின்மை, உணவு கட்டுப்பாடுகள் என்றிருந்தாலும், சுவாமிஜி அனைத்தையும் கடந்தவராகவே இருந்தார். தமது நண்பர்களைச் சந்திப்பதிலும், இளம் துறவி களுக்குப் பயிற்சி அளிப்பதிலும் மிகுந்த ஆர்வம் காட்டினார். ஆனால் சகோதரத் துறவிகள் அவருக்கு ஓய்வுவேண்டும் என்றனர். சுவாமிஜிக்குத் தனது முடிவு நெருங்கிவிட்டது தெரிந்திருந்தது. அவரது பேச்சு முழுவதும் தனது கடைசி பயணம்பற்றியே இருந்தது.

'காளி என் கையைப் பிடித்திருப்பதை விட்டுவிட்டாள். என்னிடம் இருந்ததையெல்லாம் கொடுத்துவிட்டேன். பெரிய மரத்தின் நிழலில் சிறிய மரங்கள் வளராது. அவை வளர நான் வழிவிடவேண்டும்' என்றார். 'எனது 40 வயதை நான் பார்க்கப் போவதில்லை' என்றார். மடத்தின் செயல்களிலிருந்து தன்னை

168

விடுவித்துக்கொண்டார். சுவாமிஜியின் மனதை வருத்திக் கொண்டிருந்தது அவரது தாயார் வசித்து வந்த வீடுபற்றிய வழக்கும் விசாரணைகளும். அதுவும் இப்போது சுவாமிஜிக்குச் சாதகமாக முடிவடைந்தது. அவரது கடைசிக் கவலையான இதுவும் நல்லபடியாக முடிந்தது.

ஜூன் இறுதியில் நிவேதிதையும் கல்கத்தா வந்தார். அவருடன் பெண்கள் பள்ளிக்கான திட்டங்களைக் கேட்டறிந்தார் சுவாமிஜி. பெண்கள் பல்கலைக்கழகம் ஆரம்பிக்கவேண்டும் என்ற நிவேதிதையின் விருப்பத்துக்குத் தன் ஆசிகளை அளித்தார்.

ஜூலை 4 வெள்ளிக்கிழமை தேவிக்கு உகந்த நாள். காலை 8.30 மணிக்கு பூஜைஅறைக்குச் சென்றார். 11 மணிவரை கதவுகள், ஜன்னல்கள் எல்லாவற்றையும் மூடிவிடச் சொல்லிவிட்டு தியானத்தில் இருந்தார். காளியிடமும் குருதேவரிடமும் தனக் கிட்ட பணிகளை முடித்துவிட்டதாகவும், தம்மை தங்கள் திருவடிக்கு சேர்த்துக்கொள்ள வேண்டியிருப்பாரோ? மிகவும் சந்தோஷமாக வெளியே வந்து சமஸ்கிருத வகுப்பு சுமார் 3 மணி நேரம் நடத்தினார். மதிய உணவை எல்லோருடனும் சேர்ந்து உண்டார். மாலை ஒரு நீண்டதூரம் நடந்துவிட்டு வந்தார்.

மாலை 6.30 மணி. தமது ஜபமாலையை கொண்டுவரச் சொன்னார். தியானத்துக்கு அமர்ந்தார். வழக்கத்துக்கு மாறாக வடமேற்கு நோக்கி அமர்ந்தார். சீடரைக் கூப்பிட்டு அறை உஷ்ணமாக இருப்பதாகக்கூறி ஜன்னல்களையும் கதவுகளையும் திறக்கச் சொன்னார். தலையில் சற்று விசிறும்படி சொன்னார். சற்று நேரம் கழித்து காலைப் பிடித்துவிடச் சொன்னார். சுவாமிஜி லேசாகத் தூங்கியது போலிருந்தது. இடது புறமாகப் படுத்திருந்தவர் ஒருமுறை வலதுபுறம் திரும்பிப்படுத்தார். கனவு கண்ட குழந்தை அழுவதுபோல மெல்லிய குரலில் ஒரு சத்தம் வந்தது சுவாமிஜியிடமிருந்து. மெள்ள அவரது தலை துவண்டது. மணி 9.

அவரது இறப்புக்கு அவரது உடல்நிலை காரணம் என்று சொன்னாலும், தனது மரணத்தைத் தாமே தேர்ந்தெடுத்தார் என்றே சொல்லவேண்டும். அமர நாதனை தரிசித்து அதற்கான வரம் பெற்றவர் சுவாமிஜி. ‘தியானத்திலேயே உடலைத் துறந்ததால் உணர்வுபூர்வமாகவே உடம்பிலிருந்து வெளியே சென்றார்’ என்று சுவாமிஜியின் சீடர் துரியானந்தர் கூறினாலும்

மொத்தத்தில் சுவாமிஜி மறைந்தார். அவருக்கு அப்போது வயது 39 வருடங்கள், 5 மாதங்கள், 24 நாட்கள் ஆகியிருந்தது.

அவரது திருமேனி 'அங்கே என்னை எரிக்கவேண்டும்' என்று அவர் சுட்டிக்காட்டிய வில்வமரத்தடிக்கு எடுத்துச் செல்லப் பட்டது. அவரது திருமேனியை ஏற்று அக்கினி புனிதமானது.

10

தன்னிகரற்ற குரு

2013 என்பது சுவாமிஜி பிறந்த 150 வது வருடம். உலகம் முழுவதும் அவரது பிறந்த நாள் கொண்டாட்டங்கள் நடை பெற்று வருகின்றன. இந்த நேரத்தில் அவரைப்பற்றி சிறிது சிந்திப்போம்.

சுவாமி விவேகானந்தருக்கு முன்னால் நம் நாட்டில் மகான்கள் யாருமே பிறக்கவில்லையா? மக்களை வழி நடத்தவில்லையா? ஆன்மிக நாடான இந்தியாவில் துறவிகளுக்கோ, மதத்தலைவர் களுக்கோ, சொற்பொழிவாளருக்கோ என்றுமே குறைவில்லை. அப்படியிருக்கும்போது, சுவாமி விவேகானந்தர் எப்படி மற்றவர்களிலிருந்து வேறுபட்டு இருந்தார்? அவர் வாழ்ந்தது 39 வருடங்களும் சில மாதங்களும். அதற்குள் அவர் சாதித்தது மனித சக்திக்கு அப்பாற்பட்டு நிற்கிறது. இந்த சாதனைகளுக்கு எந்த ஆற்றல் அவருக்குத் துணை நின்றது?

இந்தியா என்றால் வறுமையும், பஞ்சமும், பெண் குழந்தை களைக் கொல்லுவதும், பெண்கள் கொடுமைக்கு உள்ளாவதும் மட்டுமே என்று நினைத்திருந்த மேலைநாடுகளின் எண்ணத்தை மாற்றி, ஆன்மிகச் செல்வம் செழிக்கும் நாடு இந்தியா என்ற கருத்தை நிலைநாட்டத் தன்னந்தனியாக மேலைநாடுகளுக்குச் சென்றாரே, அவருடன் கூடப் போனது யார்? எந்த இந்து சமய அமைப்பின் சார்பில் அவர் மேலைநாடுகளுக்குச் சென்றார்? சர்வமத மகாசபையில் எல்லோரும் முன்கூட்டியே தயார் செய்துகொண்டு வந்து பேசியபோது, முன்தயாரிப்பு எதுவும் இல்லாமல், ‘அமெரிக்க சகோதர சகோதரிகளே’ என்று பேச ஆரம்பித்து அனைவரையும் ஸ்தம்பிக்கச் செய்தாரே, அவரை

வழி நடத்திய அற்புத ஆற்றல் எது? 150 ஆண்டுகளுக்குப் பின்னும் நாம் அவரை தெய்வத் திருமகனாக நினைக்கக் காரணம் என்ன?

தியானத்தின் மூலம் அவர் பெற்ற ஆற்றல், இறைவனின் வழிகாட்டுதல், நல்ல குருவை அடைந்து அவரது சொற்படி நடத்தல் என்ற மூன்றும் கலந்த ஒரு அற்புத கலவையாக அவரது ஆற்றல் இருந்தது. மாதா, பிதா, குரு, தெய்வம் என்று வாழ்ந்ததன் பலனாக சுவாமிஜிக்குக் கிடைத்த மாபெரும் ஆற்றல் இது என்றும் சொல்லலாம். ஸ்ரீராமகிருஷ்ணரால் 'நீயே நரநாராயணனாக அவதரித்தவன்' என்று சொல்லப்பட்டிருந்தாலும், அவரை சிவபெருமானின் அவதாரம், புத்தரின் அவதாரம் என்று அவர் வாழ்ந்த காலத்திலேயே பலர் சொன்னாலும், மனிதராக வாழ்ந்து மற்றவர்களின் துயரங்களைக் கண்டு தாமும் துன் புற்றார். தமது மனஆற்றலைமட்டுமே துணையாகக் கொண்டு மகத்தான காரியங்களை சாதித்த மாமனிதர் சுவாமிஜி.

முதன்முதலாக ஏழை மக்களுக்காக உருகிய தீர்க்கதரிசி இவர் தான். இந்தப் பண்புதான் அவரை அவருக்கு முன் இருந்த மகான்களிலிருந்து வேறுபடுத்தியது. இந்தியப் பயணத்தின் போது அவர் கண்ட ஏழை இந்தியா அவரை வருத்தியது. 'என் தாய்நாட்டு மக்களுக்கு நான் என்ன செய்யமுடியும்?' என்ற இடைவிடாச் சிந்தனை அவரது ஆற்றலுக்கு பின்னணியாக இருந்தது. எந்த ஒரு விஷயத்தையும் யாரோ சொன்னார்கள் என்பதற்காக நம்பாமல், தானே சோதித்து அறிந்துகொள்ளவேண்டும் என்ற வேட்கை அவரது ஆற்றலை வழி நடத்தியது.

கன்னியாகுமரியில், அவரிடம் பணம் இல்லாததால் படகோட்டிகள் அவரை ஸ்ரீபாத பாறைக்கு அழைத்துச் செல்ல மறுத்தபோது சற்றும் தயங்காமல் அலைகடலில் குதித்து நீந்தியே அந்தப் பாறையை சென்று சேர்ந்தாரே, எதற்கு? 'என்னால் முடியும்' என்று மார்தட்டவா? இல்லை; 'என் தாய் திருநாட்டு மக்களே, என்னால் முடிந்தால் உங்களாலும் முடியும். உங்களுக்குள் இருக்கும் தெய்விக ஆற்றலை உணருங்கள். உங்கள் அறியாமைத் துயிலிலிருந்து எழுந்திருங்கள்; எப்போதும் விழித்திருங்கள்; உங்கள் லட்சியத்தை அடையும்வரை ஓயாதீர்கள்' என்ற எழுச்சி மந்திரத்தை பிற்காலத்தில் உபதேசிக்கவே, அல்லவா?

சுவாமிஜி மனிதர்களிடம் கொண்டிருந்த அளவற்ற அக்கறை அவரை மற்றவர்களிடமிருந்து வேறுபடுத்தியது. மனிதனிடம் உள்ள எல்லையற்ற திறமைகளையும் ஆற்றலையும் வெளிக் கொணர உதவுவதே தன் முக்கியப்பணி என்று எண்ணினார். கோவிலில் இருக்கும் கடவுளிடம் வைக்கும்பற்றினை சக மனிதனிடம் வைக்கச்சொன்னார். கடவுள் என்பவர் எங்கோ உட்கார்ந்துகொண்டு மனிதர்களை 'விதி' என்னும் நூலினால் ஆட்டிப்படைத்துக் கொண்டிருப்பவர் அல்ல; மனிதர்களின் உள்ளே ஆன்மாவாக நிறைந்திருக்கிறார். தன்னுள்ளே இருக்கும் தெய்விகத்தை ஒவ்வொரு மனிதனும் உணருவதால் அவனது ஆற்றல் பெருகி, வெற்றிகரமான வாழ்க்கை வாழமுடியும் என்ற நம்பிக்கையை விதைத்தார்.

தமது சீடர்களை அவர் வழிநடத்தியத்தைபற்றி அவரது மேலை நாட்டு சீடரான கிறிஸ்டினா கூறுகிறார்: 'எங்களது எல்லா பிரச்னைகளுக்கும் அவர் தீர்வு சொல்லவில்லை; வாழ்க்கையின் அடிப்படைகளை சொல்லிக் கொடுத்து அவற்றை செயல் படுத்தச் சொன்னார். எங்களுக்குள் இருக்கும் மன ஆற்றலை எழுப்ப உதவினார். வலிமை வலிமை என்று சொல்லி எங்க ளுக்கு வலிமையை ஊட்டினார். ஆண்களுக்கு ஆண்மை வேண்டும் என்றார். பெண்களுக்கும் இந்தப் பண்பை உபதேசித் தார். இந்தப் பண்பு சுயபச்சாதாபத்துக்கு எதிரான பண்பு. பலவீனத்துக்கு எதிரி சுவாமிஜியின் சொற்கள் ஊட்டசத்துபோல எங்களுக்கு வலிமையையும் சுதந்திர உணர்வையும் அளித்தன'.

சுவாமிஜியின் இன்னொரு பண்பும் நம்மைக் கவருகிறது. அது அவரது வெளிப்படையான பேச்சு. சிங்கத்தின் குகைக்குள்ளே போய் அதனுடன் போரிடுவது போல 'எங்கள் மதமே உலகத்தில் சிறந்தது' என்றெண்ணி இருந்தவர்களை, அவர்களின் நாட்டி லேயே 'எல்லா மதங்களும் இறைவனை உணர வழிகாட்டும் பாதைகள். எல்லா மதங்களையும் நாங்கள் மதிக்கிறோம்' என்ற தமது வாதத்தின் மூலம் வாயடைக்கச் செய்தார். 'மதத்தின் பெயரால் சண்டை வேண்டாம். மனித இதயங்களைத் திறக்க வும், மனிதனை பொருளாதார ரீதியில் மேம்படவும் செய்வதே மதம். மதமாற்றத்தின் மூலம் சமுதாயத்தில் எந்த மாற்றத்தையும் கொண்டுவர முடியாது. பசித்தவனுக்கு மதம் தேவையில்லை; அவனது தேவை பசித்தபோது உணவு. அந்த உணவை பெற, அவர்கள் தங்கள் சொந்தக் காலில் நிற்க, கல்வியைக்

கொடுங்கள். அந்தக் கல்வி ஏட்டுச்சுரைக்காயாய் இல்லாமல் மதத்திலிருந்து அவனை விலகாமல், அவனை உருவாக்கும் கல்வியாக இருக்கட்டும்' என்றார்.

இறைவனைத் தேடுபவர்களுக்குமட்டுமே இருந்த ஆன்மத் தேடலை சாதாரண மனிதர்களுக்கும் உரிமை ஆக்கினார். இந்த ஆன்மத் தேடலுக்கு உதவும் கல்வியை மனிதனை உருவாக்கும் கல்வி என்று குறிப்பிட்டார். ஆன்மிகம், இறையனுபூதி என்று பேசினாலும், சமயச் சடங்குகள், சமயச் சின்னங்கள் மனிதனுக்கு அவனை அறிய உதவவில்லை என்றால் இவற்றால் எந்தப் பலனும் இல்லை என்று வெளிப்படையாகப் பேசினார். யாரும் பாவிகள் இல்லை. பாவமும் புண்ணியமும் சேர்ந்ததே மனித வாழ்வு. எல்லோரும் தெய்வத்தின் குழந்தைகள். மதவாதிகள் மனிதனை மறந்துவிட்டு இறைவனைப் பார்த்தார்கள். ஆனால் சுவாமிஜி மனிதர்களிலே இறைவனைப் பார்க்கச் சொன்னார்.

சாஸ்திரங்களில் சொல்லப்பட்டிருந்த கருத்துகளை சாதாரண மக்களுக்கும் பொதுவாக்கினார். வறட்டு வேதாந்தத்தை செயல்முறை வேதாந்தமாக மாற்றினார். ஏழை மக்களிடம் நாராயணனைக் கண்டார். தந்தை கொடுத்த கட்டுடலைக் கொண்டு தரித்திர நாராயண சேவையை, கடைசி வரை, அந்த உடல் நலிந்தபோதும் செய்தார். தாய் சொன்னபடி அகத் தூய்மை, புறத்தூய்மை இரண்டையும் கடைசி நிமிடம்வரை காத்தார். குரு சொன்னதுபோல தனது அமானுஷ்ய ஆற்றல்களை ஒருபோதும் தன் சொந்தப் பலனுக்காக உபயோகிக்கவில்லை.

இறைவனை நம்பி இறைவன் காட்டிய வழியிலேயே தன் வாழ்க்கையை நடத்தினார். மக்களுக்கு மட்டுமல்ல, மன்னர் களுக்கும் அவர்களது நிலையை எடுத்துரைத்து, கடமைகளை நினைவுறுத்தினார். சர்வமத மகாசபையில் அவர் மூலம் வெளிப் பட்டது இந்தியாவின் மத உணர்வு. பழமையான கீழ்த்திசை, நவீனமேல்திசை இவை இரண்டின் சிந்தனைகளும் கலந்து சங்க மிக்கிற இடமாக சுவாமிஜி காட்சியளித்தார். ஆன்மிகம் என்ப தற்கு மனிதன் தன்னுள்ளே இருக்கும் ஆன்மாவை உணருவதே என்ற புதிய கருத்தைச் சொன்னார்.

துறவு என்பது 'சொந்த முக்தி மற்றும் மக்கள் சேவை' என்ற புதுமைக் கருத்தை மக்களிடம் புகுத்தினார். 'துறவு என்பது மனிதர்களை விட்டு ஓடுவதோ, கதவை மூடிக் கொண்டு தியானத்தில் ஆழ்ந்து போவதோ அல்ல; மகனே கதவைத் திற!

உன் சக மனிதனைப் பார்; அவனுக்கு உதவி செய்வதிலேயே உனக்கு முக்தி கிடைக்கும். உனக்குத் தெரியாத மொழியில் கடவுளைக் கூப்பிடாதே; உன் தாய்மொழியில் உன் பிரார்த்தனை களைச் சொல்' என்றார். மனிதனைப்பற்றிய புதிய கண்ணோட்டம், மதம்பற்றிய புதிய கருத்துகள், கடவுள்பற்றிய புதிய சிந்தனை இவற்றுடன், நல்லொழுக்கத்துடன் கூடிய புதிய சமுதாயம் என்று மனித குலத்தின் ஒட்டுமொத்த வளர்ச்சியையும் தனது செய்தியாக சுவாமிஜி இந்த உலகுக்குக் கொடுத்துவிட்டு சென்றிருக்கிறார்.

'கிழிந்த ஆடையைத் தூக்கி எறிவதுபோல ஒருநாள் நான் இந்த உடலைக் களைந்து விடுவேன். ஆனால் உலகம் முழுவதிலும் இருக்கும் மக்களை அவர்கள் இறைவனுடன் ஒன்றுபட்டிருப் பதை உணரும்வரை தூண்டிக் கொண்டே இருப்பேன். நான் வேலை செய்வதை நிறுத்த மாட்டேன்' என்று கூறியவர் எப்படி மறையமுடியும்?

மிகக்குறைந்த வயதில் மிகப்பெரிய சாதனை செய்து நம் மனங்களில் மறக்கவொண்ணாத தாக்கத்தையும் ஏற்படுத்திச் சென்ற அந்த தெய்வத் திருமகனை அவர் சொல்லிச் சென்ற நல்ல கருத்துக்களை பின்பற்றுவதன் மூலம் பெருமைபடுத்துவோம். அவரே சொன்னதுபோல அவர் நம் எல்லோரையும் நேசிக்கிறார்; நம்முள் அவர் உருவமற்ற குரலாக இருந்து நம்மை வழி நடத்துவார் என்பதில் சிறிதும் ஐயம் இல்லை.

அனைத்துப் பரிமாணங்களிலும் மனிதனின் ஒட்டுமொத்த
வளர்ச்சியே விவேகானந்தரின் செய்தி - ரவீந்தரநாத் தாகூர்.